நிலம் பூத்து மலர்ந்த நாள்

மலையாள மூலம் : மனோஜ் குரூர்

தமிழில் : கே.வி.ஜெயஸ்ரீ

நிலம் பூத்து மலர்ந்த நாள்	:	நாவல்
மலையாள மூலம்	:	மனோஜ் குரூர்
தமிழில்	:	கே.வி. ஜெயஸ்ரீ
	:	© ஆசிரியருக்கு
அட்டை வடிவமைப்பு	:	பி.எஸ். வம்சி
முதற்பதிப்பு	:	மே 2016
நான்காம் பதிப்பு	:	ஆகஸ்ட் 2019
வெளியீடு	:	வம்சி புக்ஸ் 19, டி.எம்.சாரோன், திருவண்ணாமலை - 606 601 செல்: 9445870995 , 04175 - 235806
அச்சாக்கம்	:	மணி ஆப்செட், சென்னை - 600077
விலை	:	₹ 300/ -
ISBN	:	978-93-84598-23-5

Nilam Poothu Malarntha Naal	:	Novel
From Malayalam	:	Manoj Kuroor
InTamil	:	K.V. Jeyasri
	:	© Author
Cover Design	:	B.S. Vamsi
First Edition	:	May 2016
Fourth Edition	:	August 2019
Published by	:	Vamsi books 19.D.M.Saron, Tiruvannamalai - 606 601. 9445870995 , 04175 & 235806
Printed by	:	Mani Offset, Chennai - 600 077
	:	₹ 300 /-
ISBN	:	978-93-84598-23-5

www.vamsibooks.com - e-mail: vamsibooks@yahoo.com

மனோஜ் குரூர்

1971 இல் கோட்டயத்தில் பிறந்தார். பசேலியஸ் கல்லூரி, சங்கனாச்சேரி எஸ். பி. கல்லூரி, எம். ஜி. யுனிவர்சிட்டி ஸ்கூல் ஆப் லெட்டர்ஸ் என்ற இடங்களில் உயர்கல்வி. மலையாள இலக்கியத்தில் எம்.ஏ., எம். பில்., பி.எச்.டி., பட்டங்கள்.

உத்தம புருஷன்டே கத பறயும்போள் முதல் கவிதைத் தொகுப்பு.

நதோன்னத : நதி வழி 44 (AD)

கோமா (கதைப்பாடல்)

ரஹ்மானியா, இந்திய சங்கீதத்தின் ஆகோள சஞ்சாரம்

நிறப் பகிட்டுள்ள நிருத்த சங்கீதம் (சங்கீத ஆய்வு)

என்பவை மற்ற படைப்புகள்.

குஞ்ஞுப்பிள்ளை நினைவுப் பரிசு (1997)

எஸ்.பி.டி.. கவிதை விருது (2005)

கேரள சாகித்ய அகாடமி கனகஸ்ரீ விருது (2008) என்ற அங்கீகாரங்கள்.

1997 முதல் பல்வேறு என். எஸ். எஸ். கல்லூரிகளிலாக விரிவுரையாளர் பணி.

கே.வி. ஜெயஸ்ரீ

தமிழ் வாசிப்பின் தொடர்ச்சியாக மலையாள வாசிப்பைத் தனதாக்கிக் கொண்டவர். குடும்பம், லௌகீகங்களைக் கடந்து இலக்கியத்திற்கு முக்கியத்துவம் கொடுப்பதால் வாசிக்கவும், எழுதவுமான மனம் வாய்த்திருக்கிறது.

இவரது மொழிபெயர்ப்புத் தொகுப்புகள்

1. இதுதான் என் பெயர் - கதைகள்
2. இரண்டாம் குடியேற்றம் - கதைகள்
3. அல்போன்சம்மாவின் மரணமும் இறுதிச் சடங்கும் - கதைகள்
4. யேசு கதைகள் - கதைகள்
5. பால் சக்காரியாவின் தேர்ந்தெடுக்கப்பட்ட சிறுகதைகள் (சாகித்ய அகாடமி வெளியீடு)
6. நிசப்தம் - கவிதைகள்
7. வார்த்தைகள் கிடைக்காத தீவில் - கவிதைகள்
8. ஒற்றைக் கதவு - கதைகள்
9. ஹிமாலயம் - பயணக் கட்டுரை

பெற்ற விருதுகள்

1. திருப்பூர் கலை இலக்கியப் பேரவை விருது.
2. திருப்பூர் தமிழ்ச் சங்க விருது.
3. நல்லி திசைஎட்டும் விருது.
4. அங்கம்மாள் முத்துச்சாமி நினைவு அறக்கட்டளை விருது.

கணவர் : உத்திரகுமாரன் - மகள் : சுகானா - மகன் : அமரபாரதி

மலையாளப் புத்தகத்திற்கான முன்னுரை

2005 இல் தான் கொற்றவை என்ற பெயரில் ஒரு தமிழ் நாவல் எழுதினேன். கொற்றவை என்ற பெயர் மட்டுமே அதன் தொடக்கமாக என் கையிலிருந்தது.

*"மாமகளும் நாமகளும் மாமயிடன் செற்றுகந்த
கோமளும் தான் படைத்த கொற்றத்தாள்"*

என்று கண்ணகியை இளங்கோ வாழ்த்துகிறார். கடைசியில் அந்த வரிகளைச் சென்றடைந்தேன். தியானிக்கத் தியானிக்க மேலதிக அர்த்தங்கள் பெருகி வந்த வார்த்தையது. கொற்றம் என்றால் அரசு என்றும் போர்வீரம் என்றும் அர்த்தமுண்டு. கொற்றவை என்றால் அரசி என்றும் போர்த்தெய்வம் என்றும் தமிழ் சொல்கிறது. தமிழ்க் கலாச்சாரத்தின் சாரமாக ஒற்றை வார்த்தையில் 'கொற்றவை' என்று சொல்லலாமெனத் தோன்றியது. அந்த ஒற்றை வார்த்தையில் நான் தியானித்துத் தியானித்து ஒரு நாவலெழுதினேன். பெரும்பாலும் அர்த்தமின்மையின் அருகில் நிற்கும் கவித்துவத்தால் எழுதப்பட்ட அந்த நாவல் மிக அதிகமாக வாசிக்கப்பட்டது. அந்த நாவலைப் பற்றிய ஒரு கருத்தரங்கில் தமிழ்ச் சிந்தனையாளரும் விமர்சகருமான ஞானி என்னிடம், "ஒரு மலையாளியால் தமிழ்க் கலாச்சாரத்தின் ஆழத்தை

எப்படித் தொட முடிந்தது?'' எனக் கேட்டார். ''பன்னிரெண்டாம் நூற்றாண்டுக்குப் பிறகு, பல்வேறு வகையிலான போர்களால் குலைந்துபோன தமிழ் நிலப்பரப்பில் பிறந்தவர் நீங்கள். அன்னியரால் தீண்டப்படாத பரிசுத்தமான தமிழ்நிலம் கேரளம்தான். தமிழ்ப் பழமையைச் சென்றடைய, நான் சரித்திரத்திற்குத் திரும்ப வேண்டிய அவசியமில்லை. என் பாட்டியையும் பூர்வீகத்தையும் அறிந்திருந்தால் மட்டுமே போதும். கொற்றவையை நான் என் பாட்டியில் கண்டிருக்கிறேன். நான் கொண்டாடும் விஷுவும், திருவோணமும், அத்தம்பத்தும், பங்குனி உத்திரமும் சங்ககாலம் முதல் தமிழ் கொண்டாடி வருபவைதான். என் பழமை தமிழ்தான்'' என்று நான் சொன்னேன்.

ஆனால் கிருஷ்ணவாரியர் மொழிபெயர்த்த சங்கச் செய்யுள்களை ஒருமுறை வாசித்துக் கொண்டிருந்தபோது, அவருக்குத் தமிழின் சூட்சுமபாவனை சற்றும் பிடிபடவில்லையென்றே எனக்குத் தோன்றியது. தமிழின் சங்கக் கவிதைகளை அவர் மலையாளத்திற்கு மொழிமாற்றம் மட்டுமே செய்திருக்கிறார். அந்த மலையாளம் என்பது சமஸ்கிருதக் காவியப் பாரம்பரியத்திலிருந்து மலையாளத்தின் சில முன்னோடிகள் அள்ளியெடுத்த ஒருதுளிக் கவிதை மட்டுமே. இன்றைய மலையாளிக்கு தமிழின் பழமைக்கு வருவதற்கான முக்கியமான தடையென்பது, அவன் பிறந்து விழும், சுவாசித்து வாழும் இன்றைய மலையாளமே. சமஸ்கிருதத்தின் ஒரு பாவனை மாற்றம் மட்டுமேயானது இன்றைய அவன் நாவின் மலையாளம். ஒருவேளை ஆற்றூர் ரவிவர்மா தவிர வேறொரு மலையாளியாலும் தமிழின் பழமைக்குள் வரவே முடியாதென்றும், அந்தக் காலம் என்றென்றைக்குமாகக் கடந்து சென்றுவிட்டது என்றும் அன்று எனக்குத் தோன்றியது.

நீண்ட நாட்களுக்குப் பிறகு என் பழைய நண்பரும், சின்னச்சின்ன மனவேறுபாடுகள் கொண்டிருந்த தூரத்து நண்பன் என்றும் சொல்லக்

கூடிய, கவிஞர் மனோஜ் குரூர் அவருடைய முதல் நாவலை அனுப்பி, அது பழம் சங்கத்தைப் பற்றியது எனச் சொன்னபோது ஓர் அவநம்பிக்கையே முதலில் தோன்றியது. ஆனால் வாசித்து முடிக்கும்போது, அன்று கொற்றவை எழுதிய காலத்தில் எனக்குள் ஏற்பட்ட அந்தப் பித்து அல்லது தவநிலை இவருள்ளும் ஏற்பட்டிருக்கிறது என்று எனக்குப் புரிந்தது. ஆற்றை நீந்திக் கடக்கையில் துழாவும் கால்களின் நுனியில் மெதுவாகத் தொட்டுச் செல்லும் எதுவோ ஒன்றைப்போல, தமிழ் - மலையாளச் சமகாலக் கலாச்சாரங்களினூடாகக் கடந்து போகும்போது, நாமறியாது தொட்டுச் செல்லும் ஓர் ஆழமே தமிழின் பழமை. கும்பகோணம் ராமசாமிக் கோவில் தலைக்கோலிச் சிற்பத்தின்முன் நிற்கும்போது சடாரென்ற ஓர் உள்நடுக்கமாக நாமதை உணர்வோம். முனியசாமிக் கோவில் முன்னால் வாள் சுழற்றி அலறி நிற்கும் பூசாரியின் உக்கிரத்தில் நாமதை அறிவோம். எங்கேயோ ஓரிடத்தில் பேருந்து நிற்கும்போது, தொலைதூரத்திலிருந்து காதில் விழும் ஒரு நாட்டுப்புறக் குரலில் நாமதை உணரலாம். அதை உணர்வதற்கான ஆழம், தமிழகத்திலும் கேரளத்திலும் பிறந்த ஒவ்வொருவரின் உள்ளேயும் இருக்கிறதோ என்று தோன்ற வைத்தது மனோஜின் இந்த நாவல். முன் ஜென்மத்தின் பழக்கமான பாதையினூடே சந்தேகமேதும் இன்றி நடந்து செல்லும் ஒருவனைப் போல, சங்கப் பழமையின் பல பாவனைகளின் வழியாக மனோஜ் சஞ்சரிப்பது கண்டு நான் அதிசயப்பட்டேன்.

இந்த நாவலைத் தத்துவப் போக்கிலும், உணர்வு நிலையிலும் பல்வேறு விதங்களில் விவரிக்கவும், விவாதிக்கவும் என்னால் முடியும். ஆனால் இதொரு பாவனை மட்டுமேயெனவும், வெறுமொரு கனவு மட்டுமேயெனவும் சிந்திக்கத்தான் நான் இப்போது விரும்புகிறேன். மலையாள இலக்கியத்தைத் தொடர்ந்து கவனித்து, வாசித்து வருபவன் நான். வடிவமைப்பில் ஐரோப்பாவைப் பிரதியெடுக்கவும், தொடரவும் முயலும் மேலோட்டமான நூல்களே என் கவனத்திற்கு அதிகமாக

வருகின்றன. என்னுடையது என்று தோன்றச் செய்யும், ஒருவேளை எழுதியவரைவிட மேலதிக நெருக்கம் எனக்கிருக்கிறது என்று எண்ண வைக்கும் இது போன்ற நூல்கள் மிக அபூர்வம்தான். கசாக்கின் இதிகாசமும், தட்டகமும் போல மிகக் குறைந்த நூல்களில் மட்டுமே இவ்வளவு நெருக்கம் எனக்குத் தோன்றியிருக்கிறது. எப்படியிருப்பினும் கேரள மொழியில் உருவாகியிருக்கும் ஒரு மகத்தான நூல்தான் இந்த நாவல் என்று மட்டும் இப்போது சொல்ல விரும்புகிறேன். வேறொரு சந்தர்ப்பத்தில் இந்த நாவலின் பாவத்தையும் உள்ளடக்கத்தையும் பற்றி விரிவான ஆய்வு ஒன்றை எழுத வேண்டுமென்ற விருப்பம் எனக்கிருக்கிறது. இந்த நூல் தமிழுக்கு வரும்போது அதைச் செய்யலாம் என்று இப்போது தோன்றுகிறது.

ஜெயமோகன்

மலையாளத்தில் எழுதப்பட்ட தமிழ் நாவல்

சங்க இலக்கியங்கள் எனச் சான்றோர் தனித்து அறிவிக்கும் 41 நூல்களில் பாட்டும் தொகையும் எனப்படும் பத்துப்பாட்டு எட்டுத் தொகையான பதினெட்டு நூல்கள் தொல்தமிழ் வாழ்க்கையின் சத்தும் சாரமுமானவை. அவற்றின் ஊடாக, H.G.Wells இன் Time Machine இல் பயணப்பட்டு தமிழ்த் தொல்மரபின் சாட்சிங்களைக் கண்டடைவது போன்றதொரு அனுபவம், ‘நிலம் பூத்து மலர்ந்த நாள்’ என்ற மனோஜ் குரூர் நாவல் வாசிக்கும்போது நிகழ்கிறது.

இஃதோர் மலையாள மூல நாவலின் தமிழ்ப் பெயர்ப்பு. மூலத்தில் இதன் தலைப்பு ‘நிலம் பூத்து மலர்ந்ந நாள்’ தமிழாக்கத்தில் கே.வி.ஜெயஸ்ரீ அளித்த தலைப்பு ‘நிலம் பூத்து மலர்ந்த நாள்’ தலைப்பின் இயல்பான மொழிமாற்றம் போலவே, மொத்த நாவலின் மொழிமாற்றமும் எந்த நெருடலும் இன்றி, பூ உதிர்வது போல நடந்திருக்கிறது. தலைப்பு மிக வசீகரமானது. உங்களுக்குத் தோன்றும், பூத்த என்றாலும் மலர்ந்த என்றாலும் ஒன்றுதானே என்று. ஒன்றென்று உரைக்கின் ஒன்றேயாம், பலவென்றுரைக்கின் பலவேயாம்! மலர்ந்த எனும் சொல்லுக்குப் பொலிந்த என்று பொருள் கொண்டால் தலைப்பின் கவிதைச் சாயல் சுவையளிக்கும்.

ஈராயிரம் ஆண்டுகள் கடந்த காலத்தை ஊடறுத்து, அந்தக் கால வாழ்க்கையை உற்றுப் பார்ப்பது போல இருக்கிறது இந்த நாவலை வாசிக்கும்போது. மூல நூலாசிரியரின் பழந்தமிழ் இலக்கியப் புலமை வியப்பளிக்கிறது. சற்றுத் தீவிரமாக யோசித்துப் பார்த்தால், மலையாள மொழிபேசும் எழுத்தாளர் எழுதிய தமிழ் நாவலை வாசிப்பது போல் நீரோட்டமாக இருக்கிறது. அல்லது அவ்விதம் தோன்றும்படி கே.வி.ஜெயஸ்ரீ மொழியாக்கம் செய்துள்ளார். வழக்கமாக, மொழி மாற்றம் பெற்று வரும் இலக்கிய வடிவங்களை வாசிக்கும்போது தோன்றும் சலிப்பும் வறட்டுத்தன்மையும் கட்டுரைத்தனமும் தோன்றாவண்ணம் மிகத் துல்லியமான படைப்பு மொழியில் மாற்றுகிறார் மொழிபெயர்ப்பாளர்.

அதன் பொருள் இந்த நாவலை வணிக வார இதழின் தொடர்கதை போல வாசித்து விடலாம் என்பதல்ல. காப்பியத்தன்மை கொண்ட மொழியில் எழுதப்பட்டுள்ள, பெயர்க்கப்பட்டுள்ள இந்த நாவலை வாசிக்க கூர்ந்த கவனம் தேவைப்படும். சற்று நின்று, நிதானித்து, உட்சென்று, தோய்ந்து வாசிப்பது அவசியமாகிறது.

கதை நடக்கும் காலம் ஈராயிரம் ஆண்டுகள் முன்பென்று சொன்னோம். காலத்தைப் புலப்படுத்தும் மொழி கையாளப்பட்டிருக்கிறது. சங்க இலக்கியத் தமிழுடன் தோய்வும் பரிச்சயமும் உடைய எந்த வாசகராலும் இந்த நாவலைச் சிரமமின்றிப் படித்துச் செல்ல இயலும். அல்லாதவர் சற்று முனைய வேண்டும். ஏனெனில் நாவலின் களம் பாணர், கூத்தர், பொருநர் வாழ்வியல் மரபு. அந்தச் சித்திரங்களை இன்று நின்றுபேச எத்தனிக்கையில், வாசகக் கவனத்தை அது கோரி நிற்பது இயல்பானதே.

ஆற்றுப்படை நூல்கள் என்று பத்துப்பாட்டினுள் ஐந்து உள. திருமுருகு, பாண் இரண்டு, பொருநர் என நான்கும் மலைபடுகடாம் என்ற கூத்தராற்றுப் படை ஒன்றுமாக ஐந்து.

'கூத்தரும் பாணரும் பொருநரும் விறலியும்
ஆற்றிடைக் காட்சி உறழத் தோன்றிப்
பெற்ற பெருவளம் பெறாஅர்க்கு அறிவுறீஇச்
சென்று பயன் எதிரச் சொன்ன பக்கமும்'

என்கிறது ஆற்றுப்படைக்கான இலக்கணம் கூறும் தொல்காப்பியப் பொருளதிகாரப் புறத்திணையியல் நூற்பா. பாணர், இசைவல்லுனர்கள்; கூத்தர், கூத்து நிகழ்த்துவதில் வல்லவர்கள்; பொருநர், நடிப்பில் சிறந்தவர்கள்.

வறுமை களைய மன்னரை, புரவலரை நாடிச் சென்று கலைத்திறன் காட்டிப் பரிசில் வாங்கி வரும் மக்களின் வாழ்க்கைப் போக்கு குறித்து அகலப் பேசும் நாவல் இது. புரவலர்களின் வீரம், கொடை, புலமையையும் கலைத்திறனையும் ஆதரித்தல், வளம் என பற்பல பேசப்படுகின்றன. பாணரையும் கூத்தரையும் கதை மாந்தர்களாகக் கொண்டு, களவொழுக்கம், கற்பொழுக்கம், பகல் குறி, இரவுக்குறி, பிரிவு, உடன்போக்கு எனும் சம்பவங்களைக் கொண்டது. பாணர், கூத்தர் மட்டுமன்றி, வேடர், உழவர், பரதவர் என்போரின் வாழ்க்கை நெறிகளும் உணவும் பண்பாட்டுக் கூறுகளும் பேசுவது. கொலும்பன், சித்திரை, மயிலன் எனும் பிரதானக் கதாபாத்திரங்களின் பார்வையில் கூறப்படுவது. பெரும் கதை மாந்தர்களாகக் கபிலரும் பாணரும் ஔவையாரும் நடமாடுவது. குறுநில மன்னர்களான பெண்கொலை செய்த நன்னனும், பறம்புமலைப் பாரியும், தகடூர் அதியமான் நெடுமான் அஞ்சியும், மூவேந்தர்களும் களமாடுவது. மன்னர்களின் வீரமும் கொடையும் கலை நாட்டமும் பாடல் தேட்டமும் பேசுவது. நாடுகளை மறவீரத்தினால், வெம்போர் வெற்றியினால் படைத்தது. மட்டுமல்லாமல் சதியினால், சூதினால் கொண்ட கதைகளையும் பேசுவது என்றாலும் விறுவிறுப்பான மர்ம முடிச்சுகள் கொண்ட வாசிப்பு அனுபவம் தருவது.

சங்கச் சித்திரங்களைக் கொண்டதோர் நாவல் எழுத வேண்டும் என்று மலையாளத்தைத் தாய்மொழியாகக் கொண்ட, மலையாள இலக்கியத்தில் முதுமுனைவர் பட்டம் பெற்ற, மாணவருக்கு மலையாள இலக்கியம் பயிற்றுவிக்கிற, ஒரு மலையாளப் படைப்பாளிக்குத் தோன்றியது வியப்பாகப் படுகிறது. காமமும் காதலுமன்றி வேறு பாடுபொருள் அற்றுப் போனோம் என்று தமிழ்ப் பெருமை பேசுகிற நாம். இருக்கவே இருக்கிறது அள்ள அள்ளக் குறையாத கூகுள் தரவிறக்கங்கள். நமக்கு மரபு சுமையாகத் தோன்றும். மரபு கட்டுடைக்கப்பட வேண்டிய காலாவதியான கட்டிடமும் ஆகும். எந்த இந்தியக் கூறும் அறியா மேலை நாட்டு எழுத்துகளைப் படியெடுக்க அலைவோம். தொல்லிலக்கியப் பயிற்சி இல்லாமல் நவீனப் படைப்பு வராதா என்று குதர்க்கமும் பேசுவோம்.

உண்மையில் 'நிலம் பூத்த மலர்ந்த நாள்' போன்றதொரு நாவலை எழுத எந்தத் தமிழனும் முயலவில்லை, துணியவில்லை இதுவரை. ஆனால் நமக்குத் தனித்த சுயம்பு தமிழ் எழுத்தாளன்; வடுக, கன்னட, மலையாளத்தான் என்று பிரித்துப் பேசத் தெரியும். கம்பன் பரிகசிக்கிறான், கம்பன் கூற்றாக,

'பேசுவது மானம் இடை பேணுவது காமம்,

கூசுவது மானுடரை, நன்று நம் கொற்றம்' என்று வருகிறது.

நம் மொழியில் பயின்று, பல லட்சங்கள் கையூட்டு கொடுத்துப் பணி நியமனம் வாங்கி, மாணவருக்கு இலக்கியம் பயிற்றுவிக்கும் பேராசிரியப் பெருந்தகைகள் பலருக்கும் இந்த நாவலின் மொழி, பேசுபொருள் கிரேக்கமும் இலத்தீனமும் சீனமுமாகத் தொனிக்கக்கூடும்.

மனோஜ் குரூர், மலையாளம் மூலமாகத் தமிழுக்குச் செய்த கொடையும் ஆற்றிய தொண்டும் இது. அந்தக் கொடையினை சிதையாமல், அலுங்காமல், குலுங்காமல், குன்றாமல், குறையாமல் தமிழுக்குக் கொணர்ந்து சேர்த்திருக்கிறார் கே.வி.ஜெயஸ்ரீ

மூல மலையாள நாவலுக்கான முன்னுரையில் ஜெயமோகன் குறிப்பிடுகிறார் - ''வடிவமைப்பில் ஐரோப்பாவைப் பிரதியெடுக்கவும் தொடரவும் முயலும் மேலோட்டமான நூல்களே அதிகமாகக் கவனத்துக்கு வருகின்றன. என்னுடையது என்று தோன்றச் செய்யும், ஒரு வேளை எழுதியவரை விடவும் மேலதிக நெருக்கம் எனக்கிருக்கிறது என்று எண்ண வைக்கும் இது போன்ற நூல்கள் மிக அபூர்வம்தான்'' என்று. எனக்கும் அது முழுக்க முழுக்க உடன்பாடான விடயம்.

சங்க காலத்துச் செய்திகள் துருத்தலில்லாமல் பேசப்படுகின்றன. 'வென்றெறி முரசின் வேந்தர்'களான சேர, சோழ, பாண்டியரின் சதியால் வீழ்ந்த பறம்புமலைப் பாரி, பெண் கொலை என்னும் இழிவு இன்றுவரைச் சுமக்கும் நன்னன், வீரத்தில் குன்றாத, ஆனால் போரில் தோற்றுப்போன அதியமான் நெடுமான் அஞ்சி, அவர்களைப் பாடிய கபிலர், பரணர், ஔவையார் எனச் செய்திகள் ஊடுபாவாகக் கிடக்கின்றன.

மேற்சொன்ன புலவர்களின் பாடல் வரிகள் மணிமிடைப் பவளம் போலச் செழிப்பாகக் கையாளப்பட்டுள்ளன. பெருஞ்சித்திரனாரின் புறநானூற்றுப் பாடல் வரிகள்,

'குப்பைக் கீரை கொய்கண் அகைத்த
முற்றா இளந்தளிர் கொய்து கொண்டு உப்பின்று
நீருலையாக ஏற்றி மோரின்று
அவிழ்ப்பதம் மறந்து பாசடகு மிசைந்து'

குமணனைப் பாடியது, உரைநடை வடிவம் பெற்று சரளமாகப் பயன்படுத்தப்பட்டுள்ளது. இதுபோல் எத்தனையோ வரிகளை மேற்கோள் காட்ட இயலும். சங்க இலக்கியப் புலத்தினுள் பெருநடை பாவித்திரா விடின் இது சாத்தியமே இல்லை. மலையாளத்தில் மேற்கோள் இல்லாமல் கையாளப்பட்டிருந்த அந்த வரிகளுக்கு, தேடிக் கண்டடைந்து, பொருத்தமாகப் பெயர்த்திருக்கிறார் கே.வி.ஜெயஸ்ரீ.

மொழியாக்கம் செய்தவர் மலையாளத்தைத் தாய்மொழியாகக் கொண்டவர் என்பதும், நவீனத் தமிழ்ப் படைப்புமொழியும் காப்பியத் தமிழ்மொழியும் கையாளத் தெரிந்தவர் என்பதும் சிறப்புகள். சில சொல்லாடல்கள், பண்டைத் தமிழ்ப் பாடல்களில் பழக்கம் இலாதவர்க்கு, மலையாளம் போலத் தொனிக்கும். ஆனால் உண்மை அதுவல்ல. எடுத்துக்காட்டாக ஒன்றேயொன்று சொல்வேன். Spying என்பது ஆங்கிலம். ஒற்றாடல் என்பது திருக்குறள் அதிகாரம் ஒன்றின் தலைப்பு. வேவு பார்த்தல் ஒற்றனின் தொழில். ஒற்று, ஒற்றலின், ஒற்றாது, ஒற்றி, ஒற்றிய, ஒற்றினும், ஒற்ற, ஒற்றுபு, ஒற்றும் எனும் சொற்களைச் சங்க இலக்கியங்கள் கையாண்டுள்ளன. ஒற்று வேலை செய்து கொடுத்தல், ஒற்று அறிந்து தெரியப் படுத்துதல் எனும் செயலை ஒற்றிக் கொடுத்தல் என்னும் சமகால மலையாளம். அவ்விதமே அச்சொல்லைக் கையாள்கிறார் கே.வி.ஜெயஸ்ரீ. ஆனால் தமிழ் வாசகனுக்கு மலையாளமே போலத் தொனிக்கும். ஆனால் அது ஆதித் தமிழ்ச் சொல்லே.

'ஒற்றொற்றித் தந்த பொருளையும் மற்றுமோர்
ஒற்றினால் ஒற்றிக் கொளல்'

என்கிறார் திருவள்ளுவர்.

எனக்கு மலையாளம் எழுத, வாசிக்கத் தெரியாது. பேசவும் பேசினால் அறிந்து கொள்ளவும் முடியும். என் அம்மை கொடு மலையாளக் குடியிருப்பில் பிறந்து வளர்ந்தவள் என்றாலும், என்னால் கற்றுச் செயல்பட இயலவில்லை. ஆனால் மலையாளம் என்பது ஆதித் தமிழே என்பதறிவேன். மலையாளச் சொற்களை, அதன் ஆதித் தமிழ்ச் சொற்களைக் கண்டெடுத்து மொழிபெயர்ப்பாளர் பயன்படுத்துவது இந்த நூலின் வலு.

பொருள் தேடி ஆற்றுப்படுத்தப்பட்ட பெரும்பாணன் குடும்பத்தினருக்கு பரணர், நன்னனால் கொலை செய்யப்பட்ட பெண் கோயில் கொண்டுள்ள இடத்தைக் காட்டும் பகுதி நாவலின் உச்சமான

பகுதிகளில் ஒன்று. அதுபோன்றே சூதினால் பாரி சதிக்கப்படும் காட்சியும் கவித்துவமானது. மகீரன், சித்திரை, மயிலன் பாத்திரப் படைப்புகள் வெகு நேர்த்தி.

பல உவமைப் பிரயோகங்கள் சிறப்பாக உள்ளன. எடுத்துக்காட்டுக்கு 'பாறைக்கடியில் மரத்துப் போன கொடுமையைப் போல அசைவற்றிருக்கும் முதலை', 'பொருளறியப்படாத எழுத்துகள் நிறைந்த சுவடிகளாக இருக்கலாம் நாங்கள்' எனச்சில கூறலாம்.

நிறைவானதோர் தமிழ்நாவல் வாசித்த உணர்வு இருக்கிறது.

மூல நூலாசிரியருக்கும் சிறப்பாக அதனைத் தமிழில் தந்தவருக்கும் வாழ்த்துகள்.

மிக்க அன்புடன்

நாஞ்சில் நாடன்

கோயம்புத்தூர் - 641042

20.05.2016

ஆதித்தமிழ் மண்ணின் வாழ்வு

இரண்டு வருடங்களுக்கு முன் ஒருநாள் நண்பர் ஜெயமோகனுடனான உரையாடலினிடையில், 'மொழிபெயர்ப்பு என்பது பெரும் உழைப்பைக் கோருகிறது, தொடர் வாசிப்பை இல்லாமலாக்குகிறது. எனவே சற்று காலத்துக்கு எழுதுவதை நிறுத்திவிட்டு, வாசிக்கலாமென்று இருக்கிறேன்' என்று கூறினேன்.

உடனடியாக மறுத்தவர், தானும் ஒருமுறை இப்படி ஜெயகாந்தனிடம் சொல்லியிருப்பதாகவும், எழுத்தையும் வாசிப்பையும் தொடர்ந்து ஒன்றையொன்று இணைத்துக்கொண்டு செல்வதுதான் சரியென்றும், இரண்டையும் விட்டு விடாதீர்கள் என்று அவர் சொன்னதாகவும் கூறினார்.

பாபநாசம் படிப்பிடிப்பிற்கிடையே குற்றாலச் சாரலில் நாங்கள் ஜெயமோகனைச் சந்தித்தபோது, 'கவிஞர் மனோஜ் குரூர் மலையாளத்தில் அவருடைய முதல் நாவலை எழுதியிருக்கிறார். சங்க வாழ்க்கை சார்ந்தது. நீங்கள் மொழிபெயர்க்கலாமே' என அடுத்த புத்தகத்தையும் பரிந்துரை செய்தார்.

பள்ளியிறுதி வகுப்புவரை ஆங்கில வழியில் பயின்ற நான், தமிழிலக்கியம் பயிலத் தூண்டுதலாக இருந்த என் தமிழாசிரியை பத்மாசினி அவர்களை இவ்வேளையில் நினைவு கூர்கிறேன். சங்கக்

கவிதைகளை அவர் எனக்குள் ஊன்றியதாக இருக்கலாம் இன்று 'நிலம் பூத்து மலர்ந்த நாள்' என்ற இந்த நூல் உருவாகக் காரணம்.

எனினும் கல்லூரி நாட்களில் என் விருப்பத் தேர்வாக நவீன இலக்கியமே இருந்து வந்திருக்கிறது. சிறுகதைகள், நாவல்கள், பயணக்கட்டுரைகள் என்ற என் வாசிப்புப் பரப்பு என்னை ஒரு மொழிபெயர்ப்பாளராக மாற்றியிருந்தது. மலையாளச் சமகால வாழ்வின் வழியில் கவிதைகளை, சிறுகதைகளை மொழிபெயர்த்துக் கொண்டிருந்தேன்.

ஆனால் மனோஜின் இந்த நாவல் வாசிப்பின்போதே என் அனைத்துத் தயக்கங்களையும் விலக்கி, பல்வேறு ஆச்சரியங்களை நிறைத்துக்கொண்டே இருந்தன. பிறப்பால் மலையாளியாக இருந்தாலும் தமிழ் வாழ்வில் தோய்ந்திருந்த என்னால் அவற்றிலிருந்து மீளவே முடியவில்லை.

நாம் செய்திருக்க வேண்டிய ஒரு பெரும்பணியை இவர் எவ்வளவு அனாயாசமாகச் செய்து முடித்திருக்கிறார் என்று தோன்றிக் கொண்டேயிருந்தது. சங்கக் கவிதைகளில், அதன் ஆழங்களில் அவருடைய பரந்த அறிவு தமிழ்ப்பரப்பில் வெகு அபூர்வமே. மொழியாக்கத்திற்கு நான் எடுத்துக்கொண்ட இந்த நீண்ட ஒரு வருட காலம் முழுவதும் மனோஜுடனான தொலைபேசி உரையாடல்கள் என்னைப் பரவசப்படுத்திக்கொண்டே இருந்திருக்கிறது.

நாடு, மொழி, மனம் இம்மூன்றையும் இழைத்துச் சேர்த்து உருவாக்கப்பட்டுள்ள இப்புதினம், மலையாள இலக்கிய முன்னோடிகளான ஓ.வி. விஜயன், கோவிலன், சி.வி. ராமன்பிள்ளை போன்றவர்களின் படைப்புகளோடு இணைத்துப் பேசக் கூடியதாக இருக்கிறதென்று மலையாள இலக்கிய விமர்சகர் பி. ராமன் குறிப்பிடுகிறார்.

மலையாளத்தின் முதல் நாவல் 'இந்துலேகா' அல்ல. 'நிலம் பூத்து மலர்ந்த நாள்' என்ற இந்த நாவலே அதற்குத் தகுதியுடையது.

ஆதித்தமிழ் மண்ணின் வாழ்வைச் சொல்கிறது என்கிறார் விமர்சகர் அய்மனம் ஜான்.

தனித் திராவிட மொழியில், வடமொழி எழுத்துகளின் துளிக் கலப்புமின்றி, வெளிவந்த ஆறு மாதத்திற்குள் மூன்று பதிப்புகளுடன், 5 கல்லூரிகளில் பாடமாகவும் 'சங்க யாத்ரா' என்று ஆய்வுக்குட்படுத்தி மலையாள இலக்கிய உலகம் கொண்டாடிக் கொண்டிருக்கும் இந்த நூலை மொழிபெயர்க்கும் வாய்ப்பை எனக்களித்த இனிய நண்பர் மனோஜ் குரூருக்கு நன்றி என்ற வார்த்தையைத் தவிர வேறென்ன?

என் மொழிபெயர்ப்புகளின்மீது தொடர்ந்த நம்பிக்கையோடு ஊக்கப்படுத்திக்கொண்டே இருக்கும் நண்பர் ஜெயமோகன் இந்த நூல் தமிழில் வரும்போது விரிவானதொரு ஆய்வினைத் தருகிறேன் என்று சொல்லியிருக்கிறார். காத்திருக்கிறோம்.

தமிழ் நூலுக்கான முன்னுரை என்று நினைத்ததும் மனதில் தோன்றிய பெயர் எழுத்தாளர் நாஞ்சில்நாடன். எங்கள் முதல் தேர்வாகவும் ஒரே தேர்வாகவும் அவரே இருந்தார். அவரோ கொண்டாட்டமான ஒரு முன்னுரையைத் தந்து மனோஜ் குரூரையும் என்னையும் திக்குமுக்காடச் செய்துவிட்டார். நன்றி என்ற ஒற்றைச் சொல்லைத்தான் நான் அவருக்கும் தரமுடிகிறது.

நாவலை வாசித்துக் கொண்டிருக்கும்போதே என் இனிய தோழி, கவிஞர் பரமேஸ்வரியிடம் இம்மொழிபெயர்ப்பில் உங்கள் உதவி மிகவும் தேவையென்று கேட்டிருந்தேன். இதன் இறுதி வடிவம்வரை என் உடனிருந்து உதவிய தோழமைக்கு நன்றி.

இசைஇசையாய், இசைத்தமிழாய் வாழ்ந்து கொண்டிருக்கும் மம்மது அய்யா அவர்கள் என் சில சந்தேகங்களைத் தெளிவுபடுத்தியதோடு, இந்நூல் வெளிவந்தவுடன் வாசித்துவிட்டு விமர்சனமொன்றை எழுதுவதாக உறுதியும் அளித்திருக்கிறார். அவருக்கு என் வணக்கங்கள்.

எப்போதும் என் எழுத்துப் பணியில் பேருதவியாய் இருக்கும் என் கணவர் உத்திரகுமாரன், மகள் சுகானா, அம்மா மாதவி, ஷைலு, பவா அனைவருக்கும் என் பிரியங்கள்

தொடர்ந்து மகன் வம்சியே என் புத்தகங்களுக்கு அட்டை வடிவமைப்பு செய்து தருவது மிகுநிறைவை அளிக்கிறது. வம்சிக்கு பெரியம்மாவின் முத்தம்.

புத்தக முழுமைக்கும் பேருதவியாய் இருக்கும் வம்சி புக்ஸின் சகோதரிகள் மோகனா, சிந்துபாரதிக்கு என் அன்பு.

தமிழ்ப் பரப்பிலிருந்து வரப்போகும் எதிர்வினையை எதிர்நோக்கி,

கே.வி. ஜெயஸ்ரீ
21.5.2016

கானகம்
அண்ணாமலைபுரம்
சு. கீழ்நாச்சிப்பட்டு, தென்மாத்தூர்,
திருவண்ணாமலை - 606 603
9443038996
transjeyasri@gmail.com

தொடக்கம்

வடக்கே வேங்கடமலை. தெற்கே குமரிமுனை. கிழக்கும் மேற்கும் பெருங்கடல்கள். இவற்றிற்கிடையே மலைகளும் சமவெளிகளும், காடுகளும், குன்றுகளும், விளைநிலங்களும், வயல்களும், பாலைவனங்களும், நதிக்கரைகளும், கடற்கரைகளுமாகப் பலப்பல உயிர் வாழிடங்கள். எல்லைகளுக்குள் அடங்காத பெரிதும் சிறிதுமான நாடுகள். வேட்டையாடும் எயினரும், குறவரும், நிலம் உழும் உழவரும், ஆநிரை மேய்க்கும் ஆயரும், கொள்ளையர்கள் எனினும் போராளிகளான மறவரும், உப்பு விளைவிக்கும் உமணரும், மீன்பிடிக்கும் பரதவரும் பிறரும் அந்தந்த இடங்களில் அவர்களின் தொழில்களில் ஈடுபட்டிருக்கின்றனர். பாடகர்களான பாணரும், ஆடல் வல்லோரான கூத்தரும், வெறியாடும் வேலன்களும், பட்டு நெய்யும் சாலியரும், யாழையும் பறையையும் உருவாக்கும் குயிலுவரும், வேள்வி நடத்தும் அந்தணருமென மேலும் பல இனத்தவரும் அங்கேயிருந்தனர்.

பதினேழு நூற்றாண்டுகளுக்கு முன், பெரிய நாடுகளை உடையவர்களான சேர சோழ பாண்டியர்கள் ஒற்றுமையாகவும், பலவேளைகளில் பகை கொண்டு போராடியும் நாட்டை ஆண்டனர். பெரும்பெரும் போர்களில் நாடுகள் நடுக்கமுற்றன. குறுநிலங்களைக்

கைப்பற்றவும், பங்கிட்டுக் கொள்ளவும் அவர்கள் பல சந்தர்ப்பங்களில் ஒன்றிணைந்தனர். அவர்களையொத்த திறமில்லையெனினும் தன்மானத்தில் குறைவற்ற சிற்றரசர்களும், குறுநில மன்னர்களும் நிலப்பிரபுக்களான வேளிர்களும் இருந்தனர். அவர்களும் பல நேரங்களில் தங்களுக்குள் போரிட்டுக் கொண்டனர். பொருள் வேண்டும்போது ஆநிரை கவர்ந்தனர். யானைகளைக் கொன்றொடுக்கினர். தோற்ற நாட்டின் நிலங்களைச் சுட்டெரித்தனர். வெற்றி பெற்றவர்களைப் புலவரும், பாவலரும் வாழ்த்தினர். வாழ்த்துமொழியில் மகிழ்ந்த மன்னர்கள் அவர்களுக்குப் பொன்னும், பொருளும், நிலமும் வழங்கினர். பாடுநர்க்கும் ஆடுநர்க்கும் மிகுந்த பொருட்கள் வழங்கியதால் வள்ளல்கள் என்றழைக்கப்பட்டனர். பெரும்புலவர்களால் வாழ்த்தப்படவில்லையெனில் அடைந்த தெல்லாம் வீண் என்று அரசர்கள் கருதினர். போர் வெல்ல முடியாமல் போனால் புலவர்களால் பாடப்படாத தன்னுடையதும் தன் நாட்டினுடையதும் புகழ் மங்கட்டுமென்று அரசன் ஒருவன் ‘புலவர் பாடாது ஒழிக என் நிலவரை’ என்று வஞ்சினம் கூறுகிறான். பரிசில்கள் பெற அவர்களை வாழ்த்துவதன்றி வேறுவழிகள் இல்லையெனப் புலவர்களும் அறிந்திருந்தனர். அரசர்கள் தங்களுக்குள் போரிட்டுக் கொள்ளும்போது அவருள் சிலர் தூதுவர்களாயினர். சிலர் ஒற்றர்களுமாயினர். எனினும் அரசன் செய்தது தவறெனில், அதையெதிர்த்து அவனை மறுத்துக் கூறும் தைரியம் ஒரு சிலரிடமேனும் இருந்தது. அவர்கள் அனைவரின் மொழி வெளிப்பாடுகள் பத்துப்பாட்டு, எட்டுத்தொகை, பதினெண் கீழ்க்கணக்கென ஓலைகளில் பதியப் பெற்றன. சங்க இலக்கியங்கள் எனவும் பழந்தமிழ்ப் பாட்டுகள் எனவும் அவை புகழ் பெற்றன.

வேறு சிலரும் அங்கிருந்தனர். உயிர் வாழிடங்கள் நிறைந்திருந்தும் தனித்து விடப்பட்டவர்கள். கூட்டம்கூட்டமாய் அலைந்தபோதும் நிலையான புகலிடம் கிடைக்கப் பெறாதவர்கள். இனம் சார்ந்த

பொதுப்பெயர்கள் அன்றி, தங்கள் பெருமையின் அடையாளங்கள் அற்றவர்கள். தம் உயிரையே எழுத்தாக்கியவர்கள். நாடாள்வோருக்கும் மொழியாள்வோருக்கும் வாழ்வும் பெருமையும் நல்கிய சங்கப்பாடல்களில் அவர்களின் பெயர்கள் இல்லை. ஆனாலும் பாடலடிகளிலும் அவற்றிற்கிடையிலும் சிலவேளை அவர்களின் வாழ்வு வெளிப்பட்டது. அவர்கள் உணர்ந்த நறுமணமும், நிறமும், சுவையும், கேள்வியும் அதிலிருந்தன. அன்றே பலர் சொல்லியும் எழுதப்படாமல் போன மலையாளத்தைப் போல அகமும் புறமும் இருந்தன. அவர்களின் எழுத்து தானிது. ஓலைச்சுவடிகளிலோ, சுடுமண் சிற்பங்களிலோ, செப்பேடுகளிலோ பொறிக்கப்படாத உயிரெழுத்துகள்.

ஒன்றாம் எழுத்து
கொலும்பன்

ஒன்று

திரும்ப வந்து விடுவோமென்ற உறுதியற்ற புறப்பாடு அது. திரும்பி வருவதைப் பற்றி நாங்கள் யாரும் எங்களுக்குள் உரையாடிக் கொள்ளவுமில்லை. பறித்தெறியப்பட்ட வேர்களைப் பற்றிச் சிந்தித்தால், பச்சையங்களால் படர முடியாது. பறந்தடையும் நேரத்தை அஞ்சினால், கரையான் புற்றின் ஈசல்களுக்கு இறக்கை முளைக்காது.

சுற்றுப்புறம் தவிர வேறொன்றும் அறியாதவர் எங்கு போனாலும் கிடைக்கக்கூடிய அறிவைப் பற்றிச் சொல்வதற்கே ஒன்றுமில்லை. காட்டினருகிலேயே அந்தியுறக்கம் எனினும் வேட்டையாடத் தெரியாது. குடியிருப்புகளுக்குப் பின்னால் தினைவயல்கள் இருப்பினும் குறவரைப் போலவோ, உழவரைப் போலவோ விதைப்பும் அறுப்பும் பழக்கமில்லை. ஆனாலும் சிலதெல்லாம் தெரியும். அடுக்கடுக்காகக் காணப்படும் பாறைக் கூட்டங்களின் மீதிருந்து ஆர்ப்பரித்துக் கொட்டும் பேரருவியின், வேனில்கால வறட்சியின் மெல்லிய நீர்க்கோட்டினைத் தெரிந்து கொள்ளமுடியும். அவற்றிற்குக் கண்ணீர் வற்றிய கன்னங்கள் உண்டு. வற்றி வறண்டு போகுமுன் ஆர்ப்பரித்துப் பெருக்கெடுத்ததன் நினைவோடு செல்லும் ஓர் ஆற்றை அறிவோம். ஆட்டமும் பாட்டுமாக அல்லலின்றிக் கடந்து சென்ற இறந்தகாலம் எங்களைப் போல அதற்கும் இருந்ததுண்டு. கண்டும் கேட்டும் அறிவது உள்ளே கலங்கித் தெளியும்போது,

ஆட்டமும் பாட்டும் சொற்களுமாகப் பரிமாற்றம் கொள்வதை அறிவென்று சொல்லவும் முடியாதே!

வறுமைக்குக் குறைவற்ற முதுவேனில் காலம் கடந்துவிட்டது. விட்டுவிட்டு மழை தொடங்கியது. எப்படியிருந்தாலும் புறப்படாமல் இருக்க முடியாது. இலைகளை இணைத்துத் தைத்த உடைகளை மாற்றி, பருத்தியால் நெய்த இடையாடை அணிந்து, தலையிலும் ஒரு துண்டைக் கட்டிக்கொண்டு நாங்கள் வெளியே வந்தோம். அவை நைந்து போயிருந்தன. பெண்கள் வளையல்களும் கல்லணிகளும் அணிந்திருந்தனர். அவையும் பழமை ஏறியவையே. பலர் ஆடுவதற்கும் பாடுவதற்கும் தேவையான இசைக்கருவிகளை வெளியே எடுத்துத் துடைத்துக் கொண்டிருந்தனர்.

பகல் வெளிச்சத்தை மறைத்து வானில் மழைமேகங்கள் திரண்டிருந்தன. இழுத்து முறுக்கப்பட்ட முழவுகளும், ஆகுளிப் பறைகளும் ஒன்றிணைந்து முழங்கியது போன்ற இடிமுழக்கங்கள். மின்னல் கீற்றுகளின் வெளிச்சம் இடையிடையே இலைத்தாளங்களில் வந்து உரசியது. கைகளிலும் கன்னங்களிலும் கண்களிலுமாகப் பட்டுத் தெறித்து அது மீண்டும் பல்வேறு வடிவங்களாகச் சிதறியது. மயிலிறகு பதித்த பேரியாழ். உயர்ந்த தும்பிக்கை போன்ற கொம்புகள். மூங்கிலின் கணுக்களின் இடைவெளிகளில் துளைக்கப்பட்ட சிறுதுளைகள். மேலும் தீங்குழல்கள். வாய் இறுக்கமுள்ள எல்லரிப்பறைகள். பதலப்பறைகள். நரம்புகளை நெகிழ வைத்த யாழ்களையும், மற்ற கருவிகளையும் பல மூட்டைகளாகக் கம்பின் இருபுறமும் கட்டி, தோளிலேற்றிக் கொண்டோம். ஆட்டத்திற்கான எல்லரியும், ஆகுளியும், தட்டையும், குழலும் ஒருபுறமும் முழவும், தூம்பும் மறுபுறமுமாக மாராப்புத்துணியால் கட்டிக்கொண்டு கூத்தரும் எங்களுடன் இணைந்து கொண்டனர். பலாமரத்தின் பெரும்பழங்கள் போல, தோளின் இருபுறமுமாகக் காவடிகள் கனத்துத் தொங்கின. நடையையொத்து தோளின் கம்புகள் அதிர்ந்தன. மூட்டைகளுக்குள் அவ்வப்போது இடித்துக் கொண்ட பறைகளின் தோல்களினுள்ளே

கொம்புகள் கோர்த்த சிலமாடுகள் முரண்டன. குழல்களுக்கு உள்ளேயிருந்த வெற்றிடங்களில் மரங்களின் விசும்பல்கள் கனத்தன.

மலைப்பாதையது. கனத்த மழையின் சிறு இடைவேளை. ஆனைமலையின் உயரங்களிலிருந்து வெள்ளம் செங்குத்தாகப் பாய்கிறது. கலங்கலாகப் பாய்ந்து வந்த வெள்ளம், மலைப் பிளவுகளிலிருந்து வெளியே சீறி விழுகிறது. மண்டை உடைந்து மதநீர் ஒழுகும் யானையைப் போல, பெருமலை தலைகுலுக்கி நிற்கிறது. கீழே கீழே நீண்டு பள்ளத்தாக்குகளில் தூவிப் பரந்து, காட்டுமரங்களின் அடர்பசுமைக்குள் புகுந்து மறைந்து போகிறது. மலைகளின் காடுகளின் உச்சியில் ஏழு நிறங்களிலான பெரியதொரு காவடி வடிவிலான வானவில் தோன்றுகிறது.

"அண்ணா, இன்னும் மழை வரும்போல இருக்கே"

அம்மாவின் கையில் தொங்கியபடி தடுமாறிக் கொண்டு நடந்த என் இளையமகள் சீரை வானத்தை நோக்கிய கண்களை நகர்த்தாமல் உலகனை அழைத்துக் கேட்டாள். எனக்கும் நெல்லக்கிளிக்கும் நான்கு குழந்தைகள். மூத்தமகன் மயிலன் சின்ன வயதிலேயே ஊரைவிட்டு ஓடிவிட்டான். அடுத்தவள் சித்திரை. அப்புறம் உலகன். இளையவள் சீரை. சித்திரையைவிட சீரைதான் உலகனோடு நெருக்கமாய் இருப்பாள். எப்போதும் இப்படி ஏதாவது ஒன்றைப் பற்றி அவனிடம் உரக்கப் பேசிக்கொண்டே வருவாள். மற்ற குழந்தைகளின் கைகளைப் பிடித்தபடி, பாதையின் வழுக்கலில் காலை ஊன்றி நடந்த உலகன் சீரையின் பேச்சைக் கேட்டிருக்க வாய்ப்பில்லை. வளர்ந்தவன் தானெனினும் அவன் குழந்தைமை மாறாமலே இருந்தான். அவனை வையவளைக்கும் என் நாவைச் சத்தம் வெளியே வராதவாறு அடக்கி விடுவதுதான் என் வழக்கம்.

வானத்தைப் பார்த்தபடி, "பயப்படவேண்டாம். இன்னும் கொஞ்சம் நடந்தால் எயினரின் குடில்களை அடைந்து விடலாம்" என்றேன்.

மழை தூற ஆரம்பித்தது. பொதிமூட்டைகளுக்கு உள்ளிருந்த யாழ்களின்மீது மழைத்துளிகள் இசைக்கத் தொடங்கின. இலைகளாலும் பழந்துணிகளாலும் சுற்றப்பட்டு சேர்த்து அணைத்திருந்தாலும், அவற்றின் நரம்புகளைத் தூறல் சிதறல்களிலிருந்து ஒளித்து வைக்க முடியவில்லை. ஈரமூறிய மறைவிடங்களின் பழுதுகள் தேடி, மழைத்துளிகள் மூட்டைகளின்மேல் அலைந்து நடந்தன.

சற்று தூரத்தில் ஈச்ச ஓலைகளால் வேயப்பட்ட குடில்களைக் காண முடிந்தது. முள்ளம்பன்றியைப் போல் உடல் பருத்து, பின்னால் வால்போல் நீண்ட வீடுகள். பெரும்பாணனுடன் நாங்களும் எங்கள் பாடினிகளும், கூத்தர்களின் பின்னால் விறலியரும் குடில்கள் நோக்கி ஓடினோம். மான் தோலினாலான படுக்கையில் படுத்தபடி குழந்தைக்குப் பாலூட்டிக் கொண்டிருந்த ஒருத்தி, பாடகர் குழுவின் சலசலப்பைக் கேட்டு வெளியே வந்தாள். மண்ணிலிருந்து பொறுக்கி எடுக்கப்பட்ட புல்லரிசி, ஒருத்தியின் மடியிலிருந்து சிதறி நிலத்தில் தூவப்பட்டது. உடைத்த புல்லரிசியை அடுப்பில் வேகவைத்துக் கொண்டிருந்த மற்றொருத்தி, ஓசை கேட்டு வீட்டின் பின்புறமாக இறங்கி ஓடி வந்தாள். ஆழமுள்ள கிணற்றிலிருந்து தண்ணீர் எடுத்து வந்து கொண்டிருந்த வேறொருத்தி, தன் வீட்டில் என்ன நடக்கிறதென்று அறியாமல் வழியிலேயே மழை நனைந்து நின்றாள்.

''பாடல் பாடும் பாணரும், ஆட்டம் ஆடும் கூத்தருமே நாங்கள். அயல்தேசம் போகும் வழியில் இங்கே வந்தோம்''

பெரும்பாணன் பொதுவாக உரத்துச் சொன்னார். அவர் நன்றாகப் பாடுவார். யாழ் மீட்டுவார். கேட்க ஆளிருக்கிறார்கள் என்றால், தொண்டையிலிருந்தல்ல அடிவயிற்றில் எங்கிருந்தோ ஓசை எழும்புவதாகத் தோன்றும். ஆனால் இப்போது நனைந்திருந்த யாழின் அடங்கிய ஓசைதான் வெளியே வந்தது. குடில்களின் உள்ளேயிருந்து பெண்கள் ஒவ்வொருவராக முற்றத்திற்கு வந்தனர்.

மழை கனத்துக் கொண்டிருந்தது. சற்றுநேரம் இளைப்பாற ஓரிடம்

கிடைத்தால் நன்றாக இருக்கும்.

பெண்கள் அதிர்ந்து போனார்கள். குழந்தைகளின் உடல்களில் எழும்பித் தெரிந்த எலும்புகளின்மீது அவர்களின் பார்வைகள் நிலைகுத்தின.

''உள்ளே வாங்க''

குழந்தைகள் உள்ளே சென்று கால்களைப் பிணைத்துக்கொண்டு தரையில் அமர்ந்தனர். சற்று நேரத்தில் அவர்கள்முன் தேக்கிலைகள் இடப்பட்டன. அக்குழந்தைகளின் கண்கள் ஒளிர்ந்தன. நா ஊறத் தொடங்கின. கைகள் நடுங்கின. பரிமாறப்பட்ட நொடிகளுக்குள், சோறும் சுட்ட கருவாடும் இலைகளிலிருந்து காணாமலாயின. அவர்களின் அம்மாக்கள் 'போதும்' என்று சொன்ன சொற்கள் உதடுகளை அடைவதற்குள் அமிழ்ந்து போயின. ஆனாலும் அவர்களின் கண்களின் கோபமுனைகள் குழந்தைகளின் நேராக நீண்டன. குழந்தைகள் அதைக் காணவில்லையென நடித்தனர். சற்று நேரத்திற்கேனும் பாட்டும் கூத்துமெல்லாம் பொருளற்ற ஓசைகளும் உடலசைவுகளுமாயின. உள்ளத்தால் எங்கள் குழந்தைகள் வேட்டையாடின. இரைகளைப் பற்களில் கோர்த்தெடுத்தன. அம்மாக்களின் கண்முனைகளை நேரிடாமல், புறச்சுவர்களில் வளர்ந்து நிற்கும் பல்வேறுவகைப் புற்களுக்கும், அகச்சுவற்றில் தொங்கிக் கிடக்கும் யானைத் தந்தங்களுக்குமாகத் தங்களின் பார்வைகளைத் திசைத் திருப்பினர்.

அடுத்து எங்களுக்கான முறை. அரிசியிலிருந்து வடித்தெடுத்த சாராயமும், சோறும், வேக வைத்த உடும்பு இறைச்சியும், சுட்டெடுத்த பன்றியிறைச்சியுமே எங்கள்முன் அணிவகுத்தன. அதுவரை முரண்டு கொண்டிருந்த குடல்கள், இரைகளை ஒவ்வொன்றாய் எடுத்தெடுத்து உள்நீருக்குள் எறிந்தன. அதன் வெளிப்பாடுகளைக் கண்டு குழந்தைகள் சிரித்தனர். உயிர் நிலைநிற்பதற்கான ஒரேயொரு மருந்து எதுவென்பதை மேலும் ஒருமுறை உணர்ந்து கொண்டோம். நாங்கள்

குழந்தைகளை ஏறெடுக்க முடியாமல் அவர்களின் சிரிப்பின் சுழலில் அமிழ்ந்தோம்.

அதற்குள் வேட்டையாடிக் கிடைத்த காட்டு முயல்களைச் சுமந்தபடி ஆண்கள் குடில்களை வந்தடைந்தனர். வேட்டை நாய்கள் அவர்களின் வருகையை அறிவித்தபடி குரைத்துக்கொண்டே உடன் நடந்தன. அவ்வப்போது அவை, அவர்களின் தோள்களிலிருந்த முயல்களை நோக்கிக் குதித்து எழும்பின. எங்களால் பிடிக்கப்பட்டவை எங்களுக்கே வேண்டுமென்ற நாய்களின் அகங்காரத்தை வேட்டைக்காரர்களால் பொறுத்துக்கொள்ள முடியவில்லை. குடில்களை அடைந்தவுடன் அவற்றின் குரைப்பு வந்திருந்த புதியவர்களின் பக்கம் திரும்பியது. வந்திருப்பவர்களைப் பற்றி வீட்டாரிடமிருந்து தெரிந்து கொண்டவர்கள். அவற்றைத் தடுத்துப் பட்டிகளில் தளைத்தனர். விற்களையும் அம்பறாக்களையும் சுவற்றில் தொங்கவிட்டனர். கையிலிருந்த சாராயப் பானைகளைக் கட்டிலினடியில் மூடி வைத்தனர். நிரை கவர்ந்து வந்து சான்றோருக்களித்து, பதிலாக அவை பெறப்பட்டிருக்கலாமென எப்போதோ கேள்விப்பட்டிருக்கிறேன். அன்றைய இரைகளையும் உணவாகச் சமைத்தனர்.

இருண்ட பகல் கடந்தது. இரவின்மீது இருள் போர்த்திக் கொண்டது. மேலேயிருந்து சுரந்த பெருமழை சற்று அடங்கியது. பயணப்பட முடியாதென்று அறிந்திருந்தாலும், வானம் தெளிவடைந்திருப்பதைப் பார்த்தபோது புறப்படுவதற்குத் தயாரான எங்களைக் கனிவோடு அவர்கள் தடுத்தனர். மான்குளம்புகள் பதிந்த இடத்தில் உருவான சிறிய தடாகங்களில் நீரருந்த வரும் பன்றிகளை வேட்டையாட, இரவிலும் அவர்கள் செல்ல வேண்டியிருக்கிறது. விருந்தினர்களான எங்களுக்காக அவர்கள் அதை விலக்கி வைத்தனர். எயினர்கள் குடில்களின் முன்னர் நெருப்பு மூட்டினர். மூங்கில் குவளைகளில் தேனிலிருந்து காய்ச்சி எடுக்கப்பட்ட கடுமையான தேறல் நுரைத்துத் ததும்பியது. முள்ளம்பன்றி இறைச்சியையும் நெய்ச்சோற்றையும்

எங்கள்முன் பரிமாறினர். கையிலிருப்பவை அனைத்தையும் அவர்கள் அள்ளித் தருகின்றனர். எங்கள் கண்கள் நிறைந்தன. புகலிடம் தந்தவர்களின் கனிவிற்குப் பதிலாகக் கொடுக்க, எதையோ தேடி நாங்கள் எங்கள் மூட்டைகளை அவிழ்த்தோம்.

''கொலும்பா...''

பெரும்பாணன் எதற்கு அழைக்கிறார் என்பது எனக்குத் தெரியும். நான் இருபத்தோரு நரம்புகளுள்ள பேரியாழை எடுத்து முன்னால் வைத்தேன். அலங்கரித்து முடியாத ஒரு பெண்ணுடல் போலிருந்தது அது. என்றேனும் ஒருநாள் அது பெண்ணாக மாறுமெனத் தோன்ற, நான் முதலிலிருந்தே 'மல்லிகா' என்ற பெயரிலேயே அதை அழைத் திருந்தேன். ஒரு பெண்மயிலின் பேரழகுடன் அது தயாராகியிருந்தது. மற்ற யாழ்களையும், பறைகளையும் மூட்டைகளுக்கு உள்ளிருந்து வெளியே எடுத்து நிரல்பட வைத்தோம். யாழ்களின் நரம்புகளை முறுக்கினோம். அவற்றிலிருந்து சிலுசிலுத்த ஓசைகளுயர்ந்தன. பண்ணுக்கேற்ற தாளங்கள். அதற்குத் தோதாகப் பறைகளின் அறைதல்கள். எங்களின் தொண்டைகளுக்கு உள்ளிருந்து பாட்டின் அலைகள், செறிந்த மரங்களின் இருளில் பட்டு முழங்கின. வேட்டைக்காரர்கள் அவர்களின் பறைகளையும் எடுத்தனர். பறைகளின் தோலினை அதிரச் செய்து வெளியேறிய ஓசைகள் இலைச் செறிவுகளின் மெல்லிய சிறைகளைத் திறந்து வெளியிடங்களில் அலைந்து நடந்தன. அதற்குள் வானத்தில் வெண்பிறை தோன்றியது. நீள்நிலவு போல் விரிந்த முல்லைப் பூமாலை மாரிலணிந்து, காற்றிலாடும் சிறுமரங்கள்போல விறலியர் விரிகூந்தல் அவிழ ஆடினர். சித்திரையும் சீரையும் பாடியபடியே ஆடிக் கொண்டிருந்தனர். கூத்தரும் அவர்களுடன் இணைந்தனர்.

கூத்தாடுவதில் சந்தனை விஞ்ச அயல் தேசங்களிலும் யாருமில்லையே! சந்தனும் சித்திரையும் இணைந்து கூத்தாடுவதைப் பார்த்தவுடன் வழக்கம்போல முள் குத்துவது போன்ற ஒரு நடுக்கம்

என்னுள்ளே ஏற்பட்டது. சந்தன் எனக்கு வேண்டியவன்தான். அவன் சித்திரையை நெருங்குவதாக எனக்குப் பலமுறை தோன்றியிருக்கிறது. ஆனால் கூத்தில் மெய்மறந்து இப்போது இதோ வெறிகொண்ட பாம்புகள் பிணைந்தாடுவதுபோல் அவர்கள் பலவகைக் கூத்துகள் ஆடுகின்றனர். அப்படியெல்லாம் ஒன்றும் இருக்காது. நானாகத் தேவையற்ற எதையெதையோ நினைத்துக் கொண்டிருக்கலாம். சித்திரையையும் சந்தனையும் நன்கறிவேன். நீண்டு நின்ற கூத்தாட்டத்தின் இடையிலேயே குடில்களின் முன்னால் விரிந்த பெருநிலத்தில் பலரும் தளர்ந்து உறங்கத் தொடங்கினர்.

நான் ஓர் இலவ மரத்தில் சாய்ந்தமர்ந்தேன். ஆடுவதிலும் பாடுவதிலும் ஒப்புக்குச் சேர்ந்துவிட்டு, பின்வாங்கி ஒதுங்கியிருக்கவே தோன்றியது எனக்கு. அதுவரை உரக்கப் பாடி ஆடியபடியிருந்த சீரை உலகனின் அருகிலேயே தளர்ந்து உறங்குகிறாள். சித்திரையும் அவர்கள் அருகில்தான் இருந்தாள். சந்தன் வேறொரு இடத்தில் இருப்பதைப் பார்த்தபோது உள்ளம் குளிர்ந்தது. உறங்குகின்ற ஒவ்வொருவரையும் நோக்கி நான் அமர்ந்திருந்தேன். பெண் குழந்தைகளின் கூந்தலில் சூட்டியிருந்த பூக்கள் சிதறிப் பரந்து கிடக்கின்றன. அவற்றின் வதங்கிய மணமும், மங்கத் தொடங்கியிருந்த நிலவும், தரையில் உறங்கிக் கொண்டிருந்தவர்களுமாக என்னையும் மயக்கத்தில் ஆழ்த்தினர்.

''உறங்கி விட்டீர்களா?''

கண் விழித்துப் பார்த்தேன். வேலன். மிகுந்த ஈடுபாட்டுடன் எங்களுக்கு உணவு பரிமாறிய எயினரில் ஒருவன். இரவில் மலரும் பூப்போல அவன் ஓசையின்றிச் சிரித்தான்.

''உறங்கவில்லை. சும்மா இப்படிச் சாய்ந்து அமரத் தோன்றியது''

''ஆட்டத்திலும் பாட்டிலும் ஏன் சேரவில்லை?''

''ஒருவழிப் பயணமல்லவா? தேடுவதைக் கண்டடைவதற்கான

பதைபதைப்பு''

''வறுமையைப் போக்க வழி தேடிப் போகிறீர்கள் அல்லவா? இடைப்பட்ட ஓய்வுப் பொழுதுகளிலும் இப்படி அழல் கொள்வது எதற்காக?''

''வறுமை மட்டுமல்ல தோழரே. என் மகனைத் தேடியுள்ள பயணமும்கூட. சிறுவயதிலேயே ஊரைவிட்டு ஓடிவிட்டான். ஆதி முதலே வறுமையின்றி எங்களுக்கு வேறொரு நல்மார்க்கம் இல்லையல்லவா? பட்டினி சகிக்க முடியாமல் ஆனபோது, மறவர் கூட்டத்தில் சேர்ந்து போராடியோ, கொள்ளையடித்தோ அதற்கொரு முடிவுகட்ட வேண்டுமென்று அவன் அடிக்கடி சொல்வான். திடீரென ஒருநாள் யாருமறியாமல் ஊரைவிட்டு வெளியேறினான்''

''அப்படியா? அவனை எங்கென்று தேடுவீர்கள்? எங்கிருக்கிறான் என்ற செய்தி ஏதேனும் கிடைத்ததா?''

''நன்னன் என்ற மன்னனின் நாட்டில் இருப்பதாக ஊர்சுற்றி வந்த பாணர் கூட்டத்தில் ஒருவன் சொல்லியிருக்கிறான். அதையறிந்தே பல வருடங்களாகின்றன. என் மகள் சித்திரை அன்று சிறுபெண். உலகனும் சீரையும் பிறந்திருக்கவில்லை. மேலும் ஓர் அரசனைக் கண்டு வறுமையை நீக்குவதற்கான வழியையும் தேட வேண்டும்''

''இதுவரை அவனைத் தேடாதது ஏன்?''

''பலமுறை சிந்தித்திருக்கிறேன். பிறகு அப்படியே விட்டு விடுவேன். எப்படியிருந்தாலும் எங்களின் வறுமை வாழ்விலிருந்து அவனாவது கரையேற முடிந்தால் நாங்களாக அவனைத் தடுக்க வேண்டாமே''

வேலனின் கை என் தோளைத் தொட்டது.

''தோழரே, நினைத்ததெல்லாம் நடக்கும். இப்போது உறங்குங்கள்''

உறங்க முடியாமல் சாய்ந்திருந்தேன். எனினும் தளர்ந்த கண்கள் அவ்வப்போது மூடிக் கொண்டன.

இரண்டு

பொழுது புலர்ந்தது. திடுக்கிட்டு எழுந்தபோதும் நான் உறங்கி இருக்கவில்லை. காய்ந்த சருகுகள் விழுந்து மெத்தையாக ஆகியிருந்ததால் வானிலிருந்து மெதுமெதுவாகப் பறந்து இறங்குவது போலத் தோன்றியது அதன் மீதான உறக்கம். எழுந்தவுடன் அருகில் இருந்தவர்களையும் எழுப்பினேன். அவர்களும் வேகமாக எழுந்தனர். தளர்ந்து உறங்கும் குழந்தைகளை எழுப்பினோம். புறப்படுவதற்கான ஆயத்தங்கள் தொடங்கின. விறலியரும், பாடினிகளும் வேங்கையின் பூக்களைச் சூடிக் கொண்டனர். வழியில் சந்திக்கப் போகும் கெடுதிகளைப் பற்றி எயினர் எங்களை நினைவுறுத்திக்கொண்டே இருந்தனர். நிலவுள்ள ஓரிரவின் வெளிச்சமும் கனிவும் உள்ளே நிறைந்தபோது வார்த்தைகளால் விவரிக்க முடியாத கொந்தளிப்புகளால் நாங்கள் நெக்குருகிப் போனோம். என் கண்களைத் துடைக்கத் துடைக்கக் கண்ணீர் வழிந்தபடியே இருந்தது. வெயில் ஏறும்முன் எல்லோரும் விடைபெற்றுப் படியிறங்கினோம்.

நேற்றைய மழையின் ஈரத்தில் மலைப்பாதை பெரும்பாம்பைப் போல வழவழத்துக் கிடந்தது.

''இந்தக் காட்டிலயே வேட்டையாடிக்கிட்டு நாம இருந்திடலாமே. பாட்டு பாடறதவிட அதுதான் நல்லதுன்னு தோணுது''

சீரை அவளுடைய அம்மாவிடம் மெதுவாகக் கிசுகிசுத்தாள். நெல்லக்கிளி அதைக் கேட்டு என்னைப் பார்த்துச் சிரித்தாள். அந்தச் சிரிப்பில் முட்களுண்டு. வறுமையைப் பற்றிச் சொல்லும்போதெல்லாம் அறத்துப்பாலை முணுமுணுக்கும் நான்தான் அந்த முள்முனைகளின் இரை. இல்லாமையைப் பற்றிச் சொல்லாத நாட்களில்லை. அப்போதெல்லாம் மல்லிகைதான் எனக்கு ஆதரவு. அவளுடைய நரம்புகளில் நான் மெதுவாக மீட்டுவேன்.

"வேண்டுதல் வேண்டாமை இலானடி சேர்ந்தார்க்கு

யாண்டும் இடும்பை இல"

அதைக் கேட்டால் அவள் கையை முறுக்கியபடி, கோபத்தை அடக்க முயல்வாள். இதையெல்லாம் அறியாத சீரை,

"உடலின் புறவாசலை அடைத்து, உள்ளத்தைக் கேள் என்று அப்பா எழுதிய ஒரு பாட்டிருக்கில்ல, அதை ஒரு தடவை பாடுங்க" என்பாள்.

முறுக்கிய கைகளை நெல்லக்கிளி சுவரில் இடித்துக் கொள்வாள். சித்திரை, அம்மா அறியாதவாறு என்னைப் பார்த்துச் சிரிப்பாள்.

அது வேண்டாம். வேறொரு பாட்டு பாடலாமென்று மல்லிகை மீண்டும் ஓசையெழுப்புவாள்.

"இவளுக்கு மாண்புண்டெனில்

இல்லாதவை எவை?

இவளுக்கு மாண்பில்லையெனில்

உள்ளவை எவை?"

பொருள் புரிந்தாலும் இல்லையென்றாலும் சீரைக்குப் பாட்டின்மீது மிகுந்த ஈடுபாடு உண்டு. இப்போது அவளும் நன்றாகப் பாடுவாள்.

"வழி வழுக்குகிறது குழந்தைகளே. விழுந்துவிடுவீர்கள்" பெரும்பாணன் உரத்துச் சொன்னார்.

‘‘அம்மா, நம்முடைய நாய்க்குட்டிகள் செத்திருக்குமா?’’

அடிக்கடி கேட்காவிட்டாலும், சீரை அவற்றின் நினைவில்தான் இருக்கிறாள் என்பதை நானறிவேன். அவள் கண்களைப் பார்த்தால் மறுபடியும் என் இமைகள் நனையும். இரண்டு நாட்களுக்கு முன்புதான் எவ்வளவு வெளியேற்றியும் எங்களைவிட்டு விலகாமல் எங்களுடனே இருந்த நாய், நிறைய ஆட்களிருந்த அந்தக் குடிலிலேயே பிரசவித்தது. கண் திறக்காத குட்டிகளின் இளம்வாய்கள் தாயின் முலைகளில் முட்டித் தேடிய போதும் அவை வற்றி வறண்டிருந்தன. எங்களின் வறுமை வளர்ப்பு நாயிடமும் ஒட்டியிருந்தது. உள்ளத்தின் கனிவை முலைகளுக்குக் கடத்த முடியாமல் அது முனகியபடி கிடந்தது. சீரை தன் பசியை மறந்து, தூரத்திலிருந்த குட்டிகளையே பார்த்துக் கொண்டிருந்தாள். துணையற்ற வாழ்விற்குள் பிறந்து விழுந்ததன் நடுக்கம் மாறாமல் அவை தாயின் கால்களுக்கிடையில் பாய்ந்து நடந்தன. நெல்லக்கிளியால் அவற்றைப் பராமரிக்க முடியவில்லை. குடும்பத்தினரின் வயிற்றுப்பாட்டைப் பற்றிய கவலை அவளை அதனினும் பெரிய கனிவுகளிலிருந்து விலக்கியிருக்க வேண்டும்.

உலகனும் நானும் பறைகளின் தோலில் ஒட்டியிருந்த பூக்களைத் துடைத்துக் கொண்டிருந்தோம். கடுப்போடு எங்களைப் பார்த்து வெளியேறினாள் நெல்லக்கிளி. காட்டுக்கீரைக் கட்டுகளுடன் அவள் உடனே திரும்பி வந்தாள். அடுப்பில் ஏற்றியிருந்த நீரில் கீரைகளைக் கிள்ளியிட்டு வாசல் கதவையடைத்தாள். நீரினுள்ளே கொதிக்கும் இலைகளின் நிறம் மாறியபோது, துளி உப்புமில்லையென்று அறிந்திருந்தும், உப்புக் கலயத்தையெடுத்து, ஒருமுறை துழாவிப் பார்த்துத் திரும்ப வைத்துவிட்டாள். உமணரிடமிருந்து உப்பு வாங்கினால், அவர்களிடம் கொடுப்பதற்கான பணம் பெட்டியில் இருந்திருக்கவில்லை. உப்பிடப்படாதவைக்கெல்லாம் ஒரே சுவைதானென்று மீண்டும் உணர்ந்தோம்.

வீட்டில் நீண்டநேரம் உட்காரப் பிடிக்கவில்லை. நான் வெளியேறி நடந்தேன். பாட்டுகள் வற்றிப்போன பாணக் குடில்களில் நீண்டநேரம் உரையாடிக் கொண்டிருந்தாலும், யாரும் அவரவருடைய வறுமையைப் பற்றித் தங்களுக்குள் பேசிக் கொள்ளவில்லை எனினும் ஒவ்வொருவரும் அதை உணர்ந்திருந்தனர். கையிருப்பெல்லாம் கரைந்து விட்டதென்றும், மிச்சமிருப்பதும் வேகமாய்த் தீர்ந்துவிடுமென்றும் எல்லோருக்கும் தோன்றியிருக்க வேண்டும். அதனாலேயே சந்தனின் குரல் அம்மெல்லிய உரையாடலுக்கிடையிலும் உயர்ந்து கேட்டது.

"நாம் எப்போதும் இந்த வறுமையிலேயே உழல வேண்டுமா? முதலில் நாம் இங்கிருந்து கிளம்ப வேண்டும். இல்லாவிட்டால் ஒவ்வொருவராகச் சாவதை நாம் பார்க்க நேரிடும். கடந்த நாட்களில் நம்மிடையே இறந்து போனவர்களைப் பற்றிச் சிந்தியுங்கள். பட்டினியால்தான் அவர்கள் அனைவரும் இறந்தனர் என்பதை அவர்களின் உற்றார் உறவினர் யாரும் சொல்லவில்லையெனினும் நமக்கே அது தெரியுமில்லையா? மயிலன் ஏன் ஊரைவிட்டு ஓடினான்?"

மயிலனின் விளையாட்டுத்தோழன் சந்தன். அவனைப் பெற்றவுடன் தாய் இறந்து போனாள். இப்போது அவன் வளர்ந்து விட்டானெனினும் கடந்துபோன வறுமை நாட்களொன்றில்தான் அவன் தகப்பனும் இறந்திருந்தார்.

அவனைப் பார்க்கும் போதெல்லாம் நான் மயிலனை நினைத்துக் கொள்வேன். என்னைப் பார்க்கும்போது அவனும் அவன் நண்பனை நினைத்துக் கொண்டிருக்கலாம். இப்போது நான் அங்கிருப்பதை அவன் கவனித்திருக்க மாட்டான். என்னைப் பார்க்கவும் அவன் குரல் இடறியது. அவனுக்கு உயிர் கொடுத்த என் நண்பனை நினைத்து நானும் தலை தாழ்த்தினேன். மயிலன் போனவுடன் உடலில் பாதி வேறொன்றான நிலையை அடைந்தேன். அப்போதெல்லாம்

நெல்லக்கிளி அவனைப் பற்றிச் சொல்லி அழுது கொண்டேயிருப்பாள். நீண்ட நாட்களுக்குப் பிறகு அவளும் அவனைப் பற்றிப் பேசாமலாகிவிட்டாள். அழல் அணை கட்டிய வெள்ளம்போல உள்ளே கனத்துக் கொண்டிருக்கிறதென்று அறிந்திருந்ததால் நானும் அவனைப் பற்றி எதையும் பேசாமலானேன். அவளுடைய உள்ளத்தில் உள்ளதை வெளியே கொட்டினால் அதைத் தாங்குவதற்கான மனத்திடம் எனக்கும் இல்லாதிருந்தது.

சந்தன் சொன்னது சரிதான். நாம் ஏதாவது அரசனைக் காணச் செல்வோம். பாணரின் பாடல்கள் கேட்க, அரண்மனைகளில் இப்போதும் ஆட்கள் உண்டென்று அறிகிறோம்.

வேறு சில இளைஞர்களும் சந்தனுடன் இணைந்தனர். சந்தன் தொடர்ந்தான்.

''நம் பட்டினியை அகற்ற வேண்டும். மயிலனைக் கண்டடையவும் வேண்டும். அவன் நன்னனின் நாட்டில் இருப்பதாக நாம் அறிந்தோமல்லவா? நன்னனைப் போய்ப் பார்ப்போம். மயிலன் அங்கிருப்பானல்லவா? அப்போது அவனையும் பார்க்கலாம்''

இதை யாரும் எதிர்பார்க்கவில்லை.

''நாளையே நாம் புறப்படுவோம். இல்லையென்றால் இங்கே யாரையும் பார்க்க முடியாது. பெரும்பாணரைப் பார்த்துச் சொல்வோம்''

எல்லோரும் ஒத்துக் கொண்டனர்.

வழக்கம்போல் கையில் ஒன்றுமில்லாமல் மாலையில் நான் திரும்பி வந்தபோது நெல்லக்கிளி,

''இந்த நாய்க்குட்டிகளையாவது நினைத்துப் பார்த்தீர்களா? சீரையும் ஒன்றும் சாப்பிடவில்லை'' என்றாள்.

நெஞ்சில் சிறுதுடிப்புகளுடன் அசையாமல் கிடந்திருந்த நாய்க்குட்டிகளைப் பார்த்துக் கொண்டிருக்கிறாள் சீரை. சித்திரை அதற்காக அவளைத் திட்டிக் கொண்டிருக்கிறாள்.

இரவில் நான் உறங்கவில்லை, நெல்லக்கிளியும். உடலெரியும்போது உள்ளம் கருகுமென்று எங்களைப்போல் உணர்ந்தவர்கள் இல்லையே! காலையில் கிளம்பும்போது யாழ்களும் பறைகளுமின்றி வேறெதுவும் எடுத்துக் கொள்வதற்கில்லை.

பாதையில் முன்னேறிக் கொண்டிருந்தபோது, இறந்த நாய்க்குட்டிகளின் இறவாத அழுகை கேட்பதுபோல சீரை திரும்பிப் பார்த்தபடியே நடந்தாள். எதிரே ஒவ்வொரு சுவடின் முன்னும் மண்ணில் உருவாகும் சிறு வளையத்திலிருந்து அவை தாயின் சூட்டைத் தேடுவதுபோல கால்களுக்குள் ஓடி ஏறுவதாக அவளுக்குத் தோன்றியிருக்கலாம்.

வழியோரக் காடுகளிலிருந்து அகில் மணம் பரவுகிறது. ஒரு மரக்கிளையிலிருந்து வேறொன்றுக்குத் தாவும் கருங்குரங்குகளைப் பார்த்து நிற்கும் குழந்தைகளை அவர்களின் அம்மாக்கள் கைப்பிடித்து இழுத்துச் சென்றனர். தேனீக்கள் சுற்றும் கூடுகளுக்குச் சிலரின் பார்வை சென்றது. சில கடுவன்கள் வழிபோக்கர்களின் தோள் சுமைகளைப் பார்த்து வால் நீட்டி நின்றன.

"இதென்ன அண்ணா?"

கயிறுகளும் மரக்கொம்புகளும் கொண்டு உருவாக்கப்பட்ட ஓர் உருவத்தினருகே ஆட்கள் நிற்பதைப் பார்த்த சீரையின் கண்கள் விரிந்தன.

உலகன் கேட்டாலும் பதில் சொல்லவில்லை. அது என்னவென்று அவனுக்கும் தெரிந்திருக்காது. குறவர்கள் காட்டுப் பன்றிகளைப் பிடிக்க வைத்த கண்ணிகள். இரை அகப்படாததால் பகல் ஏறியும் அவை அகற்றப்படாமலிருந்தன. அவர்கள் அதை அகற்றும் முயற்சியில்

இருந்தனர். அவருள் சிலர் விளைச்சலை மிதித்துத் துவம்சம் செய்து சென்றிருந்த யானைகளைத் தேடிக் காடுகளுக்குள் நுழைந்திருந்தனர். வழிபோக்கர்களான எங்களைப் பார்த்து சிலர், 'எங்கே செல்கிறீர்கள்?' என்றனர். நாங்கள் யாரென்றும், எங்கே போகிறோமென்றும் பெரும்பாணர் எடுத்துச் சொன்னார்.

''எங்கள் குடில்களுக்கு வந்துவிட்டுச் செல்லுங்கள். மானிறைச்சியும் உடும்பிறைச்சியும் வீட்டில் இருக்கும். வேகவைத்த மூங்கிலரிசியோடு சேர்த்துக் கொதிக்கவைத்த பாலும் இருக்கும். குழந்தைகள் உண்ணட்டும்''

வேண்டாமென்று சொன்னோமென்றாலும் எங்களால் வேண்டாமென்று மறுக்க முடியவில்லை. ஆனாலும் குறவக்குடில்களில் நாங்கள் நீண்ட நேரம் தங்கவில்லை. குழந்தைகளுக்குப் பால் கொடுத்தோம். மானிறைச்சியும் சோறும் கலந்த ஊன் சோற்றைப் பயணவழியில் உண்பதற்காக, பனையோலைகளில் கட்டி எடுத்துக் கொண்டோம். உணவுப்பாடு முடிந்தவுடன் குரவைக்கூத்தில் கலந்து கொள்ள அழைத்தனர். எங்களால் அதில் பங்கேற்க முடியவில்லை. விடைபெறும்போது முற்றத்திலிருந்த கூவிளத்தின் முக்கண் இலைகளைப் பார்த்து சீரை கை நீட்டினாள்.

''அதைத் தொடாதே குழந்தை. வானோர்களின் கண்கள் சிவக்கும். தீமழை பெய்யும்''

சீரை பட்டெனக் கைகளைப் பின்னுக்கிழுத்தாள். இவ்வுலகத்துக்கு அப்பால் உள்ளவர்களைப் பற்றிச் சொன்னால் அவள் காதுகள் கூர்மையடையும். கொற்றவையும், கொல்லிமலைப் பாவையும், கூடலின் கண்ணகியும்தான் அவள் நினைவுகளின் தெய்வ அணங்குகள். அவளைத் தன்னிலைக்குக் கொண்டுவரவும் வானோரின் பெயர்களையே சொல்ல வேண்டியிருக்கிறது.

காந்தளும் குறிஞ்சியும் பூத்திருக்கவில்லை எனினும் பூக்காலத்தைப் பற்றிய ஒரு நினைவை அவை உள்ளிருத்தி வைத்திருந்தன. வழிப்பயணம் தொடர்ந்தது. கீழே கிளிகள் சூழ்ந்த மூங்கில் காடுகள். மலையுச்சியிலிருந்து பெரியதொரு நீர்வீழ்ச்சி கீழ்நோக்கிய குதிப்பின் இடையில் எங்கோ மறைந்தது. நீர்வீழ்ச்சிக்கருகில் பறந்து கொண்டிருக்கும் ஒரு பருந்தினைப் போல ஒரு சிற்றாலயம் தெரிந்தது. தோள் சுமைகளிலிருந்த யாழ்களும் பறைகளும் ஓசை எழுப்பாமல் இருக்க நாங்கள் அவற்றை அணைத்துப் பிடித்தபடி நடந்தோம்.

சிலர் ஆலயத்திலிருந்து மலையிறங்கி வந்து கொண்டிருந்தனர். உப்பு விற்பனைக்காக அடுத்த பட்டணத்தை நோக்கிச் சென்று கொண்டிருந்த உமணர்கள். அவர்களின் மனைவியர் ஒரு கையில் குழந்தையும் மறுகையில் சாட்டையுமாகக் காளைகளை ஓட்டித் தளர்ந்து போயிருந்தனர். அவர்கள் வண்டிகளை வழியோரம் நிறுத்தி, குழந்தைகளை மார்போடணைத்து சாய்ந்து மயங்கி இருந்தனர். காளையின் கொம்பில் சுற்றப்பட்டிருந்த வேப்பிலைகளுக்காக ஒரு குழந்தையின் கை நீண்டது. அது கொம்புகளைக் குலுக்கியது. அவற்றில் மலைச்சரிவின் பாறைகளில் பற்றியிருந்த புல மணம் பரப்பியது.

பின்னால் மலையைச் சுற்றி வழி கீழே நீள்வதைக் காண முடிந்தது. வெகுதூரம் நடந்த பிறகும் மீண்டும் மீண்டும் உயரம் குறையாததாக ஓர் எண்ணம் தொடர்ந்தது. முன்னாலிருந்த பாதை மேல்நோக்கியே நீண்டது. நடந்து கடப்பதற்கான உயரங்களின் காட்சிகள் எங்களைச் சோர்வுறச் செய்தன. அங்கேயே சற்றுநேரம் தரையிலமர்ந்தோம். குழந்தைகளுக்குக் கட்டுசோற்றைப் பரிமாறினோம். மிச்சத்தை நாங்களும் உண்டோம். வெண்மையான பனந்தூம்புகளைச் சேர்த்தெடுத்து குப்பையில் கொட்ட உலகன் முயன்றபோது சந்தன் தடுத்து, 'வீசிவிடாதே. குடைகள் செய்யலாம்' என்றான்.

மனோஜ் குரூர்

சந்தனும் உலகனுமாகப் பனந்தூம்புகளால் வெண்மையான சிறு குடைகளைச் செய்து குழந்தைகளிடம் கொடுக்கவும், அவர்கள் இப்போது மழைக்காகக் காத்திருக்கத் தொடங்கினர்.

வழியில் ஆள்நடமாட்டம் ஏதுமில்லை. பெரியதொரு மண்புற்றின்மீது ஏறும் எறும்புகளின் உயிரும் துடிப்புமாக நாங்கள் முன்னால் நகர்ந்தோம். வழியில் ஒருமுறை கால் வழுக்கியபோது ஒரு பாறையை என்னால் பற்றிக்கொள்ள முடிந்தது. ஆனாலும் காலைத் தரையில் அழுத்தி ஊன்ற முடியவில்லை. மேலே நீளும் வழியை நோக்கியபோது தரை இன்னும் வழுக்கலாகத் தோன்றியது. நான் அருகிலுள்ள பாறைகளைப் பற்றியபடி நடக்கத் தொடங்கினேன். செங்குத்தான பாறைகள். நன்றாக வழுக்குகிறது. வழுக்கும் கைகால்களுடன் முன்னேறினேன். மற்றவர்களும் என்னோடு இணைந்துகொண்டனர். பாறைகளைப் பற்றியவாறே நகர்ந்த என் விரல்கள் பாறைக் கூட்டங்களுக்கு இடையிலுள்ள ஒரு விரிசலில் மாட்டிக்கொண்டது. அங்கேயும் வழுக்கல். பாசி படர்ந்திருப்பதாகவே எண்ணினேன். திடீரென ஓரசைவை உணர்ந்து கையை இழுத்துக் கொண்டேன்.

நெளிந்துயர்ந்த ஒரு பாம்பு படமெடுத்துச் சீறியது. நான் பாதையோரத்திலேயே விழுந்துவிட்டேன். அது அப்படியே இழைந்து நீங்கிச் சென்றது. மற்றவர்கள் ஒரு நிமிடம் அசைவற்று நின்றபின் கூக்குரலிட்டனர். வழுக்கலும் இடுக்குமான பாதையில் ஓடவும் முடியாமல் அவர்கள் அனைவரும் பக்கத்திலிருப்பவர்களைச் சேர்த்தணைத்து நடுங்கி நின்றனர்.

பாம்பு சில கணங்களுக்குள் கீழேயிருக்கும் புல்பரப்பின் வழியாக மறைந்து போனது. அப்போதும் பாதையிலிருந்து எழுந்திருக்க முடியாமல் நான் மூச்சிரைத்துக் கொண்டிருந்தேன்; கொழகொழப்பான சேற்றில் புதைந்திருந்தவன் கைநீட்டி எழ முயன்றபோது, பாறைகளில் ஒட்டிக்கொண்டு நின்றிருந்த சிலர், மறுகைகளை நீட்டினார்கள்.

நிலம் பூத்து மலர்ந்த நாள்

அதிலொருவனால் என் விரல்களைப் பிடிக்க முடிந்தது. வழவழப்பான அந்தக் கைகளைப் பற்றிக்கொண்டு நான் எழுந்து கொண்டேன். முன்னாலும் பின்னாலும் எது வேண்டுமானாலும் நிகழலாம். அனைவரும் அச்சத்தில் தளர்வுற்றிருந்தனர். தயக்கத்துடனும் நடுக்கத்துடனும் நடக்கத் தொடங்கினோம். பயத்தால் நடுங்கிய குழந்தைகளின் கூக்குரல்கள் நிலைத்திருக்கவில்லை. சற்றுதூரம் நடந்தவுடன் பாதையின் இருபுறமும் கொடுங்காடு தொடங்கியது. ஒவ்வொரு சிறுஅசைவிலும் ஒரு புலியையோ, நரியையோ, யானையையோ கண்டோம். ஒவ்வொரு அடியிலும் பாம்புகள் நெளிந்து படமெடுக்குமென்று தோன்றியது.

"யாராவது உயரமான மரத்திலேறிச் சுற்றிலும் பாருங்கள். எதையாவது பார்த்தால் சொல்லுங்கள்"

பெரும்பாணன் சொன்னதைக் கேட்டு சந்தன் சடாரென ஒரு மரத்தில் ஏறினான். பெருமரங்களும் வழுக்குவதாயிருந்தன. தட்டுத் தடுமாறி பாதி ஏறிய சிலர் ஒன்றுமில்லையெனக் கூவிச் சொன்னாலும் அவர்களின் சொற்களில் உறுதி இல்லாதிருந்தது. விறலியர் கூத்தின் கடவுளை வேண்டிக் கொண்டனர். சிலர் மெதுவாகவும் பின்னர் உரக்கவும் வானத்தை நோக்கிக் கையுயர்த்தி அழுது தொழுதனர்.

பொழுது இருட்டத் தொடங்கியது. நாங்கள் கைகள் கோர்த்துக் கொண்டோம். குழந்தைகள் பெரியவர்களின் விரல்களைப் பற்றியபடி உடலோடு ஒட்டிக்கொண்டு நடந்தனர். செங்குத்தான இறக்கங்களில் தரையில் உட்கார்ந்து இழைந்து இறங்கினோம். பயம் சற்று விலகி மெதுவாக முன்னால் நகர்ந்து கொண்டிருந்தோம். திடீரென உலகனின் மூட்டையைத் துளைத்துக் கொண்டு ஏதோ ஒன்று பாய்ந்தது. அடிபட்டு விழும் கன்றினுடைய கதறல் போன்ற ஓர் ஓசை! நான் நடுங்கிவிட்டேன். உரக்க ஓலமிட்ட உலகன் நிலை தடுமாறி விழுந்து விட்டிருந்தான். நான் அவனருகே ஓடிச் சென்றேன். அவனை என் மடியில் கிடத்தினேன். உடல் முழுக்கத் தொட்டுத் தடவிப் பார்த்தேன். அடி எதுவும்

பட்டிருக்கவில்லை. மிகவும் பயந்து போயிருந்தான். மூட்டையைப் பிரித்து அதனுள் தேடினேன். ஒரு பதலப் பறையின் தோல் பிய்ந்திருந்தது. அதனுள்ளே ஓர் அம்பு துளைத்திருந்தது.

இதைக் கண்ட பெரும்பாணன்,

''பாணரும் கூத்தருமான வழிப்போக்கர்கள் நாங்கள். எங்களை ஒன்றும் செய்து விடாதீர்கள்'' என்று உரக்கக் கத்தினார்.

பறைகளையெடுத்து ஓங்கி ஒலிக்குமாறு அனைவரையும் பார்த்து நானும் சொன்னேன்.

மரங்களின் மீதிருந்தும் பின்னர் பாதையோரங்களில் இருந்தும் அசைவுகள் கேட்கத் தொடங்கின.

''பயப்படாதீங்க''

மரக் கூட்டங்களுக்கு இடையிலிருந்து அம்பும் வில்லுமேந்தியபடி கூட்டமாக ஆட்கள் வெளியே வந்தனர். சிலருடைய கைகளில் தீப்பந்தங்கள் இருந்தன.

தினை வயல்களுக்கு ஏறு மாடங்களில் நின்று காவல் காக்கும் குறவர்கள். விளைச்சலை மிதித்து அழிக்க வரும் யானைகள்தான் இலக்கு. காட்டுப்பன்றிகளின் அசைவுகளைக் கேட்டு இரைகளென்று நினைத்து அம்பெய்திருக்கிறார்கள்.

''இந்த இருளில் நீங்கள் எங்கே போகிறீர்கள்?''

பெரும்பாணன் இதுவரை நிகழ்ந்ததனைத்தையும் சொன்னார். எயினரும் குறவரும் நல்கிய நல்ல ஒய்விடங்களைப் பற்றிச் சொல்லும்போது குரல் இடறியது.

''இருளில் இந்த வழியில் போக முடியாது. சற்று தூரத்தில் மழைக்காலத்தில் பெருக்கெடுத்தோடும் ஆழியாறு வருகிறது. வாய்ப்பிருந்தால் யானையைக்கூட உள்ளிழுத்துக் கொள்ளும்

முதலைகள் அதிலிருக்கின்றன. ஆங்காங்கே உருண்ட பாறைக்கற்கள் பாவிய நடைபாதையை ஆற்றின் குறுக்கே காணலாம். அவற்றை இணைக்குமாறு பெருமரங்களால் உருவாக்கப்பட்ட பாலங்களும் இருக்கின்றன. ஒருவரோடொருவர் கைகோர்த்தபடியே அதைக் கடக்க முடியும். எங்கள் குடில்கள் தூரத்திலிருக்கின்றன. இந்த இருட்டில் காட்டுவழியாக அங்கே செல்ல முடியாது. விடியும்வரை நாங்களும் ஏறுமாடங்களிலேயே இருப்பது வழக்கம். இங்கிருந்து இன்னும் சிறிது தூரம் போக முடிந்தால் மலையின்கீழ் மனிதர்களும் வசிக்கத் தக்க கற்குகைகள் இருக்கின்றன. இன்றிரவு அங்கே தங்கிவிட்டு விடிந்தபிறகு பயணத்தைத் தொடரலாம். ஒரு வழுக்கலில் உயிர் போகும்படியான பாதைகளே இனி தொடங்குகின்றன. பாதையோர மூங்கில்களைப் பிடித்துக்கொண்டுதான் நடக்கமுடியும்''

குறவர்களிடம் விடைபெற்று நடக்கத் தொடங்கும்போது, அடிபட்டுத் துடித்துக் கொண்டிருந்த ஒரு காட்டுப்பன்றியோடு ஒருவன் முன்னே வந்தான்.

''இது உங்களுக்குத்தான். எங்கே தங்குகிறீர்களோ அங்கே நெருப்பைக் கூட்டி வேகவைத்துத் தின்னலாம்''

கைகால்களை அடித்துக் கொண்டிருந்த பன்றியை அவன் பல துண்டுகளாக வெட்டினான். உயிர்த்துடிப்புகள் உடலைவிட்டுப் போக மிகச் சிரமம் எடுத்துக் கொண்டன. அப்போது கனிவுகள் அகன்ற மரத்துபோன மனநிலையில் நாங்களிருந்தோம். மரத்திலிருந்து இலைகளைப் பறித்து, பெரிதாக வெட்டப்பட்ட இறைச்சித் துண்டுகளை அதில் வைத்துக்கட்டி எடுத்துக் கொண்டோம். தீப்பந்தங்களிலிருந்து நெருப்பைப் பெற்றுக்கொண்ட வேறு பந்தங்களும் எங்களிடம் தரப்பட்டன.

குறவர்களில் ஒருவன் எங்களுடன் வந்தான். வழுக்கும் பாதையின் இருபுறமும் இடைவெளிகளில் வளர்ந்து நிற்கும் மூங்கில் தண்டுகளைப் பிடித்துக்கொண்டு நடப்பதெப்படி என்று அவன்

காண்பித்தான். நாங்கள் அவனைப் பின்தொடர்ந்தோம்.

மழைநீர் வழியும் ஓர் ஓடையினருகே, முன்னால் சென்ற குறவன் நின்றுவிட்டான்.

முறிந்து விழுந்த ஒரு கனமான மூங்கில்தண்டு முன்னால் மல்லாந்து கிடக்கிறது. கூத்தரில் ஒருவன் தீப்பந்தத்தை முன்னால் நீட்ட, சாம்பலும் மஞ்சளும் இரண்டறக் கலந்த உடலில் சிறுசிறு செதில்கள் கண்ட குறவன் திடுக்கிட்டான்.

மூங்கிலல்ல, மலைப்பாம்பு!

நாங்கள் மீண்டும் நடுக்கமுற்றோம். தீப்பந்தத்தின் வெளிச்சமேற்ற நீரில் அடர்ந்து விழுந்த பெரியதொரு நெருப்புத் துண்டாக அது ஜொலித்துக் கொண்டிருந்தது. அதைக் கடப்பது எப்படி என்றறியாமல் நாங்கள் பின்னகர்ந்தோம். குழந்தைகள் பெரியவர்களின் பின்னால் பதுங்கி நின்றனர். நீண்டநேரம் அப்படியே நின்றிருந்தோம். நானறியாமலேயே சற்றுப் பின்னால் நகர்ந்து விட்டிருந்தேன். மீண்டும் மழை பெய்யத் தொடங்கியிருந்தது. எங்கள் பொருட்களை மடியில் வைத்தபடி அப்படியே குந்தியமர்ந்து கொண்டோம். தீப்பந்தங்களை மழையிலிருந்து பாதுகாக்க முடியவில்லை. ஆனால் நெருப்பின் கடைசித்துளி அணையுமுன் நாங்கள் கண்ட காட்சி எங்களை உறைய வைத்தது. மலையுச்சியிலிருந்து பாய்ந்து வந்த வெள்ளத்தின் ஓர் இழுப்பில் வழுக்கும் ஓசையுடன் அந்த மலைப்பாம்பு கீழே வழிந்தோடுகின்றது.

மழை சற்று அடங்கியது. சரியான பாதை எதுவென்றறிய முடியாமலேயே இருட்டில், ஆற்றுச் சுழலில் மாட்டிக்கொண்ட பரிசில்போலத் தட்டுத்தடுமாறி நாங்கள் முன்னேறிக் கொண்டிருந்தோம். சற்றுதூரம் கடந்தபோது மரங்களின் மறைப்பு விலகிய மங்கலான வெளிச்சத்தில் திறந்தவெளியைக் காண முடிந்தது.

"அங்கே தூரத்தில் தெரிவது வெளிச்சமல்லவா?" நான் உரக்கக்

கேட்டேன்.

வழியறியும் குறவன், ''கற்குகைகள் அவை. இருட்டில் நடந்து செல்ல முடியாத வழியாகையால் ஆட்கள் பொழுது விடியும்வரை அங்கே தங்கிக் கொள்வார்கள். நீங்களும் இன்றிரவு அங்கு தங்கலாம்'' என்றான்.

சற்று நேரத்திற்குள் நாங்கள் வெளிச்சத்தினருகே சென்று நின்றோம். மலையின் அடிவாரப் பாறைகளின் விரிசல்களைக் குடைந்து உருவாக்கப்பட்ட குகைகள். அதிலொன்றில் ஆட்கள் தங்கியிருக்கின்றனர்.

''வழிபோக்கர்களான கூத்தரும் பாணரும் வந்திருக்கிறோம். சிறிது நெருப்பு தருவீர்களா?''

ஒருவர் தீப்பந்தத்தோடு வெளியே வந்தார். அதைத் தன்னிடமிருக்கும் பந்தத்தில் பொருத்திக்கொண்டு குறவன் திரும்பிச் சென்றான். வார்த்தைகளற்று வணங்கி நின்ற எங்களைப் பார்த்து, 'நல்லதே நடக்கும்' என்று சொல்லவும் அவன் மறக்கவில்லை. ஆட்களற்ற குகைகளில் எங்கள் சுமைகளை இறக்கினோம். குழந்தைகள் பசியால் துடிப்பதை அவர்கள் சொல்லாமலே எங்களால் உணர முடிந்தது. குகை வாசலில் வெட்டவெளியில் நெருப்புமூட்டி நாங்கள் பன்றியிறைச்சியைச் சுட்டெடுக்கத் துவங்கினோம்.

சிவந்து வேகத் தொடங்கியிருந்த இறைச்சித் துண்டுகளையே பசியோடு பார்த்துக் கொண்டிருந்த நாங்கள் அடுத்த குகைக்குள்ளிருந்து வெளியே வந்து எங்களருகில் வந்து நின்ற அவரின் இருப்பை உ ணரவேயில்லை. அசைவறிந்து தலையுயர்த்திப் பார்த்தபோது, ஆண்டவரெனவே எனக்குத் தோன்றியது. அவருடைய தலையில் சூடியிருந்த தாமரைப்பூ அப்போதும் வாடியிருக்கவில்லை. நெருப்பின் ஒளியில் அவர் உடுத்திருந்த பட்டாடை ஜொலித்தது.

''வறுமை மாறவில்லை, அல்லவா?''

சின்னச் சிரிப்போடுஅவர் எங்களை நோட்டமிட்டார்.

கன்னங்கள் சிவக்க பெரும்பாணன் சற்றே முனகினார். தங்களின் வறுமையை மற்றவர்கள் அறிவதென்பது அவமானமாகக் கருதப்பட்டது.

''வெட்கப்படாதீர்கள். நானும் உங்களைப் போல் ஒரு பாணனே. வறுமையிலேயே உழன்றேன். ஆனால் இப்போது அந்த நிலைமையில்லை. பல மன்னர்களைப் புகழ்ந்து பாடினேன். தேவைக்கதிகமாகவே அவர்கள் தந்தார்கள்''

தயக்கத்துடன் பெரும்பாணன்,

''பெயர் தெரிந்து கொள்ளலாமா?'' என்று கேட்டார்.

''பரணர்''

உடலில் தோன்றிய அதிர்வோடு 'பெரும்புலவரே!' என்று கூவிக்கொண்டே பெரும்பாணன் தலைவணங்கினார். பரணர் பாடிய ஒரு பாலைப்பாட்டின் வரிகள் என் உதடுகளை வந்தடைந்தது. நெல்லக்கிளி எப்போதும் பாடும்பாட்டு.

''திதலை மாமை தளிர்வனப்பு அழுங்கப்,
புதலிவர் பீரின் எதிர்மலர் கடுப்பப்,
பசலை பாய்ந்த நுதலேன் ஆகி,
எழுதெழில் மழைக்கண் கலுழ, நோய் கூர்ந்து,
ஆதி மந்தியின் அறிவுபிறி தாகிப்
பேதுற் றிசினே - காதல்அம் தோழி!''

பரணரின் கண்கள் விரிந்தன. கண்ணீர் தாரைதாரையாக வழிந்தது.

மூன்று

பெரும்புலவரைப் பார்த்தவுடன் நாங்கள் அனைத்தையும் மறந்து விட்டோம். குழந்தைகளின் வயிற்றுப் பசிகூட எங்களின் நினைவிலிருந்து நீங்கியிருந்தது. இதுவரை பாடல்கள் மூலமே கேள்விப்பட்டிருந்த பரணரை மிக நெருக்கத்தில் பார்த்ததன் அதிர்ச்சியிலிருந்தோம் பரணரின் கண்கள் ஏன் கலங்கின என்பதையறிய ஆவல் கொண்டோம். நான் அவரிடம் அதைப் பற்றி விசாரிக்கவும் செய்தேன்.

''நண்பர்களே, காவிரியில் கல்லணை கட்டிய கரிகால் சோழனின் மகள் ஆதிமந்தியை நினைத்துப் பாடப்பட்ட பாடல் அது''

எரியும் நெருப்பினருகே இன்னும் நெருங்கியமர்ந்து பரணர் பேசத் தொடங்கினார். நாங்கள் செவி கூர்ந்தோம். கேட்பவர்களின் கண்களுக்குள்ளிருந்த வெளிச்சத்தின் முனைகள் கண்தடங்களுக்கும் பின் கன்னங்களுக்குமாக விழுந்து பரவின.

''அறிவுமதியான ஆதிமந்தி ஆடல் பாடலிலும் அழகிலும் இணையற்றவள்''

சற்று நிறுத்திய பரணர் சித்திரையைக் காட்டி,

''இதோ இவளைப் போலிருப்பாள்'' என்றார்.

சித்திரை நாணத்தோடு தலை கவிழ்ந்தாள். பரணர் புன்னகையோடு தொடர்ந்தார்.

''வஞ்சி நாட்டரசர் குடும்பத்தைச் சேர்ந்த அத்திதான் அவள் கணவன். ஆட்டத்தில் சிறந்தவனாக இருந்ததால் ஆட்டனத்தியென அனைவரும் அழைத்தனர். கூத்திலும் எண்ணத்திலும் எதிரிகளற்றவன். இதோ... இவனைப் போல'' என்றார் சந்தனைப் பார்த்தபடி.

நான் தலையைச் சொறிந்து கொண்டேன்.

''காவிரிக் கரையில் அவர்கள் பாட்டுப்பாடி ஆட்டமாடி நடந்தனர். இருவர் விரல்களும் பிணைந்து குவிந்து இதழ்கள் நிறைந்த பூக்களாய் விரிந்தன. கண்களிலிருந்து தும்பிகள் பறந்தன. ராகதாளத்தோடு ஒத்திசைந்து, உடலோடு உடல் பிணைந்து அவர்கள் உருவாக்கிய அடவுகள் கண்டு காவிரித் தாய்க்கே குறும்பு தோன்றியது''

சந்தன் சித்திரையைக் கள்ளப்பார்வை பார்ப்பதை நான் கவனித்தேன். ஆனால் சித்திரை அவனைப் பார்க்கவில்லை. நல்லது. அவள் கவனம் பரணரிடமிருந்தது.

''அசையும் அலைக்கரங்களால் காவிரி அழைக்க ஆற்றிலிறங்கினர். நீராடுவதற்கு இடையிலும் அவர்களின் கேளிக்கை வினோதங்கள் தொடர்ந்தன. திடீரென ஆற்றில் நீர்வரத்து அதிகரித்தது. ஆட்டனத்தி சுழியில் அகப்பட்டான். காவிரி அவனைச் சுழல் கரங்களால் வாரிவாரிப் புணர்ந்தது. ஆழங்களிலும் சுழல்களிலும் பட்டு ஆட்டனத்தி அமிழ்ந்து போனான். கணவனைக் காணாமல் ஆதிமந்தி காவிரியை நோக்கிக் கலங்கி அழுதாள். பயத்தோடு கரை சேர்ந்த அவள் ஆற்றோரங்களில் அலைந்தாள். துக்கமும் துயரமும் வேதனையுமாகப் பலமுறை மயங்கிச் சரிந்தாள்''

பரணர் தொண்டையைச் செருமியபடி சற்று நிறுத்தினார்.

''அப்றம் என்ன நடந்துச்சு?'' விரிந்த கண்களுடன் சீரை தரையில் ஊன்றியிருந்த கைகளைக் கன்னத்தில் அழுத்தினாள்.

''சொல்றேன் குழந்தை'' என்று பரணர் தொடர்ந்தார்.

''அடுத்த துறையில் குளித்துக் கொண்டிருந்த மருதி என்பவள் ஓடிவந்து அவளைத் தாங்கிக் கொண்டாள். ஆட்டனத்தி சுழலில் அகப்பட்டுக் கொண்டதை அவள் பார்த்திருந்தாள். காவிரி கடலில் கலக்குமிடத்தை மருதி சுட்டிக் காட்டினாள். இருவருமாக ஓடி அந்த இடத்தை அடைந்தனர். தூரத்தில் அலைகளில் மூழ்கியெழும் ஆட்டனத்தியைக் கண்ட ஆதிமந்தி மீண்டும் மயங்கிச் சரிந்தாள். மருதி நீரைக் கிழித்துக் கொண்டு பாய்ந்தாள். கடலின் வெண்நுரைகளுக்குள் அவளும் மறைந்தாள். கரையில் நின்றபடி ஆதிமந்தி அத்தியைக் கூவியழைத்தாள்.

''கன்னவில் தோளோய், நீ எங்கே?''

அலையோசைக்கு உள்ளிருந்து அவள் எதிரொலியை எதிர்பார்த்தாள். உயர்ந்தெழும் பதில்களெனக் கடல் முழங்கியது. திடீரென அலைகளின்மீது இரண்டு உருவங்கள் தாழ்ந்தெழுவதை அவள் கண்டாள். அதிலொன்று கரையை நெருங்கியபோது அவளும் கடலில் இறங்கி விட்டிருந்தாள். அலையோடு மல்லிட்டு நெருங்கி வந்த ஆட்டனத்தியைக் கரை நோக்கிச் சேர்த்திழுத்தாள். அவன் உடலைக் கட்டிக்கொண்டு ஓவென்று கதறி அழுதாள். இருதோள்களையும் அழுத்தி உலுக்கிப் பலமுறை அழைத்தாள்.

''கன்னவில் தோளோய்...''

அவளுடைய கண்ணீர் ஆட்டனத்தியின் கண்களிலும் கன்னங்களிலும் வழிந்து உடல் வழிகளினூடே ஆறாகப் பெருகியது. அவன் கண் திறந்தான்.

நடுங்கும் கரங்களால் அவளுடைய ஒளிரும் எழிலான கூந்தலைத் தொட்டு, சிவந்திருந்த மழைக்கண்களை நோக்கி ஆட்டனத்தி,

''கனிவானவளே, நின் திறமும் நன்மையும் கண்டு கடலே என்னை மீண்டும் உன்னிடம் சேர்த்திருக்கிறது'' என்றான்.

"அல்ல, மருதிதான் உங்களை எனக்குத் திருப்பித் தந்தவள். அய்யோ! அவள் எங்கே?"

"அய்யோ! அவள் எங்கே?"

கவனமாகக் கேட்டுக் கொண்டிருந்த சீரையின் குரல் உரக்க ஒலித்தது.

ஆட்டனத்திக்குப் பதிலாக கடல் மருதியின் உயிரைப் பறித்திருந்தது"

பரணரின் குரல் தழுதழுத்தது. திரும்பக் கிடைத்தவனைவிட, போய்ச் சேர்ந்தவளை நினைத்து சீரை தலைகுனிந்து அமைதியானாள். அவளுடன் சேர்ந்து எங்கள் உள்ளங்களிலும் பெருந்துக்கம் பரவியது.

"பெரும்புலவரே, அவளைப் பற்றிய பாடலெதுவும் இருக்கிறதா?"

பரணர் பேசவில்லை. எப்போதெல்லாமோ மரித்துப்போன உற்றவர்கள் அனைவரும் அழைக்காமலே எங்கள் உள்ளங்களைக் கடந்து வந்தனர். காற்றிற்கும் கனமேறியபோது பெரும்பாணன் இடைப்புகுந்தார்.

"அதிருக்கட்டும் பெரும்புலவரே, நீங்கள் எப்படி இங்கே வந்தீர்கள்?"

"உங்களுக்கு இந்த இடத்தைப் பற்றித் தெரியாதா? இதுதான் உம்பர்காடு. ஆழியாற்றின் உயர்ந்த இரைச்சல் கேட்கவில்லையா? சேர மன்னனான வேல்கெழுக் குட்டுவனை நான் வாழ்த்திப் பாடினேன். நீங்களும் அறிந்திருப்பீர்கள். கொடுக்கூர் கீழடக்கி, பழையனின் வேப்பமரத்தை வெட்டியவன். கடல் பிறக்கோட்டிய செங்குட்டுவன். அகமகிழ்ந்த அரசன் உம்பர் காட்டிலுள்ள பொருளனைத்தையும் எனக்கு உவந்தளித்தான்"

"கேட்டிருக்கிறோம். தோற்ற மன்னனின் அரசியரின் கூந்தலையரிந்து உருவாக்கிய வடத்தினால் யானைகளைக்

கட்டியிழுத்தவன்''

எப்போதோ எங்கேயோ கேட்டதை சந்தன் உரக்கச் சொன்னான்.

பரணர் சற்று குன்னிப் போனார். நெடுவேல் போன்ற அவருடைய கூர்மையான கண்கள் சந்தனை நோக்கி நீண்டன. பின்னர் உட்கார்ந்த இடத்தை விட்டெழுந்து திரும்பி நடந்தார்.

''பெரும்புலவரே, தகாதது எதுவும் பேசியிருப்பின் மன்னிக்க வேண்டும்''

சந்தனைக் கோபத்தோடு பார்த்துக்கொண்டே, பெரும்பாணன் பரணரைத் தொழுதார்.

பரணர் திரும்பவில்லை. கற்குகையினுள் நுழைந்து சென்றார். பாணக் கூட்டத்துக்குள் இருள் சூழ்ந்தது. பெரும்பாணன் தலைகுனிந்து அமர்ந்தார்.

சற்றுநேரத்தில் மீண்டும் கற்குகையின் முன்னால் வெளிச்சம் பரவியது. பரணர் நெருங்கவும், பெரும்பாணன் எழுந்துகொண்டார்.

''நீங்கள் கேள்விப் பட்டதெல்லாம் உண்மையல்ல. அரசர்களின் உள்ளத்து உணர்வுகளைப் பற்றி நான் இன்னும் முழுவதும் அறிந்திருக்கவில்லை. எனினும் ஒன்று மட்டும் எனக்கு நன்றாகத் தெரியும். பாணரின், கூத்தரின் வறுமைக்கு ஓர் எல்லை வேண்டும். மன்னர்களுக்குப் புகழ் வேண்டும். அவர்களுக்குப் புகழ் சேர்க்கப் புலவர்களும் வேண்டும். வறுமையை அகற்ற நம்மிடம் பாட்டும் கூத்துமின்றி வேறென்ன உண்டு?''

சந்தன் ஏதோ சொல்ல வாய் திறந்தான். ஆனால் பெரும்பாணனைப் பார்த்துவிட்டு அமைதியானான்.

''எனினும் அரசன் தவறுகள் செய்தால் யார் அவனிடம் சொல்வதென்று உங்கள் உள்ளங்களில் முழங்கும் கேள்விகள் எனக்கும் தோன்றியிருக்கிறது. ஒவ்வொரு பாடல் இயற்றும்போதும்

எ‌ன்னுள்ளும் இந்தக் கேள்வி திரிகைபோல் திரிந்து கொண்டேயிருக்கிறது. அதிருக்கட்டும். நீங்கள் ஏதாவது சாப்பிடுங்கள். குழந்தைகளுக்கும் பசிக்குமல்லவா?''

எங்களுக்கும் அப்போதுதான் நினைவு வந்தது. சிலர் அதற்குள் தளர்ந்து உறங்கியிருந்தனர். இறைச்சித் துண்டுகளைப் பகிர்ந்து உண்பதற்கிடையில்,

"நீங்கள் எங்கே போகிறீர்கள்?'' என்று கேட்டார்.

"நீங்கள் சொன்னதுபோல வறுமையால் பீடிக்கப்பட்டவர்கள் நாங்கள். ஏழி மலையின் அரசனான நன்னன் பாட்டிலும் கூத்திலும் மிகுந்த விருப்பமுடையவன் என்றறிந்தோம். அந்த மன்னனைக் காணவே புறப்பட்டோம்''

என் பதிலைக் கேட்டு பரணர் மொழியற்றவராய் சற்றுநேரம் அமர்ந்தபின் மெல்லிய குரலில்,

"நன்னனைப் பார்க்கவா? நன்னனைப் பற்றி உங்களுக்கு என்ன தெரியும்?'' என்று கேட்டார்.

"கொஞ்சமே கேள்விப்பட்டிருக்கிறோம். பல செய்திகளை நீங்களே பாடியிருக்கிறீர்களே, மூவேந்தரையும் பொருட்டாக நினையாத குறுநில மன்னனென்று''

"ஆமாம். அந்த மன்னன் இன்றில்லை. சேரர்களுடனான போரில் தோற்ற நன்னன் நாட்டைவிட்டே வெளியேறிவிட்டான். பின்னர் கொல்லப்பட்டான் என்றும் அறிகிறோம்''

நான் தளர்ந்து போனேன். நெல்லக்கிளியை ஒருமுறையேனும் திரும்பிப் பார்க்கும் திராணியுமற்று அமர்ந்துவிட்டேன். மயிலனை இனி நாம் எங்கு தேடுவோம்? அவன் உயிரோடிருக்கிறானா என்பதைக்கூடத் தெரிந்துகொள்ளும் வழியற்றுப் போனதே.

"நீங்கள் பாணரும் கூத்தருமல்லவா? பட்டினி தீர, பாணன்

நிலம் பூத்து மலர்ந்த நாள்

பலநாடுகள் சுற்றி அலைய வேண்டும். நாடாளும் அரசர்களை அறிய வேண்டும். பல வருடங்களுக்கு முன்னால் நிகழ்ந்த நன்னனின் பெருங்கொலை பற்றியும் நீங்கள் அறிந்திருக்கவில்லையே? அந்த நன்னனின் மகனே இப்போதிருக்கும் நன்னன். செய்யாற்றின் கரையில் செங்கண்மா என்ற நாட்டினையுடையவன். நவிரமலையின் அடிவாரத்தில்தான் இன்றைய நன்னனின் புகழ்பெற்ற நகரம். அங்கே செல்வதற்கான வழியும் இது இல்லையே?''

பரணர் முழுவதுமாகச் சோர்ந்து போயிருந்தார்.

''அரசர்களைப் பற்றியெல்லாம் நாங்கள் அறிந்திருக்கவில்லை புலவரே. குட்ட நாட்டிலிருந்து குடியேறியவர்கள் எங்கள் முன்னோர்களென்று முதியவர்கள் சொல்லக் கேட்டிருக்கிறோம். சேரநாட்டரசன் வஞ்சிமாநகருக்கு வந்தபோது அவரைப் புகழ்த்தும் பாடல்களும் ஆடல்களுமாக அவர்களுடன் வந்தவர்கள். அரசர் கைப்பற்றிய ஆனைமலையின் ஓரருகில் நாங்கள் குடியமர்ந்தோம். அரசரை மகிழ்விக்கும் பாடல்களுடன் புதிய மொழியாளர்கள் வந்தபோது, எங்களுடைய மொழிகளின் மதிப்பு குறைந்தது. அதன்பிறகான நாட்களில் அங்கேயும் அயல் தேசங்களிலுமாகச் சில இடங்களுக்குச் சென்று, பாட்டும் கூத்துமாகக் காலம் கடத்தினோம். தனியாகவும் கூட்டாகவும் சில வீடுகளுக்குச் செல்வோம். கூலி பேசி முடிப்போம். பாட்டும் கூத்துமாக இரவைக் கழிப்போம். கிடைப்பதைக் கொண்டு திரும்பி வருவோம். உழவர்கள், சான்றோர்களின் வீடுகளாயிருந்தால் உண்ணவும் அருந்தவும் கூடுதலாகக் கிடைக்கும். அங்கே அப்படிப்பட்டவர்கள் குறைவே. சிறுநிலங்களும் மாளிகைகளும் உடையவர்கள் இல்லையென்றே சொல்லலாம். சில மன்னர்களைப் பற்றிய பாடல்களைக் கேட்டிருக்கிறோம். தங்களுடைய பல பாடல்களையும் நாங்களறிவோம். கூத்தினோடு அவற்றையும் பாடுவோம். அல்லாமல் தூரத்திலுள்ள நாடுகளை ஆள்பவர்களைப் பற்றிச் சுருக்கமாகவே அறிவோம். ஏழி மலைக்குப் போகவேண்டுமென்ற உறுதியோடுதான் கிளம்பினோம். அங்கேதான்

நன்னன் இருக்கிறானென்றே நாங்கள் அறிந்திருந்தோம்''

பெரும்பாணன் பரிதவிப்பில் ஆழ்ந்தார்.

''ஆமாம், ஏழி மலைதான் பழைய நன்னனின் நாடு. பலவகையாலும் புகழ் பெற்றவன். பாடல்கள் வழியாக நீங்கள் அறிந்திருப்பீர்கள். பாழியில் நடந்த போரில் சேரர்களைத் தோற்கடித்தவன்''

''அப்புறம் நன்னனுக்கு என்ன நேர்ந்தது?'' நான் கேட்டேன்.

''திறன்மிக்க சேரர்களோடு போரிட்ட நன்னனால் எதிர்த்து நிற்க முடியவில்லை. சேரர்படை நன்னனைத் தோற்கடித்தது. அவன் நாட்டைவிட்டு வெளியேறி கிழக்கு மலைகளில் ஒளிந்து கொண்டான். சேரர்படை வாகைப் பெருந்துறையில் அவனை மண்கவ்வச் செய்தது. நன்னன் அங்கே போரிட்டு உயிர் துறந்தான்''

மிக நெருக்கமாக இருந்த மன்னனைப் பற்றி பரணருக்கும் சொல்லி மாளவில்லை. ஆனாலும் அடக்க முடியாத ஒரு சோகம் அந்தக் கண்களில் கசிந்தது.

''பெரும் புலவரே, ஏழி மலைக்குப் புறப்பட்டதற்குப் பின்னால் வேறொரு காரணமும் உண்டு. என்மகன் சிறு வயதிலேயே ஊரைவிட்டு ஓடி விட்டான். அவனை ஏழிமலையில் பார்த்ததாக, ஊர்சுற்றி வந்த ஒருவன் சொன்னான். அவனைத் தேடியுமே நாங்கள் வந்தோம்''

''ஏழிமலையிலா? நான் நீண்ட நாட்கள் அங்கே இருந்திருக்கிறேன். அவன் பெயரென்ன?''

''பெயர் சொன்னால் தெரியுமா என்றறியவில்லை. மயிலன். என் மூத்த மகன்''

''மயிலனா?'' பரணரின் குரல் அதிர்ச்சியையும் துக்கத்தையும் ஒருசேர வெளிப்படுத்தியது.

''ஆமாம். சின்ன வயதிலேயே போய்விட்டான். அதன்பின் அவனைப் பற்றிய ஒரு தகவலுமில்லை''

பரணர் நீண்டநேரம் பேச்சற்று அமர்ந்திருந்தார்.

''பாணக்குடியில் பிறந்த ஒரு மயிலனை எனக்குத் தெரியும்''

''அவனை உங்களுக்குத் தெரியுமா? இப்போது எங்கேயிருக்கிறான் அவன்?''

பெரும்புலவர் குழம்பிப் போனார். நாக்கு உள்ளிழுத்துக் கொண்டது போலாயிற்று. உள்ளத்தின் இரைச்சலை அடக்கப் பாடுபடுவது போலிருந்தார்.

''நீங்கள் எதையோ சொல்ல வருவதாகத் தெரிகிறது. எதுவாக இருந்தாலும் எங்களிடம் சொல்லுங்கள்''

''இல்லை, ஏழி மலையை விட்டு நான் வெளியேற வேண்டியதாயிற்று. அதன்பிறகு மயிலனைப் பற்றி நானொன்றும் அறிந்திருக்கவில்லை. அதைப் பற்றிச் சொல்ல ஏதுமில்லை''

''சிறு வயதிலேயே காணாமல் போனவன். உறவினர்கள் அனைவருமாகச் சேர்ந்து அவனைத் தேடிப் புறப்பட்டிருக்கிறோம். நீங்கள் அறிந்ததைச் சொல்லும் கருணை காட்டுங்கள் புலவரே''

''நான் சொன்னேனே. அவனை எனக்கு நன்றாகத் தெரியும். ஆனால் அந்த நாட்டைவிட்டு வெளியேறிய எனக்கு, அதன்பின் ஒன்றும் தெரியாது. தெரிந்துகொள்ள வேண்டுமென்று தோன்றவுமில்லை. உயிரோடிருப்பான் என்று மட்டும் உறுதியாகச சொல்வேன்''

பெரும்புலவரின் கனத்த சொற்கள், மேலும் கூடுதலாகத் தெரிந்து கொள்வதிலிருந்து எங்களை விலக்கியது. அறிந்து கொள்ளும் ஆவலிருப்பினும் நாங்கள் நாவடக்கியிருந்தோம்.

''நீங்கள் இங்கே வரும்வழியில் ஒரு கோவிலைப் பார்த்தீர்களா?''

பெரும்புலவர் கேட்டார்.

"பார்த்தோம். நாங்கள் அக்கோவிலின் பக்கமாகவே வந்தோம். ஆனால் உள்ளே செல்லவில்லை"

"நீங்கள் அங்கே போக வேண்டும். ஒருவேளை என்னைப் பார்க்க நேர்ந்ததுகூட அதற்காக இருக்கலாம். மலையின் ஓர் ஓரமாக ஏறினாலும் கோவிலை அடையலாம். இரவு நீண்டநேரம் ஆகி விட்டதல்லவா? இப்போது உறங்குங்கள். நாளை அங்கே போய்விட்டு உங்கள் பயணத்தைத் தொடருங்கள். அடுத்து எங்கே போவதென்றும் நாளை தீர்மானிக்கலாம்"

பரணர் சொன்னதைக் கேட்ட நாங்கள் எங்களுக்குள் பார்த்துக் கொண்டோம். எங்கே போவது, என்ன செய்வதென்ற குழப்பம் ஒவ்வொருவருள்ளும் நிறைந்திருந்தது.

மழை முன்பே விட்டிருந்தாலும் ஆனைமலையிலிருந்து பாய்ந்த வெள்ளத்தின் சீற்றம் கூடியபடியே இருந்தது. கீழே ஆழியாறு பெருக்கெடுத்து ஓடிக் கொண்டிருக்கலாம். ஆறாகப் பெருகுவதற்கு முன் பெருங்கற்களின்மீது விழுந்து முழக்கத்தோடு ஒலிக்கும் நீர்வீழ்ச்சியின் ஆர்ப்பரிப்பு வேறு ஓசைகளற்ற இருளில் கூடுதல் உச்சத்திலானது. கற்குகைகளின் இருளில் உறக்கமற்றுக் கண்மூடிக் கிடந்தபோது அதன் முழக்கங்கள் எனக்குள்ளிருந்து வருவதாகத் தோன்றியது.

நான்கு

நடுவில் எப்போதோ கண்ணயர்ந்தபோது கொடுங் கனவுகளில் விழுந்து நான் திடுக்கிட்டெழுந்தேன். மயிலனைப் பற்றிச் சொன்னபோது பரணரின் வார்த்தைகளில் கண்ட கூர்மை ஒரு முள் காடாக வளர்ந்து இமைகளை மூடின. அவன் ஏதேதோ குழப்பங்களுக்குள் சென்று மாட்டிக் கொண்டிருக்கிறான். பரணரை அவன் நோகடித்திருக்கிறான். என்ன நடந்தது என்பதைச் சொல்ல பரணர் முயலவேயில்லை. இரத்தம் பூசிய உடல்களுக்கும் நிழல்களுக்குமிடையே நிகழ்ந்த ஒரு யுத்தத்தின் முடிவில் ஏதோவொரு கூக்குரல் கேட்டுத்தான் நான் விழித்தேனென்றே தெரிகிறது. மற்றவர்களும் உறங்கவில்லையென்று தோன்றுகிறது. அனைவரும் சீக்கிரம் எழுந்து விட்டிருந்தனர். அடுத்து என்ன செய்வதென்பதை யாராலும் தீர்மானிக்க முடியவில்லை. பரணர் சொல்வதை ஏற்றுக் கொள்ளலாமென்று என்னைப் போலவே எல்லோரும் நினைத்திருக்கக் கூடும். விடிந்தபோது அதையெல்லாம் தீர்மானித்து உறுதிப்படுத்தவே, பரணர் கோவிலுக்குப் போகலாமென்று கூறினார்.

கோவிலையடைய நீண்ட தொலைவு நடக்க வேண்டியிருக்கவில்லை. வழவழப்பான இதே பாதையினூடே முதல்நாள் மிகக் குறைந்த தூரமே எங்களால் போக முடிந்திருந்தது

என்பது அப்போதுதான் புரிந்தது. கோவில் இருந்த குன்றை நோக்கி ஏறிக் கொண்டிருக்கும்போது, பாதையின் இருபுறமும் காடு கனத்து வருவதை அறிய முடிந்தது. காட்டுநெல்லிகளும் கருமருதுகளும் இடைவெளியின்றி அடர்த்தியாக நிற்கின்றன. இதுவரை பார்த்திராத பூக்களின், பழங்களின் மணம் அப்பகுதி முழுக்கப் பரந்திருந்தது. அதை முகர்ந்து நிற்க வேண்டாமென்று பரணர் எங்களைத் துரிதப்படுத்தினார். தேன்கூடுகள் உள்ள மரங்களில் குதித்து விளையாடும் குரங்குகளைப் பார்த்து குழந்தைகள் நின்றுவிட்டன. 'அதையும் பார்த்து நிற்காதீர்கள்' என்றார் பரணர். காட்டின் அழகுகள் எங்களை வழி தவற வைத்து விடுமென்று பெரும்புலவர் பயந்திருக்கக்கூடும்.

குரங்குகளின் கையிலிருந்து தவறி விழுந்து கொண்டிருந்த பலாச்சுளைகளின் தேன்மணம் மூக்கைத் துளைத்து ஏறியது. விருப்பம் மீதூறி நடக்க மறுத்து குழந்தைகள் நின்றபோது, பெரியவர்கள் அவர்களை இழுத்துக்கொண்டு விரைந்து அகன்றனர். சிறுசிறு அருவிகள் ஒன்றாகி, பெரும் பாறைக்கூட்டங்களை நோக்கி விழும்போது உருவாகும் மூடுபனி சுற்றிலும் சூழ்ந்திருந்தது. ஆர்ப்பரித்து விழும் வெள்ளத்தின் ஓசை கூக்குரலாகத் தோன்றியது எனக்கு. செங்குத்தான ஏற்றம் ஏற குழந்தைகள் பாடுபட்டனர். எனினும் விடியலாக இருந்ததால் நாங்கள் மிகுந்த சோர்வடையவில்லை. பலநிறப் பறவைகள் ஒலித்துக் கொண்டிருக்கும் ஓர் ஆலமரத்தினருகே சென்றோம். ஆலயத்தை நெருங்கி விட்டோமென்று நினைக்கிறோம்.

முதல்நாள் தூரத்தில் கண்ட ஆலயத்தை இப்போது மிக அருகே கண்டோம். நாற்புறமும் கனத்த கொடுங்காடு. அதன் நடுவே ஆளரவமற்ற ஒரு சிற்றாலயம். முற்றத்தைச் சுற்றிப் பலவித மாமரங்கள் பூத்து நின்றிருந்தன. நாங்கள் ஆலயத்தை நெருங்கவும் மழை தூறத் தொடங்கியிருந்தது. முற்றத்தில் நடனமிடும் மயில்களின் பீலிகள் நீர்த்துளிகளை அணிந்து மேலும் அழகூட்டின. அவற்றின் இடைவெளிகளில் நுழைந்து நாங்கள் ஆலயத்தினுள் ஓடிச் சென்றோம். எங்களைத் தவிர மேலும் ஓரிருவரே அங்கிருந்தனர்.

''இங்கே பெய்யும் மழை என்றும் அவ்வளவு சீக்கிரம் ஓய்வதில்லை. அப்படியொன்றும் தீர்வதல்ல உள்ளேயிருப்பவளின் அழல். அது அகம் நிறைத்து என்றும் பெய்து கொண்டேதான் இருக்கும்''

பரணர் சொன்னது புரியாமல் நாங்கள் எங்களுக்குள் பார்த்துக் கொண்டபோது, விளக்குகள் எரியாத ஆலயத்துள் சுட்டியபடி கைகூப்பவும் செய்தார்.

கூரையின்கீழ் உடலில் சிவப்புப் பட்டுத்துணி சுற்றப்பட்டு ஓர் இளம்பெண் கண் திறந்தபடி தூங்குவதை, கைகளைக் கூபபிக் கொண்டே கருவறைக்குள் பார்த்த நான் நடுங்கிவிட்டேன். அது பெண்ணல்ல, கல்லில் செதுக்கப்பட்ட ஒரு சிலை என்றறிந்தபோது சுற்றியிருப்பது ஆலயமல்ல, ஒரு சுடுகாடாகவே எனக்குத் தோன்றியது. நீண்டநேரம் வணங்கி நிற்க முடியாமல் நான் பரணரைப் பார்த்தேன்.

''நன்னனால் கொலை செய்யப்பட்ட இளம் பெண்ணிவள்''

பரணரின் உதடுகள் துடித்தன. குரல் சற்று பதட்டம் அடைந்ததனாலோ என்னவோ அங்கே வணங்கி நின்ற ஒருவர் தலை சாய்த்துப் பார்த்தார்.

''எக்காலத்திலும் உறவினரோ எதிரிகளோ பெண்களை நடத்துவதில் மாற்றமேதுமில்லையே. தோற்ற நாட்டை ரத்தச் சகதியில் மூழ்க வைத்தல், விளைச்சலைத் தீயிடல், கணவனைப் பறிகொடுத்த இளம்பெண்களின் கண்ணீர் புரண்ட கூந்தலை அறுத்தெறிதல். இவைதானே மன்னர்களின் அரசாட்சி?''

பல பாடல்களின் மூலம் அறிந்திருந்ததை வைத்து சித்திரை உரகக் சொன்னாள்.

''இது அவ்வாறு நிகழ்ந்ததல்ல நண்பர்களே! அரசர்களின் உள்ளத்துணர்வை என்னால் புரிந்துகொள்ள முடியவில்லையென்று

நான் முன்பே சொல்லியிருந்தேன் அல்லவா? எனினும் குழந்தைத்தனம் நீங்காத ஒரு சிறுமிக்கு நன்னன் செய்த வன்கொடுமை பொறுக்க முடியாதது. பெண்கொலை செய்யத் தகாதது. நாட்டு நடப்புமன்று''

சித்திரையும் சீரையும் உன்னிப்பாகக் கவனிக்கின்றனர்.

''பலமுறை நான் இவளைப் பற்றிப் பாடியிருக்கிறேன்''

அவளைப் பற்றி அறிந்து கொள்ளும் ஆவலுடன் பெரும்பாணனும் சுருக்கமேறிய நெற்றியோடு நின்றிருந்தார். கூந்தல் அவிழ உறைந்த கனல்விழிகளுடன் நிலைகுத்தி நோக்குகிறாள் என்பதை ஒரு நடுக்கத்துடன் நான் உணர்ந்தேன். அலைவுறும் குரலில் பரணர் பேசத் தொடங்கினார்.

''நன்னனிடம் ஒரு மாந்தோப்பு இருந்தது. பல இடங்களிலிருந்து கொண்டுவரப்பட்ட வகைவகையான மாமரங்கள் நட்டு வளர்க்கப்பட்ட அருமையானதொரு மாந்தோப்பு அது. மாம்பழக் காலங்களில் எவரையும் ஈர்க்கும் நறுமணம் நாடெங்கும் பரவும். குழந்தைகளுடன் பெரியவர்களும் பெருத்துப் பழுத்துக் காணப்படும் மாம்பழக் கொத்துகளைப் பார்க்க ஆவலோடு நின்றிருப்பார்கள். தூங்காத கண்களோடு எந்நேரமும் காவல் காக்கும் காவலர்கள் அந்தத் தோப்பிலிருந்தனர். அதிலொரு மாம்பழத்தைத் திருடியவருக்கு மரணம் உறுதி. ஒரேயொரு மாம்பழம் காணாமல் போனாலும் காவலர்க்கும் மரணமே தண்டனை. அரசனின் ஆணைக்கு எதிராக ஒரு சிறுசொல்லும் எழும்பாதென எல்லோருக்கும் தெரியும். உயிர் போகுமென்ற பயம் இருந்ததனால் யாரும் தோப்புக்குள் செல்வதற்கான நெஞ்சுரத்தைக் காட்டவில்லை.

என்ன செய்வது? அரசனின் கட்டளைகளும் நாட்டுநடப்புகளும் அறியாத ஒரு சிறுமியின் மீதுதான் நீதியின் கொடியவாள் சென்றிறங்கியது. ஆழியாற்றில் தோழிகளுடன் நீர்விளையாடிக்

கொண்டிருந்தாள் அவள். ஆற்றின் ஓட்டத்தில் கையில் கிடைத்த மாம்பழத்தை, கண்ணும் காதுமற்ற நீதியின் கனியென்றறியாத அவள் உண்டுவிட்டாள். தவறிழைத்துவிட்ட அவளைக் கொன்றுவிட வேண்டுமென்பதே நன்னனின் ஆணை. அந்தப் பெண்ணின் உற்றார் உறவினர்கள் மன்னித்துவிடுமாறு அழுது தொழுது நின்றனர். நன்னன் சம்மதிக்கவில்லை. நாடாள்வோரை நல்வழிப்படுத்துவது உடனிருப்போரின் பொறுப்புதான். அதுவும் அங்கே நடக்கவில்லை. அச்சிறுமி கொல்லப்பட்டாள். அவள்தான் இங்கே உறங்காமல் உறங்குபவள். நன்னனின் காவல்மரமான மா பின்னர் பலமுறை முறிந்து விழுந்திருக்கிறது. அது அன்றுதான் தொடங்கியிருக்க வேண்டும்"

சீரையும் சித்திரையும் மரத்துப்போய் நின்றிருந்தனர். மீண்டும் ஒருமுறை ஆலயத்துக்குள் பார்க்கக்கூடிய தைரியம் எனக்குமில்லாமல் போனது.

நாங்கள் வெளியே வந்தோம். உள்ளே நுழையும்போது பார்க்காமல் விட்ட ஒன்றை அப்போதுதான் பார்த்தோம். முற்றத்தில் கற்சிலை ஒன்று இருந்தது. நாங்கள் உள்ளே வணங்கி நின்றபோது எங்களைப் பார்த்த ஒருவன், அச்சிலையில் அரைத்த மிளகின் விழுதைத் தேய்த்துக் கொண்டிருக்கிறான். அது சாரல் மழையில் நனைந்து சுற்றிலும் பரவிக் கொண்டிருக்கிறது.

அது என்னதென்று எங்களில் ஒருவர் விசாரிக்குமுன்பே பரணர் பேசத் தொடங்கினார்.

"இதுதான் நீதிக்கல். சுற்றிலும் குருதியென வழியும் சிவப்பு நிறம் பார்த்தீர்களா? அந்தச் சிவப்பு எப்போதும் மறையாது. மிளகை அரைத்து அதில் புரட்டுபவர்களுக்கு நீதி கிடைக்குமென்று இங்கிருப்பவர்கள் நம்புகின்றனர். நீதிக் கல்லில் வழியும் இரத்த நிறமும் அதன் எரிச்சலும் என்றும் என்னை நிறைவழியச் செய்திருக்கிறது. உள்ளிருக்கும் கனிவினைக் கண்டுகொள்ளாமல் நீதிக்குப் பங்கம் விளைவித்த நன்னனும் இங்கே இறந்தும் இறவாமல்

அலைந்து கொண்டிருக்கலாம். அதெனக்குத் தெரியும்''

நீதிக் கல்லில் மிளகாய் அரைத்துப் புரட்டிக் கொண்டிருந்த அவன் உரக்கப் புலம்புவதைக் கண்டு, நாங்கள் அந்தப் பக்கம் திரும்பிப் பார்த்தோம். சட்டென அவன் பேசுவதை நிறுத்தி அமைதியானான். ஆனாலும் அவன் கண்களிலிருந்து கண்ணீர் வழிந்து கொண்டிருந்தது.

பரணர் அதைப் பார்த்துவிட்டார்.

''நீங்கள் யார்? ஏன் இப்படி அழுது கொண்டிருக்கிறீர்கள்?''

அவன் எதுவும் பேசவில்லை. பதிலுக்கு அவன் கருவறையையும் நீதிக்கல்லையும் மாறிமாறிப் பார்த்தான்.

நான் அவனருகில் சென்று அவன் தோளைத் தொட்டேன்.

''தோழரே, அழல் அனைவருக்கும் பொதுவல்லவா? இப்படி அழாதீர்கள். சொல்லக் கூடாதென்றால் எதையும் சொல்ல வேண்டாம்''

அவன் கண்களைத் துடைத்துக்கொண்டான். நாங்கள் புறப்படத் தயாரானபோது, அவன் பின்னிருந்து அழைத்தான்.

''சற்று நில்லுங்கள். நான் சொல்கிறேன்''

நாங்கள் நின்றோம்.

''உங்களிடம் இதை நான் ஏன் சொல்கிறேனென்று எனக்குத் தெரியவில்லை. யாராலும் இனி எனக்கு உதவவும் முடியாது. நானும் என் மனைவியும் அருகிலிருக்கும் சிற்றூரில்தான் மிகமகிழ்வுடன் இணைபிரியாமல் வசித்து வந்தோம். தாமதியாமல் அவள் கர்ப்பிணி ஆனாள். அவளால் என்னைப் பிரிந்திருக்க இயலாதிருந்தது''

அவனுடைய குரல் இடறியது.

''பிரசவத்திற்கு அவளுடைய தாய்வீட்டிற்கு அனுப்புகிறேனென்று என்னால் ஆனமட்டும் சொல்லிப் பார்த்தேன். அவன் அதைக் காது

நிலம் பூத்து மலர்ந்த நாள்

கொடுத்தே கேட்கவில்லை. பிரசவ நேரம் நெருங்கிய போதுதான் அம்மாவின் வீட்டருகேயுள்ள ஒரு மருத்துவச்சியின் வீட்டிற்குப் போகலாமென்று சொல்கிறாள். அதற்குள் தாமதமாகியிருந்தது. மிக மோசமான நிலைமையிலிருந்த அவளையும் அழைத்துக்கொண்டு மருத்துவச்சியின் வீட்டை நோக்கி நடந்தேன். வழி புலப்படாத அளவுக்குக் கூரிருட்டு. கொடும்காடு. அவள் மிகவும் தளர்ந்திருந்தாள். வழியறியாமல் நானும் உழன்றேன். அவளால் நடக்கவே முடியாமல் ஆனது. ஒரு மரத்தடியில் அமர்ந்துகொண்டு என்னிடம் மருத்துவச்சியை அழைத்துவரச் சொன்னபோது, இருளில் அந்தக் கொடுங்காட்டில் அவளைத் தனித்து விட்டுச்செல்ல என்னால் இயலவில்லை. ஆனாலும் அவள் அழுகையைக் கண்டபோது புறப்படுவதைத் தவிர வேறு வழியொன்றும் தெரியவில்லை.

கொடிய இருளில் தட்டுத்தடுமாறி மருத்துவச்சியின் வீட்டையடைந்து கதவைத் தட்டி அழைத்தேன். கதவு திறக்கப்படும் போதே என் வருகையைப் பற்றித் தெரிவித்தேன். அதைக் கேட்ட அவள் நடுங்கி நிலைகுலைந்து போனாள். அதன் காரணம் அப்போது எனக்குத் தெரியவில்லை. அவள் ஊர்ப் பெரியவரையும், அயல்வாசிகள் ஓரிருவரையும் அழைத்துக்கொண்டு அப்போதே என்னுடன் வந்தாள். காட்டில் அவளிருக்குமிடத்தை அடைந்தபோது நாங்கள் கண்ட காட்சி! என்னால் சொல்ல இயலவில்லை நண்பர்களே''

சற்றுநேரம் அவன் மொழி இடற நின்றான்.

''அவளும், அப்போதுதான் ஈன்ற குழந்தையும் இறந்து கிடக்கின்றனர். அபபகுதி முழுக்க, குருதி ஒழுகிப் பரந்து கிடக்கின்றது. என் உயிர் உடலைப் பிளந்து போவதாகத் தோன்றியது. யார்யாரோ என்னைத் தாங்கிப் பிடித்தனர். மயக்கம் தெளிந்தபோது அந்த மருத்துவச்சி என்னருகிலேயே அமர்ந்திருந்தாள். என்ன சொல்வதென்று அறியாமல் அவளும் மூச்சிரைத்தபடி அழுது கொண்டிருந்தாள். என்னை முதலில் பார்த்தபோது நடுங்கியதன்

காரணத்தை அப்போதுதான் சொன்னாள்.

அன்றைய விடியலில் அவள் ஒரு தீக்கனவு கண்டிருக்கிறாள். கொடுங்காட்டில் கூரிருட்டில் பிரசவ வலியுடன் பெண்ணொருத்தி தனியாக இவளுக்காகக் காத்திருக்கிறாள்! அவள் காட்டிற்குப் புறப்பட்டபோது ஒரு பேய் பாய்ந்து வந்து, அவளைப் பிடிக்கப் பார்க்கிறது. அதை உதறிவிட்டு நகர்ந்து ஓடியகல, ஒரு பசுவின் தலையில் இடித்துக்கொண்டே கீழே விழுகிறாள். அதற்குள் பேய் நெருங்கி வந்து அவளைப் பிடிக்க முயல, உரக்கக் கதறியபடியே தன்னால் இயன்றவரை அதைத் தடுக்க முயல்கிறாள். திடீரென வானம் வெடித்துச்சிதறும்படி ஒரு மின்னல் வெட்டுகிறது. என்னவென்றறியாத ஒருபலம் தன் உடலில் உருவானதாக அவளுக்குத் தோன்றுகிறது. அந்த பலத்தில் பேயை எதிர்கொண்டு அவள் அதைக் கொல்கிறாள்''

''அந்தக் கனவின் பொருளென்ன?''

நாங்கள் அதைத் தெரிந்து கொள்ளும் ஆவலில் இருந்தோம்.

''அதையும் அவளே சொன்னாள்''

அவன் தொடர்ந்தான்.

''இந்தக் கோவிலின் இறைவிதான் தன்னுள் புகுந்து அந்த பலத்தைத் தந்ததாக அவள் சொன்னாள். பெண்கொலையை வழக்கமாகக் கொண்டிருந்த அந்தப் பேயைக் கொல்வதற்காக இங்கிருக்கும் அந்த இறைவியே என் மனைவியின் வயிற்றிலும் பிறந்தாள் என்பதுதான் அவளுடைய கனவின் பொருள்''

அவ்வப்போது நிறுத்தியும், குரல் தடுமாறியும் அவன் முழுவதுமாகச் சொல்லி நிறுத்தினான். யாராலும் எதையும் பேச முடியவில்லை. ஒவ்வொருவரும் அவரவர்களின் துன்பத்தின் அளவுகளெடுத்து அளந்து பார்த்திருக்கலாம்.

பரணர் அவனிடம், ''பார் நண்பா, இந்தக் கோவிலின் உள்ளிருக்கும்

கனிவின் கனத்த வெளிச்சம் உங்களைச் சூழ்வதை என்னால் பார்க்க முடிகிறது''

என்று சொல்லிவிட்டு எங்கள் பக்கம் திரும்பி,

''இன்னும் பல சந்தர்ப்பங்களில் இவள் மீண்டும் மீண்டும் பிறப்பாள். அரசரின் நீதியும் இறைவனின் நீதியும் அவளை மீண்டும் மீண்டும் அலைக்கழிக்கும். ஆனாலும் கனிவு மட்டுமல்ல, பகையும் வற்றாதவள் இவள். இனிவரும் காலங்கள்தோறும் கனிவையும் பகையையும் இந்த உலக மக்கள்மீது பொழிவாள் இவள்''

நேரம் தாழ்த்தாமல் நாங்கள் புறப்பட வேண்டியிருந்தது. அவன் அங்கேயே நின்று கொண்டிருந்தான். நான் அவனுடைய கைகளைப் பற்றினேன்.

''துயரம் கொள்ளாதீர் தோழரே. நீங்கள் எங்களுடன் வருகிறீர்களா?''

''இங்கிருந்து நான் எங்கும் வர இயலாது. எங்கள் குழந்தையாகப் பிறந்தவள் இங்கேதான் இருக்கிறாள். அவளை நான் என்றும் பார்த்துகொண்டே இருக்க வேண்டும். நான் இறந்து அவளுடனும் அவள் தாயுடனும் சென்று சேரும்வரை இப்படியாவது ஒன்றிணைந்து இருப்போம்''

நாங்கள் பேச்சற்று நின்றோம். கோவிலிலிருந்து புறப்பட்டு பின்னால் காட்டு வழியாக இறங்கும் போதும் சீரை திரும்பிப் பார்த்தபடியே வந்தாள்.

''அந்த ஆலயத்தின் இறைவியின் மறுபிறப்புதான் நான்''

அவள் சொன்னதைக் கேட்டு விளையாட்டாகப் பேசியதாக எண்ணி சித்திரை சிரித்தாள்.

ஐந்து

மலையேறும் போதிருந்த உற்சாகம் இறங்கும்போது சற்றே குறைந்திருந்தது. பரணர் எதனால் எங்களை அங்கே அழைத்துச் சென்றார்? பாணரும் கூத்தருமாக இருப்பதனால் அரசர்களைப் பற்றித் தெரிந்துகொள்ள வேண்டுமென்றா? அரசரின் நீதிக்கும் மற்றவர்களின் நீதிக்குமிடையே என்னென்ன சிக்கல் சிடுக்கல்கள் இருக்கின்றன என்பதைப் பற்றிச் சிந்திக்க வேண்டுமென்பதாலா? இவற்றை எல்லாம் நாங்கள் அறிந்திருக்க வேண்டுமென்று அவர் விரும்பியிருக்கலாம். ஆனாலும் இப்போதும் எங்கே போவதென்றோ என்ன செய்வதென்றோ தெரியாததன் அங்கலாய்ப்பு எங்களிடமெல்லாம் காணப்பட்டது. பரணர் ஏதேனும் வழியைக் கண்டடைவாரென எனக்குத் தோன்றினாலும் அவர் பேசாமல் வந்தது, ஏதோ ஓர் இயலாமையை வெளிப்படுத்தியது.

''நினைத்தது தவறவில்லை'' கற்குகைகளின் அருகே சென்ற பரணர் சொன்னார்.

''அரச வாழ்வென்பது என்னவென்றும் அவர்களின் முறைமைகள் என்னவென்றும் நீங்கள் இப்போது சற்றேறக்குறையத் தெரிந்துகொண்டீர்கள். கொடுமையும் கனிவும் ஒரே வயிற்றில் பிறந்த இரட்டையர்களே. அரசியலில் இவற்றைப் பிரித்தறிய முடியாமல்

குழப்பமடைவோம். ஒருவனிடம் காட்டும் கனிவு, மற்றொருவனிடம் கொடுமையாக மாறலாம். மன்னர்களைப் பற்றிப் பாடல் புனையும்போது உள்ளே இவையெல்லாம் பொதிந்திருக்க வேண்டும். அந்த ஆலயத்திற்கு ஏன் போனீர்களென்று பின்னால் அறிந்து கொள்வீர்கள். அங்கிருக்கும் இறைவி உங்களுக்குத் துணையிருப்பாள். ஆமாம். இப்போது நீங்கள் எந்த அரசனைப் பார்க்கப் போகிறீர்கள்?''

''அதையும் தாங்களே சொல்லி விடுங்கள். ஏழி மலைக்குத்தான் போகலாமென்றிருந்தோம். வறுமையைப் போக்க வேண்டும். கூடவே மயிலனையும் கண்டுபிடிக்க வேண்டும்''

''ஏழி மலை இப்போது எப்படி இருக்கிறதென்று நான் அறியவில்லை. மயிலனை நீங்கள் வேறு ஏதாவதொரு இடத்தில் கண்டடைவீர்கள். இப்போது ஏழிமலைக்குப் போக வேண்டாமென்றுதான் எனக்குத் தோன்றுகிறது''

அனைவரும் பேசாமல் நின்றனர். என் உள்ளமும் கனத்திருந்ததால் ஒன்றும் பேச முடியவில்லை. பரணரும் நினைவிலாழ்ந்தார்.

''பறம்பு மலையில் பாரி என்றொரு வேள் இருக்கிறான். அவனைக் காணச் செல்பவர்களுக்கெல்லாம் வேண்டுவதிலும் அதிகம் கொடுக்கும் வள்ளல் எனப் பெயர் பெற்றவன். பாட்டிலும் கூத்திலும் மிகுவிருப்பம் உடையவன் வேள்பாரி. உங்கள் வறுமை தீரப் பாரியைப் பார்ப்பதுதான் நல்லது''

''பாரியைப் பற்றி நாங்கள் ஏதும் அறியோமே பெரும்புலவரே!''

பெரும்பாணன் குரல் தழைத்துச் சொன்னார்.

''அதைப் பொருட்படுத்த வேண்டாம். பெருவீரனெனினும் கனிவுள்ளவன் பாரி. மூவேந்தர் ஒன்றாகச் சென்று போரிட்டாலும் தோல்வியடையச் செய்யக்கூடிய படைபலம் பாரியிடமுண்டு. ஆனால் நல்ல பாட்டிற்கும் கூத்திற்கும் முன்னால் அவன்

தோல்வியைத் தழுவுவான். பாரியின் நெருங்கிய நண்பரான என் தோழர் கபிலர் அங்கிருக்கிறார். பாரியைப் பற்றி மிக அதிகமாகப் பாடியிருப்பவர். நீங்கள் பறம்பு மலைக்குச் சென்று கபிலரைப் பாருங்கள். வேள்பாரியைக் காண்பதற்கான வழி பிறக்கும்''

''அப்படியே செய்கிறோம் பெரும்புலவரே''

அதுதான் சரியென்று பெரும்பாணருக்கும் தோன்றியிருக்கும்.

''அப்படியெனில் நீங்கள் பறம்புமலைக்குப் புறப்படுங்கள். இங்கிருந்து பறம்புமலை அதிக தூரமில்லை. அங்கே செல்வதற்கான வழி கண்டுபிடிப்பதும் எளிதுதான். உங்களுக்கு நன்மை வந்து சேரட்டும்''

பரணருக்கு வேறு அவசரமான வேலை இருக்குமென்று எங்களுக்குத் தோன்றியது. வேறெங்கேயாவது போவதற்காகத் தயாராகலாம். நாங்கள் பயணப்பட முடிவெடுத்தோம்.

''பெரும்புலவரே, தங்களின் இரக்கத்தின் முன்னால் எங்களால் எந்தக் கைமாறும் செய்ய இயலாது. அதை நாங்கள் எங்களின் உள்ளத்துக்குள்ளேயே பொதிந்து வைத்துக் கொள்கிறோம். உங்கள்மீது ஆண்டவரின் கனிவு நிறையட்டும்''

பெரும்பாணன் சொன்னபோது பரணர் புன்னகைத்தார்.

''மலையிலிருக்கும் இறைவிக்காக யாழில் குறிஞ்சிப்பண் மீட்டுங்கள். இடர்ப்பாடுகள் ஏதுமின்றி இவ்வளவு தூரம் வந்து விட்டீர்கள் அல்லவா?''

பரணர் சொன்னதைக் கேட்ட பெரும்பாணன் என்னைப் பார்த்தார். 'கொலும்பா' என்றழைக்கும் முன்பே நான் பேரியாழ் எடுத்துக் கொடுத்தேன். பெரும்பாணனின் கையிலிருந்து மல்லிகை பாடினாள். ஆழியாற்றின் பேரிரைச்சல் அவளோடு இணைந்தது. நாங்கள் மலையை நோக்கி வணங்கினோம்.

வேறு எங்கும் புறப்பட்டுச் செல்வதற்கான அவசரமெதுவும் பரணரிடம் காணவில்லை. அதனால் கைகூப்பி வணங்கி விடைபெற்று நாங்களே புறப்பட்டோம். முன்னால் நடந்து கொண்டிருக்கையில் நான் ஒருமுறை திரும்பிப் பார்த்தேன். பரணரைக் காணவில்லை. குகைக்குள் ஏறிச் சென்றிருக்கலாம். இல்லையெனில் நட்பைப் பற்றி தானே உருவாக்கிய ஒரு பாடலில் மூழ்கி, மற்றவற்றில் இருந்தெல்லாம் மறைந்திருக்கலாம்.

ஆழியாற்றின் அருகே செல்ல அவ்வளவு பிரயாசைப் படவில்லை. குறவர்கள் சொன்னதுபோல ஆற்றில் பெரிய பாறைக் குவியல்கள் அணி வகுத்திருந்தன. மழைக்காலத்தின் கனம் கூடாதிருந்ததால், அவற்றை இணைக்கக் குறுக்கே போடப்பட்டிருந்த மரப்பாலத்தின்மீது வெள்ளம் பெருகவோ அம்மரப் பாலங்கள் அடித்துச் செல்லப்படவோ இல்லை. ஆனாலும் சில இடங்களின் நீரோட்டம் பாலத்தைத் தொட்டுச் சென்றது. சில இடங்களில் வெள்ளம் பாலங்களுடன் போராடிக் கொண்டிருந்தது.

பாறைகளை நோக்கி நீளும் மரப்பாலத்தின்மீது நாங்கள் ஒவ்வொருவராக ஏறினோம். ஒற்றை மரப்பாலம் சில இடங்களில் வழுக்கவும் செய்தது. சற்று வளர்ந்த பிள்ளைகள் பாலத்திலமர்ந்து நகர்ந்து மெதுவாக முன்னேறினர். சீரை என் கையை இறுகப் பிடித்துக்கொண்டு நடந்தாள். நாங்கள் முதல் பாறைக் குவியல்களுக்கு அருகே, பின்னால் வருபவர்களுக்காகக் காத்து நின்றோம். சித்திரையைக் கைப்பிடித்து அழைத்து வந்தான் சந்தன். அவள் தனியாகவே நடந்து வருவேன் என்று சொல்லியிருக்கலாம். இப்போது அவன் சித்திரையின் கையை விட்டுவிட்டு, பின்னால் வந்த நெல்லக்கிளியை மெதுவாகப் பிடித்து ஏற்றுகிறான். அவன்மீது என் மரியாதை கூடியது. எனினும் சந்தனைப் பார்க்கும் போதெல்லாம் தீயில் உருகும் மெழுகுபோல் என்னுள்ளம் எரிந்து கொண்டிருந்தது. மயிலனை இனி எங்கே போய்த் தேடுவது?

நிறைந்து வழிந்த போதும் ஆற்று வெள்ளம் தெளிவாக இருந்தது. கரையின் சதுப்பிலிருந்து வந்து சேரும் நீரினால் அதைக் கலங்கடிக்க முடியவில்லை. பிறந்து விழுந்த குழந்தையின் கண்கள் உலகத்தைப் பார்ப்பது போல வெளிச்சம் நீர்ப்பரப்பின்மீது சுழன்று நடந்தது. இடையில் ஒரு மின்னல் அடிப்பரப்புவரை பாய்ந்தபோது பெரியதொரு கண்ணாடி உருளியாக ஆறு ஒளிர்ந்தது. ஆற்றங்கரை மரங்கள் தெளிவான நீர்ப்பரப்பில் தலைகீழாக நிற்பதைக் கண்டு சீரை சன்னமாகச் சிரித்தாள்.

"அப்பா, பிறந்துவிழும் குழந்தைகளின் உள்ளத்திலும் இப்படித் தலைகீழான காட்சிகள்தான் தோன்றுமா? நேராகப் பார்ப்பது நாமா? அவர்களா?"

பாறைக் குவியல்களின் வழியாக அவள் தனியாக இறங்கி முன்னால் நடந்தாள். கால் சற்று வழுக்கிக் கீழே விழ எத்தனித்தபோது, அவளுடைய குரலிலும் அந்த நடுக்கம் சென்று தொட்டது.

காலையில் புறப்பட்ட போதிலிருந்து அவள் இப்படி ஒவ்வொன்றாக விசாரித்துக் கொண்டேயிருக்கிறாள். கடவை அடைந்து ஆற்றின் வெளிச்சத்தின் குறுக்கே கடந்தபோது அதன் எண்ணிக்கை கூடியிருந்தது.

"பிறந்து விழும் குழந்தையின் உள்ளத்தில் தெளிவான வானம் தென்படும். அப்புறம் அதன் நிறம் மாறிமாறி வரும். சில சமயம் வெள்ளை. சில சமயம் நீலம். பிறகு சிவப்பு, கறுப்பு"

அவளுடைய எண்ணம் அறிந்ததனால் அதனோடு ஒட்டிய ஒரு பதிலை நான் சொன்னேன்.

"வானத்தின் நிறம் மாறிமாறி வருவது எதனால் அப்பா?"

"வானத்திற்கு நிறமில்லை மகளே. அது எப்போதும் கண்களோடு விளையாடுகிறது. அதுபோலவே இந்த உலகமுமென்று சிலர் சொல்கின்றனர்."

இன்மையைப் பற்றி கண்களை ஏமாற்ற நெய்தெடுத்த வண்ணப் போர்வைகளைக் குறித்து அவளிடம் சொல்வதற்கு எனக்கே புரியாதிருந்தது. இன்மை என்ற ஒன்று இல்லாதிருக்கலாம். காணவும் கேட்கவும் தொட்டறியவுமென உலகத்தில் ஏதேனும் சில எப்போதுமிருக்க வேண்டும். இன்மையின்மீது நினைவுகளும் கனவுகளுமென நாமும் போர்வைகள் நெய்து கொண்டிருக்கிறோமே! பிறந்து விழும் குழந்தைகள், உலகத்தைப் பார்க்கத் தொடங்கும்போது காணும் கனவு என்னவாக இருக்கும்?

இப்போது வானம் வெளுத்திருந்தது. வெள்ளைக் கொக்குகள் கூட்டமாகப் பறந்து போவதைக் கண்டபோது சீரை மீண்டும் தொடங்கினாள்.

''இவை எங்கே பறந்து போகின்றன?''

''பக்கத்து வயல்களுக்காக இருக்கலாம்''

''நாமும் இந்தப் பறவைகளைப் போலத்தானே அப்பா?''

நான் புருவம் நெரித்தேன்.

''ஆற்றோரத்திலிருந்து வயல்களுக்கு, ஒரு நாட்டிலிருந்து மற்றொரு நாட்டிற்கு. புறப்பட்ட இடமும் சென்று சேரும் இடமும் நமக்குச் சொந்தமென்று ஆவதில்லையே. பறவைகளுக்கும் சொந்தநாடு இல்லைதானே அப்பா?''

அவள் ஒவ்வொன்றையும் உய்த்துணரும் விதத்தைக் கண்டு எனக்குப் பதட்டமும் சிறிய அச்சமும் தோன்றியது.

''ஆமாம் மகளே, தன்னுடையது என்று சொல்வதற்கான ஓரிடம் இங்கே யாருக்குமில்லை. உறவினர் என்பவர்கள் நம்முடன் இருப்பவர்கள்தானே. எல்லோரும் உறவினர்கள்தானே. எயினரும் குறவரும் அப்புறம் பெரும்புலவரும் நம்மோடு பழகியதைக் கவனித்தாய் அல்லவா? நமக்கு வந்து சேரும் நன்மையும் தீமையும்

வேறு யாரோ, எந்தச் சூழலிலோ நமக்குச் செய்த செயலால் வந்ததில்லையே? நாமடையும் துன்பமும் இன்பமும் பிறரால் நமக்குத் தரப்படுவதில்லையே? பிறப்பும் இறப்பும் உலகம் தோன்றிய நாளிலிருந்தே இருப்பவை அல்லவா? நாம் கடந்து செல்லும் இந்த ஆற்றின் மரத்துண்டுகளைப் பார்த்தாயா? அவை ஆற்றின் ஒழுக்கையொத்து அதன்வழி போகிறதல்லவா? அதுபோலத்தான் ஏதோ ஒன்று நம்மை ஓரிடத்திலிருந்து வேறோர் இடத்திற்கு இட்டுச் செல்கிறது. இதையெல்லாம் சான்றோர்கள் முன்பே சொல்லிச் சென்றுள்ளனர். பறவைகளைப் போலக் காற்றுவெளிகளில் பறப்பதற்கிடையில் இறகுகள் கொண்டு நாம் உயிரினை எழுதிச் செல்கிறோம்''

''இல்லாமையில் வரும் எழுத்தல்லவா? அதை யாரும் வாசிப்பதில்லையே அப்பா?''

பாழாய்ப் போகும் வாழ்வினைப் பற்றியெல்லாம் அவள் இப்போதே தெரிந்து வைத்திருக்கிறாள்! அதில் பெருமிதம் கொள்வதா, அழுவதா என்றறியாமல் நான் அவள் நெற்றியில் முத்தமிட்டேன். பெருவெளிச்சம் உள்ள போதும் மறுகரையிலுள்ள மரங்கள், பசுமையின் அடர்த்தியில் காவடிபோல் ஆடுவதை சீரை கண்டாள். வேர்களைக் கால்களாக்கி அவற்றிலொன்று அலைப்பரப்பின்மீது பாய்ந்து வருமென்று அவளுக்குத் தோன்றியது. உறக்கத்தின் இடையில் பட்டென்று எழுப்புவதும், எது தன்னை எழுப்பியதென்று நினைவுபடுத்திப் பார்க்க முடியாததுமான ஒரு நடுக்கத்தில் அவள் தன் பார்வையைப் பின்னுக்கிழுத்தாள். பாசி படிந்த பாறையின் ஒரு பகுதியை ஒரு கையாலும் பாவாடை நுனியை மற்றொரு கையாலும் இறுகப் பற்றியபடி அவள் கண்கள் மூடித் தரையில் அமர்ந்தாள். அப்போது அவளைச் சூழ்ந்த வெளிச்சத்தைப் பார்த்தபோது, மயானத்தில் உறங்கும் இறைவி மலையிறங்கி வந்து, அவளை மடியிலணைத்துத் தழுவுவதாகவே எனக்குத் தோன்றியது.

குறவர்கள் முதலைகளைப் பற்றிச் சொல்லியிருந்தாலும் ஆற்றில் அவற்றைக் காண முடியவில்லை. எனினும் ஏதாவது சகதி போர்த்திய பாறைக்கடியில் மரத்துப்போன கொடுமையைப் போல அசைவற்றிருக்கும் ஒன்றினை ஒவ்வொருவரும் உள்ளுணர்வில் கண்டோம். அவை மீன் முதல் யானை வரை அனைத்தையும் விழுங்கும். தன்னுடைய குட்டிகளையே தின்னும் முதலைகளின் கொடுமையைப் பற்றிக் கேள்விப்பட்டதே எங்களைக் கிடுகிடுக்க வைத்தது. ஆற்றைக் கடக்கும்வரை அப்படியொன்றைப் பார்த்துவிடக் கூடாதென்று கடவுளை வேண்டிக் கொண்டிருந்தோம். மரப்பாலங்களின்மீது இழைந்தும், பாறைகளின்மீது வழுக்கியும் எல்லோரும் மறுகரையை அடையும்வரை பயம் ஒவ்வொருவரையும் கட்டி இழுத்தது. ஆற்றில் குளித்து, தெளிவான நீலத் தழையாடைகள் அணிந்து ஏறிச்செல்லும் பெண்களைப் பார்த்தபோது உடல் முழுவதும் பரவியிருந்த நடுக்கம் சற்று குறைந்தது. மறுகரை அடைந்தபிறகும் சிலர் பேச்சற்று நின்று விட்டிருந்தனர்.

தூரத்தில் பார்த்தது போலிருக்கவில்லை, அருகே கண்ட தெளிவான காட்சிகள். ஆற்றின் கரையிலேயே ஒதுங்கிச் சேர்ந்திருந்த வண்டல்மண் குவியல்களில் ஆங்காங்கே ஒவ்வொன்றாய் நின்றிருந்த மாமரங்கள் காய்த்திருந்தன. புதர்க்காடுகளின்மீது வளர்ந்து நிற்கும் நாணல்கள் சிறுகாற்றில் அசைந்து கொண்டிருந்தன. அவற்றின் வெண்பூக்களைப் பார்த்து, பறக்கும் கொக்குகளைப்போல் இருப்பதாக சீரை புன்னகைத்தாள்.

நாங்கள் முன்னேறிச் சென்றோம். பயம் மொத்தமாக விலகிச் சென்றதன் தெளிவு நிறைய பேரிடம் தென்பட்டது. நெல்லக்கிளியும் சித்திரையும் எங்கே? நான் திரும்பிப் பார்த்தேன். அதோ அவர்கள் நடந்து வருகின்றனர். உலகன் எங்கே? அவன் பக்கத்தில் எங்கும் தென்படவில்லை. குழந்தைகளோடு விளையாடியபடி வந்து கொண்டிருப்பானென்று நினைத்தேன். ஆனால் அந்தக் குழுவிலும் இல்லை. நான் சற்று பின்னோக்கிச் சென்று தேடினேன்.

ஆற்றங்கரையின் ஒரு புதர்க்காட்டில் ஓரமாக உலகனும் சந்தனும் எதையோ பேசிக்கொண்டு நின்றிருக்கின்றனர்.

''நீங்கள் இங்கே என்ன செய்கிறீர்கள்?''

சற்று கடுமையான குரலிலேயே நான் விசாரித்தேன்.

உலகன் ஒன்றும் பேசவில்லை.

''மயிலனை எங்கே தேடுவோம்? அவனைக் கண்டுபிடிக்க முடியாவிட்டால் வேறு என்ன கிடைத்தும் நம் துயரம் தீராதல்லவா?''

என்னுள்ளே நிறைந்த அழலை ஏற்றெடுத்ததைப் போலச் சந்தன் தலைகுனிந்து நின்றான். என்னால் பேச முடியவில்லை.

''அப்பா, அண்ணனைத் தேடி ஏழிமலைக்கே போகிறோம் நாங்கள்''

சந்தன் உலகனின் கையை அழுந்திப் பிடித்தான்.

''வேண்டாம் உலகா, நீ உன் வீட்டாருடன் போ. எனக்கு இப்போது வேறு கடமைகளொன்றும் இல்லையல்லவா? இந்த உலகத்தில் அவன் எங்கிருந்தாலும் நான் தனியாகவே கண்டுபிடிப்பேன்''

சந்தன் இதைச் சொன்னபோது நான் என்ன செய்வது என்றறியாத நிலையை அடைந்தேன்.

''நீ போகாதே மகனே. அவனைக் கண்டுபிடிக்கவும் ஏதேனும் வழியுண்டாகும். நீ எங்களுடன் வந்தாலே போதும்''

அப்படிச் சொன்னாலும் அதெப்படி நடக்கும் என்பதில் நான் எந்த உறுதியுமற்றிருந்தேன். ஆனாலும் பரணர் சொன்னது நினைவுக்கு வந்தது. என்றாவது ஒருநாள் அவனைக் கண்டுபிடிக்காமல் இருக்க மாட்டோம்.

சந்தனின் தீர்மானத்தில் மாற்றமெதுவும் ஏற்படவில்லை. அவனுடைய இளமைத் துடிப்பிற்கும் உள்ள உறுதிக்கும் முன்னால் நான் தோற்றுப் போனேன். ஒன்றாக நடக்க ஆரம்பித்தபோது அவன் மனதை

மாற்றுவதற்காக நான் எடுத்த முயற்சிகள் வீணாயின. சற்று தூரத்தில் மற்றவர்கள் எங்களுக்காகக் காத்திருந்தனர்.

வளைந்த கிளைகளுள்ள உயர்ந்த மருத மரங்களிலிருந்து ஆளரவம் கேட்ட கொக்குகள் பறந்து மறைந்தன. மாங்கொம்புகளில் அமர்ந்திருந்த மயில்கள் பீலிகளை ஒதுக்கிவைத்து, கீழே பார்த்து செவி கூர்ந்தன. சற்று முன்னேறவும் பாதையின் இருபுறமும் கண்ணுக்கெட்டிய தூரம்வரை நெல்வயல்கள். அங்கே களை பறித்துக் கொண்டிருந்த உழவர்கள் வேலையை நிறுத்தி எங்களைப் பார்த்தனர். ஆட்களைக் கண்டதும் எங்களுக்கும் ஓர் உற்சாகம் வந்தது.

நரைத்த தாடியுள்ள ஒருவர் தலைப்பாகையை அவிழ்த்து உதறியபடி எங்களருகே வந்தார். யாழ்களும் பறைகளும் நிறைந்த எங்கள் தோள்மூட்டைகளைக் கண்டவுடன் எங்களின் தொழில் என்னவென்று அவருக்குப் புரிந்திருக்க வேண்டும். ஆனாலும் ஒரு வழக்கமாக அவர் புருவத்தை நெளித்துப் பார்த்தார்.

''நீங்கள் எங்கே போகிறீர்கள்? இந்த ஊரில் உங்களைப் பார்த்ததில்லையே?''

''வேள் பாரியைப் பார்ப்பதற்காகப் பறம்புமலைக்குப் போகிறோம். புகலிடம் தேடி வரும் இரவலர்க்கு நாட்டையே பங்கிட்டுக் கொடுப்பவனென்று கேள்விப்பட்டோம்'' என்றார் பெரும்பாணன்.

''வேள்பாரி வீரமுள்ளவனெனினும் இரக்கமும் கருணையுமுள்ளவனே. ஆமாம், இரவலர்க்கும் அதுதானே தஞ்சமடையும் பாதை. பொழுதடையும்வரை வேலை செய்து பொருள்தேட வேண்டாமல்லவா?''

அவருடைய சொற்களின் கூர்மை குத்த வேண்டிய இடத்தில் குத்தியது.

''இரவலராகச் செல்லவில்லை. ஆட்டமும் பாட்டுமாகப்

பிழைப்பவர்கள் நாங்கள். ஆடுமாடுகளாக இருந்தால் இவையேதுமின்றிக் காலத்தை ஓட்டலாம்''

முள்ளாய்க் குத்திய வார்த்தைகளின் புண்களில் சந்தனுக்கு இரத்தம் துளிர்த்தது.

''விவாதம் செய்து நிற்க நமக்கு நேரமில்லையேப்பா. நாம் போகலாம்''

நான் சொன்னேன். அதற்குள் உச்சி சாய்ந்திருந்தது. நடையின் தளர்வினைக் குழந்தைகளில் காண முடிந்தது. சற்று இளைப்பாற இந்த ஊரில் இடம் கிடைக்குமென்று தோன்றவில்லை.

நாங்கள் முன்னேறிக் கொண்டிருந்தோம். அல்லலற்று வாழ இந்த பூமி கனிந்து நல்கிய பொருளும், செழிப்பும் உள்ளவர்களுக்கு மற்றவர்களின் துயரம் வெறுமொரு பொழுதுபோக்காக இருக்கலாம்.

பெரியதொரு நெல்வயல் பின்னிட்டோம். அகலமான அதன் வரப்புகளில் நிழல் இருக்கவில்லை. உச்சிவெயிலின் சூடான காற்று நெற்கதிர்களில் பட்டு சிறு குளிர்ச்சியைக் கொண்டுவந்தது. வயல்வெளியைக் கடக்கவும், வெயிலின் உக்கிரம் சற்று குறைந்தது. பூத்திருந்த காஞ்சிமரங்கள் நிரை நிரையாக நிற்கின்றன. அதற்கடுத்து நிறைய குலைகளுள்ள மாமரங்களும் இருந்தன. மாவின் குலைகளுக்கு நடுவே அமர்ந்திருந்த கிளிகள் சற்று நேரத்திற்குப் பிறகே கண்களில் பட்டன. வழியருகே ஓரிரண்டு சுமைதாங்கிக் கற்களும் அவற்றிற்கருகிலேயே ஒரு தண்ணீர்ப் பந்தலும் இருந்தன. குழந்தைகள் நிழல் தேடிப் பாய்ந்தனர். ஆண்கள் சுமை தாங்கிகளில் மூட்டைகளை இறக்கி வைத்தோம். பெண்கள் நீர் கொண்டுவரத் தண்ணீர்ப் பந்தலுக்குப் போனார்கள்.

சந்தன் சற்று தள்ளி ஒரு மாமரத்தடியில் தலைகுனிந்து அமர்ந்திருப்பதைப் பார்த்து, நான் அவனருகே சென்றேன். தலையுயர்த்திப் பார்த்தபோதும் அவன் முகம் தெளிவின்றியே

இருந்தது.

''என்ன ஆச்சு மகனே?''

அவன் ஒன்றும் சொல்லவில்லை. கொஞ்ச நேரத்திற்குப் பின் முணுமுணுப்பாக என்னிடம் பேசினான்.

''நாம் அனைவரும் ஒரு வகையான கூட்டுப்புழுக்கள் தானே?''

நான் நெற்றி சுருக்கினேன்.

''தங்களுடைய உடலின் வெளிப்புறத்தில் தனியறைகள் உருவாக்கி, உள்ளத்தால் அதற்குள் அடையிருப்பவர்கள். ஆட்டமும் கூத்துமெல்லாம் அங்கேதான். உடலுக்குள் உயிர் தேடுபவர்களுக்கு இது எதுவும் தேவையில்லை அல்லவா?''

''சந்தா, நீ அதை இன்னும் மறக்கவில்லையா? ஒவ்வொருவரும் வெவ்வேறு சிந்தனையுள்ளவர்கள் அல்லவா? உழவர்கள் வேலை செய்து வாழ்பவர்கள். வேர்வையின் விலை அறிபவர்கள். மறந்துவிடு. இன்று கேட்டது அனைத்தையும் நம்முடைய அடுத்த பாடலில் சேர்த்துக் கொள்ளலாம். சீரைக்கு நாம் பறவைகள். உனக்குக் கூட்டுப்புழுக்கள்''

உலகனும் மற்ற சிறுவர்களும் மாமரக் கிளைகளில் ஏறியிருந்தனர். ஏற முடியாத குழந்தைகள் கீழே நின்றுகொண்டு கை நீட்டினர். கனிந்ததும் பழுத்ததுமான மாம்பழங்களை அவனும் கூட்டாளிகளும் பறித்துக் கீழே போட்டனர். மாம்பழம் தின்று தண்ணீர் குடிக்க, தண்ணீர்ப்பந்தல் நோக்கிக் குழந்தைகள் சென்றனர். அடுத்து பெரியவர்கள் மரத்தடிகளில் வந்து நின்றனர். சற்று இளைப்பாறிவிட்டுச் செல்லலாமென்று கருதி வழியோர நிழல்களில் அனைவரும் சிறுசிறு குழுக்களாக அமர்ந்தனர். சிறிதுநேர இளைப்பாறலுக்காக நானும் ஒரு மாமரத்தடியில் சற்று கண்ணயர்ந்தேன்.

சிறியதொரு ஆள் கூட்டத்தின் குரல் கேட்டுத்தான் கண்விழித்தேன்.

பெரும்பாணனுடன் சிலர் பேசிக் கொண்டிருந்தனர். அவர்கள் உழவர்கள். நானும் அவர்களருகே சென்றேன். எங்களுள் சிலரும் என்னுடன் வந்தனர்.

"இவர்களின் கோவிலில் ஏழுநாட்கள் நீண்ட திருவிழா நடைபெறுகிறது. இன்று அங்கே ஆட்டமும் கூத்தும் நடத்த முடியுமா என்று கேட்கிறார்கள். கொலும்பன் என்ன சொல்கிறீர்?"

வந்தவர்கள் சற்றுத் தள்ளிச்சென்று நின்று கொண்டனர். சந்தன் தடாலென எங்களருகே வந்தான்.

"இவர்களுள் ஒருவன் சற்றுமுன் சொன்னதை அதற்குள் மறந்துவிட்டீர்களா?

அவன் குரல் ஓங்கியது.

"புண் வந்த உறுப்பை வெட்டி எறியாமல், சேர்த்துக் கட்டத்தானே வேண்டும்"

பெரும்பாணன் குரல் தாழ்த்திச் சொன்னார்.

அதற்குமேல் சந்தன் எதுவும் பேசவில்லை. ஆனாலும் பெரும்பாணனுடன் ஒத்துபோக முடியாதென்பதை அவனில் தெளிவாகக் காண முடிந்தது.

"ஆட்டமும் கூத்தும் நம் தொழிலும் கூடத்தானே? சில சந்தர்ப்பங்களில் வெறுப்பு தோன்றுமெனினும், நாம் அதைச் செய்தேயாக வேண்டியிருக்கிறதே"

என்னால் பெரும்பாணனை எதிர்த்துப் பேச முடியாது.

"அப்படியென்றால் அவர்களிடம் என்ன சொல்லப் போகிறீர்கள்?"

"கூலி பேசி முடிவு செய்வோம். அதில் குறைச்சலேதும் இல்லாமல் பார்த்துக் கொள்வோம்"

சந்தன் மாமரத்தடிக்குத் திரும்பினான். அவனுடன் நானும் திரும்பினேன். நகர்ந்து நின்றிருந்த உழவரிடம் சமரசமாகப் பேசி, பெரும்பாணன் கூலி தீர்மானித்திருக்க வேண்டும். நாங்கள் அதில் தலையிடுவதில்லை. நடக்கத் தொடங்கிய உழவர்களைத் தொடர்ந்து வரும்படி பெரும்பாணன் சைகை செய்தார். மற்றவர்களுடன் செல்ல நான் சந்தனின் கையைப் பிடித்தேன். அவன் மெதுவாக என் கையை விலக்கினான்.

"நான் வரவில்லை. ஏழிமலைக்குப் போகிறேன்"

எவ்வளவு முயன்றாலும் அவனுடைய தீர்மானத்தில் எந்த மாற்றமும் ஏற்படாது என்றறிந்தும், கடைசியாக ஒருமுறை அவனிடம் நான் கெஞ்சிப் பார்த்தேன்.

"கூத்தில் நீ இல்லையென்றால் நாங்கள் என்ன செய்வோம்?"

"நானில்லை என்றாலும் எல்லாம் நன்றாக நடக்கும். ஒருவனையே சார்ந்து நிற்பதென்பது கூத்தர் கூட்டத்தின் அழிவுக்கே வழிவகுக்கும்"

அதன்பின் நான் ஒன்றும் சொல்லவில்லை. தயங்கித் தயங்கியே நான் மற்றவர்களின் பின்னால் நடந்தேன். சித்திரையைத் தேடினேன். சீரையுடன் ஏதோ பேசிச் சிரித்தபடி மிகவும் முன்னால் நடந்து கொண்டிருந்தாள்.

என்னால் திரும்பிப் பார்க்காமலிருக்க முடியவில்லை. சந்தன் எங்களையே நோக்கி அசையாது நின்று கொண்டிருந்தான். தென்னை மடலிலிருந்து நாரைக் கிழித்தெடுக்கும் போதான ஓசையில் ஓர் அழுகை உள்ளிருந்து எழுவதை நான் அடக்கினேன்.

ஆறு

உழவரின் பின்னால் நடக்கும்போதும் சந்தனின் பார்வையே என்னைத் துளைத்துக் கொண்டிருந்தது. அவன் உடனில்லாததை யாரும் அறிந்திருக்கவில்லை. மயிலனைத் தேடி உலகனுக்குப் பதில் அவன் சென்றதில் என்னுள் தோன்றிய சுயநலத்தைக் கண்டு நான் வெட்கினேன்.

''சந்தன் நம்முடன் வரவில்லை''

பொதுவாக நான் அழைத்துச் சொன்னேன். உலகனைத் தவிர அனைவரும் அதிர்ந்து நின்றுவிட்டனர். என் உள்ளத்தின் துக்கத்தை அவனும் பங்கிட்டிருக்கிறானே! சித்திரை வாயடைத்து நின்று நெற்றி சுருக்கினாள். என்ன நிகழ்ந்ததென்று நான் அவர்களிடம் சொன்னேன். திரும்பச் சென்று அழைக்கலாமென்று சிலர். அவனில்லை என்றால் தாங்களும் வரவில்லையென வேறு சிலர். உள்ளறிவுள்ள பெரும்பாணன் அவர்களைத் தடுத்தார்.

''அவன் நல்ல செய்தியுடன் திரும்பி வருவான்''

பெரும்பாணனின் அகக்காட்சி சரியாகவே இருக்குமென்று எனக்கும் தோன்றியது. உற்சாகமில்லை எனினும் அனைவரும் உழவரைப் பின் தொடர்ந்தோம்.

மாலையாகி விட்டதை அறிவித்து அந்திமலர்கள் பூத்தன. மேய்ச்சலிலிருந்து கால்நடைகள் குடில்களை நோக்கித் திரும்பிக் கொண்டிருந்தன.

பாதையோரச் சிறுகுளங்களின் நீலநிற நீரில் பல்லிதழ்கள் கொண்ட நீலத்தாமரைகளும் வெண்தாமரைகளும் பூத்திருந்தன. சினைகொண்ட சிறுமீன்கள் அவற்றினிடையே நீந்திக் கடந்தன. குளத்தில் வலையிட்டும் தூண்டில் வீசியும் மீன் பிடித்தவர்கள் தங்களுக்குக் கிடைத்த இரைகளோடு வீட்டை நோக்கிச் சென்று கொண்டிருந்தனர். வீசி வந்த இளங்காற்று உடல் முழுவதையும் குளிரச் செய்தது.

உழவரின் வீடுகளைக் காண முடிந்தது. அருகில் பெரிய நெற்குதிர்களும், நீண்ட தொழுவங்களுமுள்ள பல பெரிய மாளிகைகள் இருந்தன. வைக்கோல் வேய்ந்து சுவர்களில் சாணி மெழுகியிருந்தனர். முற்றத்தில் வேகவைத்துக் காய வைக்கப்பட்டிருந்த நெல்லை, பெரிய வட்டில்களில் கூட்டிக் கொண்டிருந்தனர் சில பெண்கள். நெல்லைக் கொத்த வரும் குருவிகளை ஓட்டிக் கொண்டிருந்த அவர்கள் எங்களின் வருகையை கவனித்திருக்கவில்லை. தனியாகத் தொழுவத்தையடைந்த பசுக்களினருகே பால் கறக்கும் பாத்திரங்களுமாகச் சென்ற சிலர் திரும்பிப் பார்த்தாலும் பணிச்சுமை காரணமாக எங்களருகே வரவில்லை. எனினும் மாலை மலர்களைச் சூடி, முற்றத்தில் விளையாடிக் கொண்டிருந்த சிறுமிகள் எங்களைப் பார்த்து யார் இவர்களென முறைத்து நின்றனர். கையிலிருந்த விளையாட்டுப் பொருட்களை சிலர் கீழே போட்டனர். உருட்டி விடப்பட்டிருந்த சிறுதேர்கள் அசைவற்று நின்றிருந்தன. எங்களின் தோள் சுமைகளைக் கண்டு ஆச்சரியத்தில் அருகே வரத் தயங்கினர்.

பளபளக்கும் ஆடைகள்! பொன் அணிகலன்கள்!

சீரையாலும் ஆச்சரியத்தை அடக்க முடியவில்லை. குழந்தைகளைக் கண்டால் உடனே நெருங்கி விடுவாள். ஆனால்

இங்கே அவள் அவர்களருகே செல்லத் தயங்கினாள். அப்படியான விளையாட்டுப் பொருட்களையும் ஆடைஅணிகளையும் அவள் இதற்குமுன் பார்த்ததில்லையே!

செய்வதறியாது நின்ற எங்களை உடனிருந்த உழவர்கள் தங்களின் வீடுகளுக்கு அழைத்துச் சென்றனர். அழகன் என்ற ஒருவனின் வீட்டில் நானும் உலகனும் மற்றும் சிலரும் தங்கினோம். சீரை அவள் அம்மாவுடன் வேறொரு வீட்டிற்குச் சென்றாள். எங்கள் கூட்டத்துப் பெண்கள் சிலரும் அவர்களுடன் சென்றனர்.

இருட்டாகியிருந்தது. பெண்கள் யானைத் தந்தங்களால் கல்லுரலில் நெல்குத்தும் ஓசை கேட்கிறது. அவர்கள் பாடிய வள்ளைப்பாட்டைக் கேட்டபடி நான் சற்றுநேரம் கண் மூடியிருந்தேன்.

இரவில் ஏதோ பரத்தையின் வீட்டிற்குச் சென்று துணங்குக் கூத்தாடிவிட்டு விடியலில் அவளுடன் நீராடிவிட்டு வரும் தலைவனிடம் தலைவி ஊடல் கொள்ளும் பாடல்.

'பெண்நலங்கள் எல்லாமிருந்தென்ன? நல்ல குடும்பத்தில் பிறந்தும் என்ன பயன்? பரத்தையரின் நெஞ்சாங்கூட்டிலும் அருகு முளைத்த மெல்லிய பெண்குறியிலுமாகக் கூத்தாடி, அவர்களின் பற்கள் பதிந்த வடுக்களோடு தலைவன் திரும்பி வரும்போது முகம் சிறுக்காமல் அவனை வரவேற்க வேண்டும். இல்லையென்றால் அவன் வேறு பரத்தைகளைத் தேடிக்கொண்டு போவான்'

"உறங்கி விட்டீர்களா?" அழகன் கேட்டார்.

"பயணச் சோர்வு நீங்கியிருந்தால் நாம் ஆலயத்திற்குச் செல்லலாம். மற்றவர்களையும் அழைக்கலாம்"

நான் எழுந்தேன். அனைவரும் ஆலயம் நோக்கி நடந்தனர். வழிநெடுக நடப்பட்டிருந்த விளக்குத் தூண்களிலிருந்து வெளிச்சம் நிழலோடு இரண்டறக் கலந்து பரந்திருந்தது. தூரமாகக் கேட்டிருந்த அரவம் ஒவ்வொன்றும் தனித்தனியாகக் கேட்கத் தொடங்கியது.

நடைபாதையோரம் வணிகர் பலவகையான பாத்திரங்கள், விளையாட்டுப்பொருட்கள், மாலைகள், பூக்கள், பாய்களெனக் கடை பரப்பியிருந்தனர். சாயமும் சாந்தும் விற்பவர்களின்முன் இளம்பெண்கள் ஆவலோடு நின்றிருந்தனர். வணிகர் தங்கள் முன்னால் பரப்பப்பட்டிருந்த பொருட்களைப் பற்றிக் கூவி அழைத்துச் சொல்லிக் கொண்டிருந்தனர். அவர்களைக் கடந்து நாங்கள் ஆலயத்தினருகே சென்றோம்.

நடுகல் ஒன்று நடப்பட்டிருந்த சிற்றாலயம் அது. நாங்கள் அதன் முன்னால் சென்று நின்று வணங்கினோம். அந்தி விளக்கேற்றுபவன் ஒருவன் அங்கே விளக்கேற்றி ஆண்டவரைத் திருப்பள்ளி எழுப்புகிறான். நிறைத்து வைக்கப்பட்டிருந்த கள் குடங்களை ஒவ்வொன்றாக எடுத்து *தம்மாடி நடுகல்லில் ஊற்றிக் கொண்டிருந்தார். அது கல்லின்மீது விழுந்து நுரைத்து கீழே வழிந்தது. சுற்றி நின்றவர்கள் அதைக் கண்டு ஆர்ப்பரிக்கவும், குலவையிடவும் செய்தனர்.

உழவரில் சிலர் எங்களை உணவகத்துக்கு அழைத்துச் சென்றனர். அழகன் எல்லாவற்றையும் முன்னின்று நடத்தினான். அங்கே பெரிய கலங்களிலும் குடங்களிலும் பாத்திரங்களிலுமாக உணவுப்பொருட்கள் நிரப்பப் பட்டிருந்தன. ஆவி பறக்கும் உணவுகளின் நறுமணங்கள் குழந்தைகளின் மூக்குகள் விடைத்தன. அவர்களின் நாவில் எச்சில் ஊறியிருக்கலாம். பொன் வளையல்களும் மோதிரங்களும் அணிந்து, தலையில் பூச்சூடிய பரத்தையர் தங்களுக்குள் கேலி பேசியபடி ஆங்காங்கே நின்றிருந்தனர். அவர்களின் இளமுலையேந்திய மேனியின் அசைவுகளுக்கேற்பப் பதறும் கள்ளக்கண்களுடன் விடலைகள் சிலரும் அருகே நின்றிருந்தனர். சாலியரும், தையற்காரர்களும், கண்ணார்களும், பட்டாடை அணிந்த கடல் வணிகர்களும் அரும்பொருளுள்ள கூல வணிகர்களுமாகப் பலதரப்பினர். பலவகைப்பட்ட ஓசையும் சிரிப்பும் அங்கே

* தம்மாடி - பூசாரி

நிறைந்திருந்தன.

விருந்தினரான எங்களை அவர்கள் வரவேற்று அமரச் செய்தனர். குழந்தைகளுக்கு நெய்வெண்சோறும் ஆட்டிறைச்சியும் பரிமாறினர். பெரியவர்களின் முன்னால் கள்ளின் குடங்கள் நிரவப்பட்டன.

ஆறியிருந்த மீன்குழம்பையும் நெல்லிலிருந்து வடித்தெடுக்கப்பட்ட *நறும்பிழியையும் எவ்வளவு வேண்டுமானாலும் அருந்தலாம்.

குடங்களிலிருந்து கோப்பைகளுக்கு நறும்பிழி ஊற்றப்பட்டபோது அதன் மணமே போதையெழப் போதுமானதாக இருந்தது.

"இதையெப்படித் தயாரிக்கிறீர்கள்?"

முன்னால் நிறைந்த கோப்பைகள் காலியானபோது நான் அழகனிடம் விசாரித்தேன்.

"சொல்லித் தருகிறேன். வெளியே தெரிய வேண்டாம்"

அவன் சிரித்தான்.

"பலவகைகளில் தயாரிக்கப்படுகிறது. நாங்கள் தயாரிப்பதைச் சொல்கிறேன். ஊறவைத்த அரிசியை உருளைகளாக்கி வாயகன்ற பாத்திரங்களிலிட்டு காய வைப்போம். இரவும்பகலும் இரு வேளைகளிலும் நறுமணம் கமழும் பலவகை இலைகளை அதில் சேர்ப்போம். தீப்போல் ஒளிரும் தாதிரிப்பூவையும், வெல்லத்தையும் கூடவே சேர்ப்போம். இவற்றை இருவேளையும் கைகளால் நன்றாகக் கலக்க வேண்டும். பிறகு வாய்மூடிக் கட்டின மண்குடங்களில் நீண்ட காலத்திற்கு ஊற வைப்போம். பக்குவமாகும்போது கொதிநீரில் வேகவைத்த பனைநாரினாலான வடிகட்டிகளில் வடித்தெடுப்போம்"

அழகன் சொன்னதை நான் மனதில் குறித்துக் கொண்டேன். என்றாவது ஒருநாள் நாமும் இதைத் தயாரித்துப் பார்க்கவேண்டும். காரமுள்ள மீன்குழம்பின் துணையோடு என்முன் நிறையக்

* நறும்பிழி - கள்

கோப்பைகள் காலியாயிருக்க வேண்டும். காரணமேதுமின்றி எனக்கு அழுகை முட்டியது. மயிலனும் சந்தனும் வழிப்பயணமும் எல்லாம் உள்ளே பொங்கி, கண்ணீராய் வெளி வந்திருக்கலாம்.

நான் கண்களைத் துடைத்துக்கொண்டு அடுத்த கோப்பையை எடுத்தபோது அழகன் தடுத்தான்.

''இது போதும்''

ஆட்டிறைச்சியோடு கூடிய உணவின்போது மேலும் ஒரு கோப்பை குடித்தேன். உள்ளத்தின் எடை சற்று குறைந்திருந்தது. எனினும் மதியழிந்திருக்கவில்லை. எங்களின் பெண்களும் உணவருந்த வந்து விட்டிருந்தனர். அவர்களுக்கு உணவுடன் அருந்த பதநீரும் இளநீரும் கரும்புநீரும் சேர்த்த முந்நீரை உழவர்கள் தயாரிதது வைத்திருந்தனர். தாமதமின்றி அவர்களும் உணவருந்தி வெளியேறினர். முந்நீர் அருந்தியதன் சிறுபோதையில் சிலபெண்கள் மெதுவாகப் பாடத் தொடங்கினர். காலம் கடப்பதை நினைவுபடுத்தித் தோழிகள் சிரித்துக் கொண்டே அவர்களை விலக்கினர். நாங்களனைவரும் உழவர்களோடு இணைந்து திருவிழாக் கொண்டாட்டங்களில் கரைந்தோம்.

மீண்டும் இரைச்சல்கள். பலவகையான பகட்டுகள். எங்கள் கூட்டத்து இளசுகளும் பரத்தையரைக் கள்ளக்கண்களால் பார்த்தனர். உழவர்கூட்டத்தின் இளசுகள் இப்போதும் அவர்களைச் சுற்றி வருவது தெரிந்தது. எங்களின் பெண்கள் உடனிருந்தும் அவர்கள் அப்படி நடந்துகொண்டதில் அயர்வு தோன்றியது.

ஆடுகளத்திற்காக ஒதுக்கப்பட்ட இடத்தில் ஒற்றையாய்த் திரிந்து கொண்டிருந்த சிலரை உழவர்கள் அகற்றினர். நாங்கள் எங்கள் மூட்டைகளை அங்கே இறக்கினோம். யாழ்களும் பறைகளும் எழுப்பும் ஓசை வேற்றிடங்களில் இருப்பவர்களையும் அங்கே கொண்டுவந்து சேர்த்தது. அதன் உற்சாகத்தையும் பரவசத்தையும் முழவுகளும் பறைகளும் ஏற்றெடுத்தன. யாழ்களில் மருதப்பண் மீட்டி நாங்கள் தொடங்கினோம்.

உலகன் கரடிகையை எடுத்துக்கொண்டான். சன்னமான இயக்கத்தில் தொடங்கிய அறைதல் படிப்படியாக முறுக்கேறுவதற்கு ஒத்து கூத்தரும் தாளம் பிடிக்கத் தொடங்கினர். பறைகளின், முழவுகளின் ஓசைகள் கனத்தன. சீரையும் சித்திரையும் பாடினர். பெரும்பாணன் பேரியாழ் மீட்டினார். மற்ற யாழ்களால் நாங்கள் பின்னிசைத்தோம். நறும்பிழியும், தெளிந்த தேறலும் முட்டமுட்டக் குடித்ததன் போதையில் உழவர்கள் ஆர்ப்பரித்தனர். வரிக்கூத்தைத் தொடர்ந்தது குரவைக்கூத்து. முக்கண்ணன் ஆடிய பாண்டரங்கக் கூத்தும், வேலனாடிய துடிக்கூத்தும் ஆடுவதில் திறனுடையவனாக இருந்தான் சந்தன். அன்று பார்த்தவர்களெல்லாம் ஆண்டவனே அவனில் வந்து ஆடுவதாகச் சொன்னதை நான் நினைவுறுகிறேன். அவனின் இல்லாமையை ஒவ்வொருவரும் உணர்ந்தபோதும் யாருமே வெளிக்காட்டிக் கொள்ளவில்லை. கூத்தருள் சிலர் பெண்வேடம் அணிந்து பேடியாடல் நடத்தியபோது அனைவரும் புன்னகையோடு பார்த்து நின்றனர். இரவு தீரும்வரை முழவுகளின் கண்கள் திறந்திருந்தன. ஆடலும்பாடலும் விடியும்வரை தொடர்ந்தன.

யாழ்களின் குழல்களின் பறைகளின் இரைச்சலும் இயக்கமும் முறுகி உச்சத்தை அடைந்தபோது பேய் பிடித்ததுபோல சீரை துள்ளத் தொடங்கியிருந்தாள். நான் நடுங்கிப் போனேன். கூந்தல் அவிழ, நெற்றியிலிருந்து வழிந்திறங்கிய வேர்வையைத் துடைக்கவோ உலைந்திருந்த உடைகளைச் சீராக்கவோ அவள் யத்தனிக்கவில்லை. கூந்தலில் சூடியிருந்த முல்லைப் பூக்களும், கழுத்தில் அணிந்திருந்த முத்துகளும் நிலத்தில் உதிர்ந்து விழுந்து கொண்டேயிருந்தன. தீப்பந்தத்தின் ஒளியில் அவளுடைய கண்கள் பவளம்போல் ஒளிர்ந்தன. சீரைதானா இவள்? அல்லது சுடுகாட்டில் உறங்கிக் கொண்டிருக்கும் கண்ணிமைக்காத அந்தப் பெண்மகளா?

தளர்வு அவளைத் தீண்டுமென்று தோன்றவில்லை. ஆடைகள் விரித்து அவள் வானில் பறந்துயர்ந்து விடுவாளோ என்றுகூட நான் எண்ணினேன். என் நெஞ்சம் படபடவென்று அடித்துக்கொண்டது.

பட்டென இனி முறுக்கேற முடியாத அளவுக்கு பறைமுழக்கம் அதன் உச்சத்தைத் தொட அவள் தளர்ந்து வீழ்ந்தாள். நானும் உலகனும் ஓடி அவள் அருகணைந்தோம். நெல்லக்கிளி ஓவென்று கதறியபடி இருந்தாள். நாங்கள் அவளைத் தாங்கியெடுத்தோம். உழவர் யாரோ கொண்டுவந்த இளநீரை முகத்தில் தெளித்தோம். மிச்சமிருந்ததை வாயில் புகட்டினோம். அவள் கண் திறந்தபோது கூத்து நின்றிருந்தது. யாழில் புறநீர்மைப் பண்ணை மீட்டி, பகலைப் பள்ளியுணர்த்தி, பாணர்கள் பாட்டை நிறுத்தியிருந்தனர்.

ஏழு

முதல்நாள் தங்கியிருந்த வீடுகளுக்கே திரும்பியபோது அங்கிருந்த குழந்தைகளின் கண்களில் ஆவல் அல்ல, எங்களின் மீதான மதிப்பும் நட்புமே நிறைந்திருந்தன. அப்போதும் அவர்கள் எங்களை நெருங்கிவரத் தயங்கினர். ஆனாலும் நெருங்குவதற்கான அவர்களின் விருப்பத்தைப் புரிந்துகொள்ள முடிந்தது. சிரித்துக்கொண்டே நான் அவர்களைக் கையசைத்து அழைத்தேன். தயங்கித் தயங்கி அருகே வந்தவர்களுக்கு மூங்கில் தண்டுகளில் துளையிட்டு சிறு புல்லாங்குழல்களைச் செய்து கொடுத்தேன். அதைப் பார்த்து மற்ற குழந்தைகளும் அருகே வந்தனர். நான் அவர்களை அழைத்துக்கொண்டு வெளியேறினேன். வீட்டு முற்றத்தில் நாணல்கள் வளர்ந்து நிற்கின்றன. அவற்றில் சுற்றிப் படர்ந்து ஏறிய கொடிகள் நிறைய பச்சைநிறக் காய்கள். அவற்றின் கீழே சிவப்புநிறத்தில் முளைத்து வளரும் சிறுசிறு கொடிகள். இனிய கள் தயாரிக்க வீட்டினர் நட்டு வைத்தவை. ஓரளவு உயரமுள்ள தண்டுகளை அறுத்தெடுத்துத் துளையிட்டு குழந்தைகளிடம் கொடுத்தேன்.

அழகனோடு மற்று சில உழவரும் வந்தனர். அழகன் ஓடிவந்து என்னைக் கட்டியணைத்தான். நேற்றைய ஆட்டமும் கூத்தும் உழவர்களைப் பெரிதாக மாற்றியிருந்தது. பயணத்திற்கான

நேரமாகிவிட்டது என்றபோது, இன்னும் இரண்டு நாட்கள் தங்கிவிட்டு மெதுவாகப் போகலாமே என்றான் அழகன். அன்பும் நட்பும் நிலைத்திருக்க வேண்டுமெனில் கூத்து நடத்திய இடங்களில் நீண்ட நாட்கள் தங்கக்கூடாது என்று பெரும்பாணன் எப்போதும் சொல்வதுண்டு. போகாமலிருக்க முடியாதென்று அன்புடன் உறுதியாகச் சொன்னபோது அவர்களும் மறுக்கவில்லை. அனைவரையும் அழைத்துக்கொண்டு புறப்படத் தயாரானோம்.

உணவருந்திவிட்டுச் செல்லலாம் என்றனர் உழவர்கள். நொய்யரிசியை ஆவியில் வேகவைத்து உண்டாக்கிய உருளைகள் உணவாகப் பரிமாறப்பட்டன. தூக்கமின்மையின் தளர்வு மிகுந்திருந்தது. குடிக்க தெளிந்த தேறலும் கிடைக்கவும வேறு எதையும் யோசிக்கவில்லை. மூன்று நான்கு கோப்பைகளை உள்ளே இறக்கினோம். அதிகம் அருந்தினால் பகலில் நடப்பது சிரமமென்பதால் நிறுத்திக் கொண்டோம். மற்றவர்களைவிட வேகமாக நான் எழுந்துவிட்டேன்.

''சீரை எங்கே? உணவருந்தவும் அவள் வரவில்லையே?''

நெல்லக்கிளி அருகே வந்து சொல்ல, நான் பதறிப் போனேன். உச்சத்தில் அவளைக் கூவி அழைத்தபடியே வெளியே ஓடினேன். அவளுடைய செயல்பாடுகளில் வந்த மாற்றத்தை நான் அருகிருந்து கவனித்து வந்தேன். அதனாலேயே என் வேதனை வழக்கத்தைவிட அதிகரிக்கவும் செய்தது. முற்றத்திலும் அடுத்திருந்த புதர்க்காடுகளிலும் எவ்வளவு தேடியும் அவளைக் காணவில்லை. மற்றவர்களும் அவளைத் தேடிப் பல இடங்களிலும் அலைந்தனர். அவளைப் பார்த்ததாகச் சில குழந்தைகள் சொன்னதை வைத்து, கூட்டமாக நின்ற நாணல் செடிகளைப் பிளந்து நான் உள்ளே சென்றேன். உடல் முழுக்கக் கொடிகள் சுற்றியதால் உள்ளே நுழைய அரும்பாடுபட்டேன். சீரை இவ்வழியாகப் போயிருக்க வாய்ப்பில்லையென்று தோன்றினாலும், ஒருமுறை பார்த்துவிட்டுத் திரும்பலாமென்று முன்னேறினேன்.

அவ்வப்போது உரக்க அழைத்தும் பதில் வரவில்லை. நெருங்கியடர்ந்த மூங்கில் செடிகளுக்கிடையில் நுழைந்து கடக்க, ஒரு குளத்தினருகே சென்று சேர்ந்தேன். குளக்கரையில் நிறைந்திருந்த பாசியில் ஒரு கால் வழுக்கிய நிலையில் சீரை கண்மூடிக் கிடந்திருந்தாள். அவளருகே ஓடிச்சென்று உலுக்கி அழைத்தேன். குளத்து நீரையெடுத்து முகத்தில் தெளித்தேன். எடுத்து மடியில் படுக்க வைத்து மெய்யோடு சேர்த்தேன். அவள் கண் திறந்தாள்.

"என்ன மகளே இது? உனக்கு என்ன ஆச்சு?"

இடறிய தொண்டையின் குழறலை ஒதுக்கி, நான் அவளுடைய நெற்றியில் முத்தமிட்டேன்.

அவள் குளத்தை நோக்கி, கை காட்டினாள். செறிந்து படர்ந்திருந்த வள்ளிக் கொடிகளுக்கும், முள்ளிச் செடிகளுக்குமிடையில் அதிகமாகப் பூத்து நின்ற வெள்ளை ஆம்பல்கள் தவிர அங்கே வேறொன்றுமில்லை.

"அங்கே என்ன?"

"நண்டுகள்"

"அவை உன்னை இறுக்கினவா?"

உள்நடுக்கத்தோடு நான் மீண்டும் குளத்தைப் பார்த்தேன். குளம் நிறைய நண்டுகள். அவள் காலில் காயங்கள் ஏதும் இருக்கிறதா என்று பார்த்தேன். ஒன்றும் காணவில்லை.

"நண்டுகளைப் பார்த்துக்கொண்டு உட்கார்ந்திருந்தேன் அப்பா. அவை வள்ளிக் கொடிகளின் சினைப்பைகளை இறுக்குகின்றன. அவற்றினுள்ளே இருந்த நெல்மணிகளைக் கொத்தியெடுத்து சேறான குளிர்ந்த புற்றுகளுக்குள் கொண்டுபோய் வைப்பதைப் பார்க்கப் பார்க்க ஆசை தீராது. பயம் தோன்றினாலும் கண்களை அசைக்க முடியாது"

மெய்மறந்து அவள் பேசிக் கொண்டேயிருந்தாள்.

முள்ளிச் செடிகளின் வேர்கள் படர்ந்து கிடக்கும் பழைய குளத்தின் சேற்றிலமர்ந்து வெள்ளை ஆம்பல் பூக்களை இறுக்கும் புள்ளிகளுள்ள நண்டுகளை நானும் பார்த்தேன்.

''அப்புறம் உனக்கு என்ன ஆச்சு? அதைச் சொல் மகளே''

''அது எனக்கு ஞாபகமில்லப்பா''

அவள் தொடர்ந்தாள்.

''நிறைந்திருந்த ஆம்பல் பூக்களைப் பார்த்து, அவற்றைப் பறிப்பதற்காகக் குளத்தை நோக்கிச் சாய்ந்தேன். அப்போதுதான் ஆம்பல் தண்டுகளை அறுக்க, கால்களை உயர்த்தும் நண்டுகளைப் பார்த்தேன். வேப்பமுத்துகள் போல நீண்ட கண்களுடையவை. இதைப் பார்த்தீர்களா? நண்டுகள் சேற்றில் வரைந்து வைத்திருக்கும் படங்கள். நான் பார்க்கப் பார்க்க அவை மீண்டும் மீண்டும் படங்களை வரைந்து கொண்டிருக்கின்றன. நான் இதுவரை பார்த்தேயில்லாத உருவங்கள் அதில் வெளிப்படுவதும் மறைந்து போவதுமாக இருந்தன. அவை உடலும் உயிரும் கொண்டு உலவுபவையாகவே எனக்குத் தோன்றியது. வள்ளிக் கொடிகளும் ஆம்பல் இலைகளும் இணைந்த அந்தப் பசுமைக்குள் அவை ஓடிக் கொண்டிருந்தன. கண்களுக்குள் நிறைந்த பசுமையில் பெயரறிய முடியாத உருவங்களின் நெரிசல்கள் கண்டு என் தலை சுற்றியது. அதற்குப் பிறகு எனக்கு எதுவும் நினைவில்லை அப்பா''

''ஆண்டவரே, இவளுக்குள் என்ன நடக்கிறதோ, தெரியவில்லையே?''

என் கண்கள் குளமாயின. நான் அவளைப் பிடித்து எழுப்பினேன். பின் தோளில் சுமந்துகொண்டு நாணல் செடிகளுக்கு இடையே மெதுவாக முன்னால் நடந்தேன். கொடிகளில் தொங்கியாடும்

குரங்குகள் குதித்து விழுமென்று தோன்றியபோது உடுத்திருந்த வேட்டியால் நான் அவளைப் போர்த்திக் கொண்டேன். மூங்கில்களுக்கு அப்பால் வீட்டு முற்றத்தை அடைந்தவுடன் பெண்கள் ஓடி அருகில் வந்தனர். தேடிப் போனவர்களைத் திரும்பி அழைக்க, வளர்ந்த பிள்ளைகள் பல இடங்களுக்குமாக ஓடினர்.

நான் சற்று இளைப்பாறுவதற்கிடையில் நெல்லக்கிளி சீரைக்கு உணவு ஊட்டினாள். அவள் வழக்கம்போல் தன் உள் நடுக்கத்தை வெளியே காட்டவில்லை. அவளுடைய உள்ளத்தின் நோவு என்னையடைந்து காயமடையச் செய்து கொண்டிருந்தது.

சீரை ஓரளவு இயல்புநிலையை அடைந்தவுடன் நாங்கள் வேகமாகப் புறப்பட்டோம். பெரும்பாணன் உழவர்களைத் தலைகுனிந்து வணங்கினார். மல்லிகை மேலும் ஒருமுறை மருதப்பண் இசைத்தாள். ஆண்டவனாகிய வேந்தனின் கனிவைத் தேடி யாழிசை வானை நோக்கிச் சென்றன. பகுத்துப் பின்னிய ஐங்கரிக் கூந்தலில் முல்லைப்பூச் சூடிய பெண்கள் வெளியே வந்தனர். கண்மை நிறைத்த நாணல் குழல்களை அவர்களில் சிலர் கைகளிலேயே பிடித்திருந்தனர். அவர்கள் எங்கள் பெண்களைக் கட்டியணைத்து விடைகொடுத்தனர். நாங்கள் நடந்து அகல்வதைக் கண்ட அவர்களின் கண்கள் பொன்னிறமாயின. ஒரே இரவுக்குள் எங்களுக்குள் ஏற்பட்ட நெருக்கத்தைக் கண்டு நான் சற்று அதிசயித்துதான் போனேன். வழிப் பயணத்தில் உண்பதற்கான உணவையும் இறைச்சியையும் பொட்டலமாகக் கட்டித் தந்தனர். உழவரில் ஒருவன் பெரியதொரு பணமுடிப்பைப் பெரும்பாணனின் கையில் கொடுத்தான். பேசியதைவிட அதிகமிருந்தது அது.

பெரும்பாணன் மீண்டும் தலைகுனிந்து வணங்கினார். பறம்புமலைக்கான வழியையும் அவர்கள் சொன்னார்கள். அழகனிடமும் மற்றவர்களிடமும் மீண்டும் பார்க்கலாமென்று சொல்லிவிட்டுப் புறப்பட்டோம். நான் சீரையைத் தேடினேன்.

மெல்லிய நான்கு இறகுகளுள்ள தும்பிகள் சுற்றிலும் பறப்பதைப் பார்த்துக்கொண்டே தன்னை மறந்து நின்று கொண்டிருந்தாள் அவள். விரல்நுனி பிடித்து நான் முன்னால் செல்லும்போதும் தும்பிகள் அவளை வட்டமிட்டுப் பறந்தன.

வழியோரங்களில் இருந்த வயல்களில் அதற்குள் உழவர்கள் இறங்கியிருந்தனர். களை பறித்த வயல்களில் அவர்கள் காஞ்சிப்பூவை உரமாக இடுகின்றனர். சிலர் நீர் நிறைந்த வயல்களில் வாளையைப் பிடிப்பதற்கான முயற்சிகளில் இருந்தனர். வயல் வரப்பின்மீது பூத்திருந்த நீலப்பூக்களின் வழியாக அவர்களின் பார்வைகள் எங்களை எட்டின. அனைவரும் வேலையை நிறுத்தி எங்களைப் பார்த்துச் சிரித்துக் கையசைத்தனர். நாங்கள் தலைகுனிந்து வணங்கி முன்னால் நகர்ந்தோம். அதற்குள் பெரும்பயறுகளின் பெரிய கட்டுகளை எங்களிடம் தருவதற்காகச் சிலர் அருகே வந்தனர். முன்பே எங்களிடமிருந்த மூட்டைகளோடு அதையும் சுமப்பது கடினமாக இருப்பினும் வேண்டாமென்று சொல்லவில்லை. எல்லோரையும் மீண்டும் ஒருமுறை வணங்கிவிட்டு வயல்கள் பின்னிட நடக்கத் தொடங்கினோம்.

சந்தடி மிகுந்த பாதை. மணியோசை எழுப்பி வரும் காளை வண்டிகள். பாதை மேடுபள்ளமற்று இருந்ததால் வண்டியில் செல்லும் வியாபாரிகளால் சற்றுக் கண்ணயர முடிந்தது. சாட்டையடி படாத காளைகளும் தலைகுலுக்கி நடந்தன. பலவாகப் பிரியும் கூட்டுச்சாலைகளில் ஆள் சந்தடி இருந்ததால் வழி தெரிந்து கொள்வதும் எளிதாகவே இருந்தது. கையில் பணமிருந்ததால் சற்று கௌரவத்தோடுதான் நாங்கள் நடந்தோம். சோல மரங்களால் உருவாக்கப்பட்ட தூண்கள் வைத்துக் கட்டப்பட்ட கடைகளைக் கண்டபோது அவை எங்களுக்காகவும் திறந்திருப்பதாகத் தோன்றியது. அந்த எண்ணமே எங்களை இன்னும் நிமிர வைத்தது. நடுநடுவே வயல்கள், குளங்கள். அதற்கப்பால் உழவர்களின் வீடுகள். இடையில் கொல்லர்களின் வீடுகள். வெண்கல வேலை செய்யும் கண்மாரின்

பணியிடங்கள். சில வீடுகளின் முன்னால் அமர்ந்து பட்டு நெய்யும் சாலியர். யாழ்களும் பறைகளும் உருவாக்கும் குயிலுவர்.

''ஒருமுறை எட்டிப் பார்த்துவிட்டுப் போகலாமே. அதனால் எதுவும் குறைந்துவிடாதே''

பறையொலியைச் சோதிப்பதற்கிடையில் எங்களைப் பார்த்த ஒருவன் உரக்கக் கேட்டான்.

''சற்று அவசரம். திரும்பி வரும்போது பார்க்கலாம்''

நேரத்தை வீணாக்காமல் சட்டென பதில் சொல்லிவிட்டு நகர்ந்தோம். மாலை மயங்குவதற்குள் நாங்கள் பறம்புமலையை அடைய வேண்டும். முதல் நாளின் தூக்கமின்மையைப் பொருட்படுத்தாமல் குழந்தைகள் முன்னால் நடக்கின்றனர். எனக்கு எல்லோரிடமும் இரக்கம் தோன்றியது.

பச்சை மரகதக்கல் போல தூரத்தில் காணப்பட்ட பறம்புமலை இப்போது மிக அருகில் தெரிகிறது. சமநிலம் முடிந்து மலைப்பாதை தொடங்கியது. தெளிந்த வானம் பயணத்தை எளிதாக்கியது. எனினும் குழந்தைகள் சோர்ந்து விட்டிருந்தனர். எரியும் நெருப்பெனப் பூத்த வேங்கைகளும், நறுமணம் பரப்பும் அகில் மரங்களுமாகக் காடென்று தோன்றச் செய்யும் மரச்செறிவுகள் பாதையின் இருபுறமும் இருந்ததெனினும் ஏதோ ஒரு தெளிவு அந்த இடங்களுக்கிருந்தது. ஆறாகத் துடிக்கும் அருவிகளும், தினை விளையும் வயல்களும் அதைக் கூட்டின. மூங்கில் காடுகளில் நுழையும் காற்றின் இனிய ஓசை கேட்டுக் கொண்டேயிருந்தது. மரங்களுக்கிடையே பதுங்கிய மயில்களும், கிளைகளில் தொங்கி ஆடிக் கொண்டிருந்த கருங்குரங்குகளும், புல்மேடுகளில் கூத்தாடும் மான்களும் காட்டைப் பற்றிய பயத்தைப் போக்கின.

அடுக்கடுக்கான மலைத்தொடர்கள். நொச்சிப்பூக்கள் பூத்து நிற்கும் அடிவாரம். செறிவாக வளர்ந்த சுரபுன்னைகள். அவற்றினிடையில்

நாங்கள் பின்னிட்டு வந்த வளைந்து நெளிந்த பாதைகளையும் காணலாம். இடையிடையே ஆள் நடமாட்டம் இருந்ததால் வழிப்போக்கர்களும் நிறையபேர் இருந்தனர். அவர்களுள் பலரும் நாங்கள் போகுமிடத்திற்குத்தான் செல்வதாக அவர்களுடனான உரையாடலில் தெரிந்து கொண்டோம். சிலர் வியாபாரம் செய்யவும், சிலர் எங்களைப் போல் பாரியைக் கண்டு வறுமையைப் போக்கவும் வருகின்றனர். நீர் வற்றிய குளத்திலும் செழிப்பான வயலிலும் ஒன்றாகவே பொழியும் மாரியைப்போலவே பாரியுமென்று ஒருவன் புகழ்ந்தான். விழைந்தது எதுவோ அதுவே நடக்குமென்று நாங்களும் நம்பினோம்.

வழியருகில் நிழல் பரப்பி நிற்கும் பலாமரங்கள். குழந்தைகள் மட்டுமின்றிப் பெரியவர்களுக்கும் பசிக்கத் தொடங்கியது. மரங்களின் நிழலில் மூட்டைகளை இறக்கினோம். கட்டிக் கொண்டுவந்த சோற்றையும் இறைச்சியையும் உண்டோம். மரமேறிப் பறித்தெடுத்த பலாவின் சுளைகளையும் தின்றதோடு இனி நடக்க முடியாது என்ற நிலையை அடைந்தனர் சிலர். சற்றுநேரம் உட்கார்ந்திருந்தோம். எங்கிருந்தோ ஓர் இரைச்சல் கேட்கத் துவங்கியது. நெருங்கி நெருங்கி வருவதாகத் தோன்றியது. மழையின் வருகையாக இருக்கலாம். நீண்டநேரம் அமர்ந்துவிட்டால் சோர்வு அதிகரிக்கும். துரிதப்படுத்தி நாங்கள் மீண்டும் நடந்தோம்.

மழையின் வரவல்ல அது. தூரத்தில் கேட்ட குதிரைக் குளம்படிகளை அருகே வந்தபோதுதான் புரிந்துகொள்ள முடிந்தது. சில படைவீரர்கள். வழிப்பயணிகள் பயந்து நடுங்கி நிற்பதைப் பார்த்தபோது, வழக்கமற்ற ஏதோ ஒன்றின் அசைவை நாங்களும் உணர்ந்தோம்.

"போருக்கான புறப்பாடென்று தோன்றுகிறது" யாரோ உரக்கச் சொன்னார்கள்.

"இது அடிக்கடி நிகழ்வதுதானே. மூவேந்தர்க்கும் அடிபணியாதவன் அல்லவா வேள்பாரி. இந்த நாட்டின் பெருஞ்செல்வம் யாரைத்தான் ஆசைப்பட வைக்காது"

யாரோ ஒருவன் ஒத்தூதினான்.

"படைவீரத்தால் பாரியைத் தோற்கடிக்க இயலாது. மூவேந்தரும் அடிபணிந்தே ஆக வேண்டும்"

என்ன நிகழப் போகிறதென்று யாருக்குத் தெரியும்! மீண்டும் மலையேறத் தொடங்கினோம். நீண்டதூரப் பயணத்தில் அனைவரும் சோர்ந்திருந்தோம். தட்டுத் தடுமாறியாவது முன்னேறிச் செல்லாதிருக்க முடியாதென்ற எண்ணமே குழந்தைகளையும் இளைப்பாற விடவில்லை. அந்த மலையின்மீது ஒரு நகரத்தின் சாயல் தெரியத் தொடங்கியது. முள்வேலிகள் சூழ்ந்த சிறுசிறு குடில்கள். புல் பரவியிருந்த முற்றத்தில் ஈச்சமர ஓலைகளைப் பெருக்கிக் கொண்டிருந்தனர் சில பெண்குழந்தைகள். பருத்திச் செடியிலிருந்து காய்கள் வெடித்து, சிதறிய பஞ்சை ஊதிப் பறக்கச் செய்து கொண்டிருந்த சிறு குழந்தைகளை அவர்கள் திட்டிக் கொண்டிருந்தனர். உழுது விளைவிக்க வேண்டியிராத சிறு மூங்கிலரிசியும், பலாப்பழமும், கொடி சுற்றிய வள்ளிக்கிழங்கும், தேனும் நிறைய கிடைத்திருந்ததால் இங்கிருப்பவர்கள் துன்பமின்றி வாழ்ந்து வருவதாக வழிபோக்கர்கள் சொல்ல அறிந்திருந்தோம். வீட்டை ஒட்டிய தொழுவங்களில் பசுக்கள் அசைபோட்டுப் படுத்திருந்தன.

நகரத்தை அடைந்தவுடன் மற்றதெல்லாம் மறந்துபோய்ச் சேரவேண்டிய இடத்தை அடைவதற்கான நடையில் வேகமேறியது. கபிலர் எங்கே வசிக்கிறார் என்பதை அறிய வேண்டும். வேள்பாரியைப் பற்றித் தெரிந்துகொள்ள வேண்டுமெனில் கபிலரின் உதவி தேவை. வழியில் பார்த்த ஒருவன் கபிலரின் வசிப்பிடம் பற்றிச் சொன்னான். அரசரின் அரண்மனைக்கு அருகில்தான் இருக்கிறது.

நெரிசல் நிறைந்த கடைத்தெருவையும் வேளாளர் தெருவையும் கடந்து சென்றபோது, மன்னரின் பரிவாரங்கள வசிக்கும் பெரிய வீடுகளின் முன் சென்று நின்றோம்.

வேள்பாரியின் அரண்மனையைச் சற்றுத் தொலைவில் கண்டவுடன் எங்களின் உற்சாகம் கூடியது. அப்படியொன்றை முன்னெப்போதும் கண்டிராத குழந்தைகள் கண்கள் விரியப் பார்த்தபடியே சென்றனர். காவலர் குழுக்கள் அரண்மனையைச் சுற்றிலும் நின்றிருந்தனர். அவர்களைப் பார்த்தவுடன் பலரும் பயந்து நின்றனர். ஆனால் கூத்தரும் பாணருமென்று அறிந்ததனாலோ என்னவோ வழக்கமான காட்சி தானேயென்று அவர்கள் எங்களைப் பொருட்படுத்தவே இல்லை. மற்றவர்களின்மீது அவர்களின் பார்வையின் கூர்மை சென்று பதிந்தன. சற்று தயக்கத்துடன் அவர்களை நெருங்கி கபிலரின் வீட்டை விசாரித்தேன். அரண்மனையின் இரண்டாம் அடுக்கைப் பெயர்த்து வைத்தது போன்றதொரு வீட்டைக் காட்டினார்கள். நாங்கள் அதை நோக்கி நடந்தோம்.

கபிலரைப் பார்த்துவிடும் ஆவல் மீதூற, வீட்டு முற்றத்திலேயே அவரைத் தேடியபோதும் அங்கே யாரும் இருக்கவில்லை. உள்ளேயிருந்து வருபவர்களைப் பார்த்துக்கொண்டு அங்கேயே காத்து நின்றோம். அழகாகத் தூய்மையாக்கப்பட்ட முற்றம். சிறிது நேரத்தில் முற்றம் கடந்து வந்தவரைத் தெரிந்துகொள்ள சிரமமேதும் இருக்கவில்லை. சிலரைப் பார்த்தவுடன் புரிந்துகொள்ள யாருடைய உதவியும் தேவையில்லை. பகட்டுகளேதுமின்றி, பெரிய நெற்றியும் எதையும் அதிசயமாகப் பார்க்கும் விரிந்த கண்களும் பெரும் புலவரென்று யாரும் சொல்லாமலே தெரிந்தது. அவரைக் கண்டு அனைவரும் வணங்கினோம். நாம் எதற்காகச் சென்றிருக்கிறோம் என்பதை முன்கூட்டியே அறிந்தவர் போலக் கபிலர் எங்களைப் பார்த்தார். ஒரு வார்த்தையும் பேசாமல் சிறு புன்னகை செய்த பாவனையோடு வேகமாக உள்ளே சென்றார்.

எட்டு

அந்தப் பெரிய வீட்டின் முன்னால் அசைவற்று நிற்க மட்டுமே எங்களால் முடிந்தது. நீரிலிட்டுக் கொதிக்க வைத்த பனையோலைகள் முற்றத்து இளவெயிலில் காய வைப்பதற்காக அடுக்கப்பட்டிருந்தன. காற்றடித்துப் பெரும்பாலும் சிதறிப் போயிருக்கின்றன. அவை பெரும்புலவரின் மொழி விளையாட்டுகளுக்குப் பயன்படுவதாக இருக்கலாம். சிறிதுநேரம் பார்த்து நிற்கவே, அவை எங்களைக் கேலி செய்வதாகத் தோன்றியது.

மாலை சூழ்கிறது. இரவு தங்க வேறொரு இடமில்லை. மாலை விளக்கேற்ற கபிலர் வெளியே வந்தபோதும் நாங்கள் அப்படியே நின்றிருந்தோம்.

"நீங்கள் எங்கிருந்து வருகிறீர்கள்? பாணரும் கூத்தருமென்று தெரிகிறது. வேள்பாரியைப் பார்த்தால் உங்களுக்கு வேண்டியதைத் தருவார். நான் சற்று அவசரமாகச் செல்கிறேன்"

குரலின் கனமறிந்தபோது பதில் சொல்ல முடியாமல் நாங்கள் குறுகி நின்றோம்.

"நீங்கள் சொன்னதில் தவறில்லை. நாங்கள் பாணரும் கூத்தரும்தான். ஆனால் இரவலராக வரவில்லை. உங்களின் நண்பர்

பரணர் சொல்லித்தான் நாங்கள் இங்கே வந்தோம். உங்களைப் பார்க்கச் சொன்னதும் அந்தப் பெரும்புலவரே''

"இரவலரோடும் கனிவுள்ளவன்தான் நான். இந்நாள்வரை பாரியிடமிருந்து அறிந்து கொண்டதும் அதைத்தான். பாட்டிலும் கூத்திலும் திறமையுடையவர்களிடம் பழகுவதில் தவறு நேர்ந்துவிடக்கூடாது''

மன்னிப்பு கேட்பது போன்ற வார்த்தைகள். அப்படிப் பேசாதீர்களென மறுத்து, பெரும்பாணன் கைகூப்பினார். கபிலர் தொடர்ந்தார்.

"பரணர் அனுப்பி வந்தவர்கள் அல்லவா நீங்கள்? பார்த்து நெடுநாட்கள் ஆகியிருந்தாலும் ஒரே வயிற்றில் பிறந்தவர்களைவிட அவரிடம் நான் மிக நெருக்கமானவன். என்னை வழி நடத்தியவருள் மூத்தவர் அவர். இரக்கமுள்ளவரும் நீதிமானுமாகிய பெரும்புலவர்''

"அதை நாங்களும் மிக நன்றாகவே உணர்ந்து கொண்டோம் புலவரே'' என்றேன் நான்.

"அவரோடு நெருங்குபவர்கள் அனைவரும் அதை உணர்ந்து கொள்வர். வையாவிக் கோப்பெரும் பேகனின் அரண்மனையில் பரணரை நான் கடைசியாக நேரில் பார்த்தது இன்றும் என் நினைவில் இருக்கிறது. வள்ளல்களின் பின் புலவர்கள் செல்வது வழக்கம்தானே?''

நான் கவனமாகக் கேட்டுக் கொண்டிருந்தேன். இரவலர்க்குக் கொடுத்துப் புகழ்பெற்ற வள்ளல்களைப் பற்றித் தெரிந்திருக்க வேண்டுமல்லவா?

"வறுமையில் உழன்ற பரணருக்கு அரும்பொருட்கள் கொடுத்தவன் பேகன். மயில் குளிரால் நடுங்குவதாக எண்ணி, தன் போர்வையை அதற்குப் போர்த்தி விட்டவன் என்பதுதான் பேகனின் பெருமை. ஆனாலும் தன் மனைவி கண்ணகியைக் கைவிட்டு அம்மன்னன்

வேறொருத்தியின் பின்னால் சென்றான். மற்றெல்லாவரிலும் இரக்கம் கொண்ட பேகன், தன் மனைவி கண்ணகிக்கு இக்கொடுமை செய்தது பரணரை உலுக்கியது. பேகன் செய்தது அநீதி என்று சொல்லத் துணிந்தார் பரணர். நானும் அதை வழி மொழிந்தேன். அரசன் செய்ததெனினும் அநீதி என்று அறிந்தால் அதை எதிர்ப்பார் பரணர்''

பரணரைப் பற்றிச் சொன்னால் தீராது என்று தோன்றியதால் கபிலர் சற்று நிறுத்தினார்.

''அதிருக்கட்டும், என்னால் ஆனமட்டும் நான் உங்கள் தேவைகளைப் பூர்த்தி செய்கிறேன். வழிப்பயணத்தில் சோர்ந்து போயிருக்கிறீர்கள் அல்லவா? சற்று இளைப்பாறுங்கள். அல்லலற்று இங்கே இருக்கலாம். பாரியின் நாட்டில் பாணரும் கூத்தரும் பட்டினியால் வாடத் தேவையில்லை. இன்று தவிர்க்க முடியாத ஒரு வேலையில் நான் அகப்பட்டுக் கொண்டேன். நாளை பார்க்கலாம்''

விளக்கின் திரி எரிந்து கருகுவதைத் தன் கைகளால் தட்டுவதற்கிடையில் கபிலர் தன் அணுக்கச் சேவகர்களில் ஒருவனை அழைத்து, ''பேங்கா, இவர்கள் இங்கே தங்குவதற்கான அனைத்து ஏற்பாடுகளையும் செய்து கொடு. ஒரு குறையும் இருக்கக்கூடாது'' என்று வணங்கிவிட்டு உள்ளே சென்றுவிட்டார்.

''விருந்தினர் தங்குவதற்காக மன்னரால் கட்டப்பட்ட பெரிய விருந்தகம் உண்டு. இன்று நீங்கள் அங்கே தங்கிக் கொள்ளலாம்''

பேங்கனோடு போகத் தயாரானோம். சற்றுநேரம் கீழே இறக்கி வைத்திருந்த மூட்டைகளைத் தலையிலேற்றி வெளியே வந்தோம். மிக வேகமாக வீட்டின் படிகளிறங்கி ஒருவன் வெளியே போவதைக் கண்டு நான் சில நொடிகள் அதிர்ந்து நின்றுவிட்டேன். தெருவின் மங்கலான வெளிச்சத்துக்குள் அவன் மறைந்தான். என்னால் அசைய முடியவில்லை.

''என்னாச்சு?'' சட்டென நெல்லக்கிளி அருகே வந்தாள்.

''ஒன்றுமில்லை. இப்போது வெளியேறியது யார்? மயிலன்தானே? நம்முடைய மயிலன்தானே அது?''

நெல்லக்கிளியும் நடுங்கிவிட்டாள்.

''மயிலனா? இருட்டாக இருப்பதால் நான் அவனைப் பார்க்கவில்லை. அவனை இங்கே எப்படிப் பார்க்க முடியும்? வருடங்களுக்கு முன் சிறு வயதில் பார்த்த அவனை இன்று ஒரே பார்வையில் அடையாளம் காணமுடியுமா? அவனையே நினைத்துக் கொண்டிருப்பதால் தோன்றியதாக இருக்கலாம்''

நெல்லக்கிளி அப்படிச் சொன்னாலும், அவளுடைய கண்களிலும் காலங்கள் பின்னிட்ட ஓர் ஒளிர்வு வந்து போவதைக் கண்டேன்.

''அது அவனாக இருக்குமோ?''

''ஆண்டவரே, அது அவனாகவே இருக்க வேண்டும்''

எங்களின் உள்ளங்கள் ஒன்றாகவே துடித்தன. மூட்டைகளைச் சுமந்து முன்னால் நடக்கும்போதும் உள்ளம் கலங்கித் துடித்துக் கொண்டிருந்தது. பின்னிட்ட வழியோ நேரமோ நானறியவில்லை. விருந்தகத்தை அடைந்து மூட்டைகளைக் கீழிறக்கினோம்.

''நண்பா, நாம் புறப்பட்டபோது பெரும்புலவரின் வீட்டிலிருந்து வெளியேறிய ஆளை உங்களுக்குத் தெரியுமா?'' பேங்கனிடம் நான் விசாரித்தேன்.

''பெரும்புலவரைப் பார்க்கப் பலரும் வருவார்கள். பெரும்பான்மை யாருடைய ஊரையும் பேரையும் நாங்கள் தெரிந்து கொள்வதில்லை. இன்றும் நிறையபேர் வந்திருக்கின்றனர்''

நினைவுபடுத்திக் கொண்டவனைப் போல அவன் தொடர்ந்தான்.

''நாம் புறப்படும்போது படிகள் கடந்து சென்றது சாமிதானே?

ஆமாம், சாமிதான். பலமுறை அங்கே வந்திருக்கிறார். புலவருக்கு மிகவும் நெருக்கமானவர்''

அதன்பின் அவனைப்பற்றி விசாரிக்கவில்லை. விருந்தகத்தில் எங்களைப் போல எல்லா நாடுகளிலிருந்தும் கூத்தரும் பாணரும் வந்திருந்தனர். அனைவருக்கும் தேவையான கள்ளும் ஆட்டிறைச்சியும் ஊன்சோறும் உணவறையில் தயாராயிருந்தன. கையிலிருந்த பெரும்பயிறுக் கட்டுகளை நாங்கள் அங்கே கொடுத்தோம். எல்லோரும் உணவுண்டுத் திரும்பி வந்ததும், குழந்தைகள் அயர்ந்து உறங்கத் தொடங்கினர். மீண்டுமொரு புகலிடம் கிடைத்ததெனினும் என்னால் உறங்க முடியவில்லை. இங்கே பார்த்தது மயிலனைத்தானா? சந்தன் போன காரியம் என்னவானதோ தெரியவில்லையே? இந்தப் புதிய நாட்டில் இரவில் யார்யாரோ எதற்காகவோ பதுங்குகிறார்கள் என்று எனக்குத் தோன்றியது. திறந்த கண்களுக்குள் ஊர்ந்து ஏறும் செல்களை, நான் பாதி உறக்கத்திலும் துர்க்கனவாகக் கண்டேன்.

மறுநாள் மிகவும் தாமதித்தே நாங்கள் விழித்தோம். இரவு உறக்கமற்ற முந்தைய நாளையப் பயணம் எல்லோரையும் தளர்வுறச் செய்திருந்தது. அரசரின் இரக்கத்தைத் தேடி இனி எங்கும் போக வேண்டியதில்லை என்ற எண்ணமும் கூடி வந்தது. அருவியில் போய்க் குளித்து வந்தவுடன் சோர்வு முழுவதும் நீங்கியது. வேகவைத்த தினையும், மோர் கலந்துத் தயாரித்த செம்புற்றியல் குழம்பும் உண்டுவிட்டு நாங்கள் வெளியில் வந்தோம்.

இந்த நீண்ட ஓய்விற்குப் பிறகு, இப்போது கபிலரின் வீட்டிற்குச் செல்லலாமா என்று முடிவு செய்ய இயலவில்லை. யாரும் எங்களைத் தேடி வரவுமில்லை. கபிலர் வேலைப் பளுவோடிருப்பார். வேலை முடிந்து பார்க்கலாமென்று இருப்பார். அதனால் அங்கே செல்ல வேண்டாமென்று முடிவு செய்து, சுற்றியுள்ள இடங்களில் அலைந்து திரிந்து மீண்டும் விருந்தகத்திற்கே திரும்பி வந்தோம். வெளியே நடந்து

கொண்டிருந்த போதெல்லாம் என் கண்கள் ஒருவனையே தேடிக் கொண்டிருந்தன. ஆனால் அவனை அதற்குப்பின் பார்க்கவே முடியவில்லை. சாமியை ஒரு பார்வை பார்ப்பதற்காவது கபிலரின் வீட்டிற்கு மீண்டுமொருமுறை போக வேண்டுமென்று தோன்றியது. பெரும்பாவலர் எப்படி நடந்துகொள்வார் என்ற அங்கலாய்ப்பு உண்டானதால், அது தேவையில்லையென முடிவு செய்தோம். விருந்தகத்தில் தங்குவதும் அடுத்துள்ள இடங்களில் சுற்றுவதுமாக நாங்கள் காலம் கடத்தினோம்.

இரண்டு நாட்கள் கடந்தன. தங்குவதற்கான இடம் கிடைத்தாலும் இனியுள்ள நாட்கள் எப்படியிருக்குமெனத் தீர்மானிக்க முடியாததால் சற்றுத் தடுமாறினோம். ஒன்றும் செய்யாமல் சோர்ந்திருந்த ஒருநாளில், திடீரென பேங்கன் அங்கே வந்து சேர்ந்தான். பெரும்புலவரை ஒருமுறை சென்று பார்க்கச் சொன்னான்.

எங்கள் உள்ளம் பூரித்தது. எல்லோரும் தயாராகி பேங்கனோடு புறப்பட்டோம். கபிலர் வீட்டின் திண்ணையிலேயே அமர்ந்திருந்தார். எங்களைப் பார்த்துப் புன்னகைத்தார்.

"வாருங்கள், வாருங்கள். இரண்டு நாட்கள் சரியான வேலை இருந்தது. ஒருமுறை பார்க்கவும் நேரம் கிடைக்கவில்லை. உணவும் உறக்கமும் நன்றாக இருந்ததா?"

சாமி அங்கிருக்கிறாரா என்றுதான் அப்போதும் என் கண்கள் தேடின. பதிலுக்குக் காத்திராமல் கபிலரே தொடர்ந்தார்.

"நாளை நீங்கள் வேள்பாரியைச் சந்திக்கலாம். அரண்மனைப் பணியாளர்களிடம் நான் சொல்லி வைத்திருக்கிறேன். வேளைப் புகழ்வதான பாடல்கள் உருவாக்கப்பட வேண்டும். அவற்றைப் பாடியே ஆடவும் வேண்டும்"

பெரும்பாணன் எதையோ சொல்ல வாயெடுத்தார். உடனே வேண்டாமென்று அமைதியாகிவிட்டார்.

"வேள்பாரியைப் பற்றி எங்களுக்கு ஒன்றும் தெரியாது புலவரே. அதையும் நீங்களே சொல்லித் தருவீர்கள் என்று பரணர் சொல்லியிருக்கிறார்"

அதைக் கேட்ட கபிலர் வெடிச்சிரிப்பு சிரித்தார்.

"யாரை எப்படிப் புகழ்வதாயினும் வறுமை களையப்பட வேண்டும். அப்படித்தானே? உண்மைதான். பாடல்கள் மூலம் உயிரை நிலைநிறுத்த முயல்பவருக்கு இது ஒரு தொழில். எதைச் செய்து அதைத் தக்க வைக்கலாம் என்றுதான் முயல வேண்டும்"

சற்று நிறுத்தி மீண்டும் தொடர்ந்தார் புலவர்.

"பாரி வீரமுள்ளவன். மூவேந்தரும் பாரியென்ற பேரைக் கேட்டாலே நடுநடுங்கும் காலமொன்றிருந்தது. அவனிடம் வேற்படையும் யானைப் படையுமுண்டு. போர்க்களத்தில் நேருக்குநேர் நின்று சமர் செய்யும் திறனுமுண்டு. முன்னர் முன்னூறு ஊர்கள் இருந்தன. அவனை வந்து கண்டு சென்ற பாணருக்கும் இரவலர்க்கும் அவற்றை வழங்கி விட்டான். இப்போது எஞ்சியிருப்பது இதோ இந்த மலையும் இதன் மீதுள்ள இந்நகரமும்தான். எவரேனும் யாசித்தால் அதையும் இரக்கத்தோடு கொடுத்துவிடுவான் பாரி. நாட்டு நிலைமை நீங்கள் பார்த்திருப்பீர்கள் அல்லவா? பாடலெழுத இவை போதுமே"

இதையெல்லாம் சொன்னபோது கபிலரின் குரலில் ஏற்பட்ட தடுமாற்றத்தை நான் புரிந்துகொண்டேன்.

"பாரியின் வீரமேதான் வீரமின்மையும். அர்ச்சனை செய்வது எருக்கம்பூவோ, கூவளத்தின் இலையோ எதுவாக இருப்பினும் கடவுள் அருள்புரிவார். சூடக்கூடிய மலரென்றோ, கூடாத மலரென்றோ இறைவன் பிரித்தறிய மாட்டார். இந்த வேளும் அப்படிப்பட்டவரே"

"பாரி பாரி என்று பல ஏத்தி,
ஒருவர் புகழ்வர், செந்நாப் புலவர்
பாரி ஒருவனும் அல்லன்
மாரியும் உண்டீண்டு உலகுபுரப் பதுவே"

நிலம் பூத்து மலர்ந்த நாள்

தானியற்றிய ஒரு பாடலை நாங்கள் கேட்கும்படியாக மெதுவாகப் பாடினார். நாங்கள் புறப்படத் தயாரானபோது புலவர் வேறொரு செய்தியையும் சொன்னார்

''நாளை பேங்கனை அங்கே அனுப்புகிறேன். அவனுடன் சென்று வேளைக் கண்டு வருக. சற்று பொறுங்கள்''

உள்ளே சென்று வந்த கபிலர் ஓர் ஓலைச்சுவடிக் கட்டினை எங்களின் நேராக நீட்டினார். பெரும்பாணன் என்னைப் பார்க்க, நான் அதைக் கைநீட்டி வாங்கி என்னிடமிருந்த ஒரு மூட்டைக்குள் வைத்துக்கொண்டேன்.

விருந்தகத்திற்கு வரும்போதும் நான் கபிலரின் ஒவ்வொரு வார்த்தையையும் நினைவில் கொணடுவந்து சிந்தித்தேன். அதில் ஒவ்வொன்றிலுமிருந்த முடிச்சுகள் என்னைக் குழப்பத்திலாழ்த்தின. நடக்கும்போதே சில வரிகளைப் பாடிப் பார்த்தேன். உள்ளத்தின் கலக்கம் பண்ணிலும் வரிகளிலும் படர்வதை அறிந்த நான் பாட்டை நிறுத்திவிட்டு மற்றவர்களோடு இணைந்து நடந்தேன்.

விருந்தகம் சென்ற பிறகும் உள்ளத்தில் தெளிவு ஏற்படவில்லை. பெரும்பாணனும் சில பாடல்களைப் பாடிப் பார்க்கிறார். ஆயாசமெதுவும் அவரிடமில்லை. மன ஒருமையோடுள்ள அவருடைய அந்தநிலை, என்றும் என்னை ஆச்சரியப்படுத்தி இருக்கிறது. கையிலிருக்கும் மூட்டையை அவிழ்த்து ஓலைச் சுவடியைப் பிரித்து வாசிக்கத் தொடங்கினேன். கபிலர் பாடிய குறிஞ்சிப்பாட்டு அது. மரங்களும் பறவைகளும் பூக்களும் நிறைந்த பறம்பு மலையையும் அங்கு வாழும் மக்கள் வாழ்வையும் நம் கண்முன் காண முடிந்தது. சில வரிகளைக் கடந்தவுடன் நிறைய பூக்களின் பெயர்கள் மாலையாகக் கோர்க்கப் பட்டிருந்தன. நான் சீரையை அழைத்து வாசித்துக் காண்பித்தேன். காந்தள், ஆம்பல், அனிச்சம், குவளை, குறிஞ்சி, வெட்சி, கள்ளி, கூவளம், வாகை, குடசம், எருவை, செருவிளம், கருவிளம், பயினி என்றிப்படி 99 வகையான மலர்களை

அவள் எண்ணிச் சொன்னாள். ஒரு இளவேனில் காலமே அவள் உள்ளத்தில் விரிவதைக் கண்டேன். அதற்குள் என் உள்ளத்திலும் ஒரு தெளிவு ஏற்பட்டிருந்தது.

இரவில் உறங்கச் செல்வதற்குள் நானும் சில பாடல்களை உருவாக்கியிருந்தேன். விடியலிலேயே எழுந்து விட்டிருந்தேன். பெரும்பாணனும் சித்திரையும் முன்னிரவிலேயே சில பாடல்களைப் பாடிப் பழகியிருந்தனர். மற்றவர்களும் பயிற்சி எடுத்துக் கொண்டனர். கூத்தரும் ஆட்டத்திற்கான மெய்ப்பாடுகளையும் அடவுகளையும் பலமுறை ஆடி, பயிற்சி மேற்கொண்டனர். பேங்கன் வரும்போதும் நாங்கள் பாடல்களைத் தவறின்றி நினைவுறுத்தலில் ஈடுபட்டிருந்தோம். நாட்டு மக்களின் முன் அன்றி ஓர் அரசனின் முன்னால் இன்றுவரை நாங்கள் ஆடிப் பாடியதில்லை. தவறு ஏற்பட்டால் எல்லாம் பாழாகிவிடுமென்ற ஒரு பரிதவிப்பு.

நாங்கள் பாரியின் அரண்மனையை அடைந்தோம். பேங்கன் முன்னால் சென்றான். கல்லில் உருவான தூண்கள். பலவிதமான உருவங்களால் வடிவமைக்கப்பட்ட மேற்கூரை. விரிந்து பரந்த மைதானம் போன்ற அரசவை. அங்கே நீல விதானத்தின் கீழே அரசுக் கட்டிலில் வானோரின் வடிவில் அமர்ந்திருப்பவர் வேள்பாரி தானென்று யாரும் சொல்லித் தெரிய வேண்டியதில்லை. நாங்கள் அனைவரும் குனிந்து வணங்கியபோது வேள் கையுயர்த்தி எழுந்து கொண்டார்.

"கபிலர் சொல்லி வந்தவர்கள்தானே? திறமையுடையவர்கள் என்றறிய வேறென்ன வேண்டும்?"

அதைக் கேட்டவுடன் எங்களின் இதயத்துடிப்பு அதிகரித்தது.

"அருகதையற்றதைச் சொல்வதெனில் எங்களை மன்னித்துவிடுங்கள். ஆன்றோர்களின் முன்னால் ஆடிப்பாடிப் பழக்கமில்லை. பெரும்புலவரான கபிலரின் கருணையினால் தங்களின் முன் வந்து நிற்கிறோம். தவறுகள் கண்டால் மன்னிக்க வேண்டும்"

நிலம் பூத்து மலர்ந்த நாள்

புன்னகைத்த பாரி தொடங்குங்கள் என்பதாகக் கையுயர்த்தினார்.

பறைகளையும் யாழ்களையும் எடுத்து வரிசையாக நின்றோம். அங்கே நான் கபிலரையோ சாமியையோ பார்க்கவில்லை. பெரும்பாணனிடம் மல்லிகையை எடுத்துக் கொடுத்து, நானும் பாடுவதற்குத் தயாரானேன். அனைவரும் சேர்ந்து ஓரொட்டு, ஈரொட்டு என்ற கடவுள் வாழ்த்துகளோடு தொடங்கினோம். பிறகு பெரும்பாணனும், நானும், சித்திரையுமாக வேளை வாழ்த்தி ஒரு பாட்டையும் பாடினோம்.

''தன்னுள் பிறக்கும் நீரூற்றுக் கன்றி

மண்ணில் பிறந்த போராளிகளி லெவரும்

துளியும் தொட முடியா நாட்டை

வில்லின் நுனியால் அடக்குகிறான் பாரி''

பாடி முடித்த பின்னும் மன்னனின் நேராகப் பார்க்கும் தைரியம் வரவில்லை. எனினும் அகக் கூத்திற்குத் தயாரானோம். எல்லரியும் ஆகுளியும் தட்டையும் குழலும் ஒவ்வொன்றாக வரிசைகட்டி நின்றன. கூத்தர்கள் கொச்சகக் கூத்தும் பின்னர் மெய்க்கூத்தும் ஆடினர். முறை தவறாமல் எல்லாம் மிகச் சரியாக வருகிறதென்று எனக்குத் தோன்றியது. சரியான கணக்கில் அகக்கூத்து முடிந்தபோது, புறக்கூத்தின் சில அடவுகளை ஆடச் சொன்னார் அரசர். இருவகைக் கூத்தின் எண்ணிக்கைகளும் வடிவங்களும் தமக்குள் கலந்துவிடாமல் பார்த்துக் கொள்ள வேண்டுமென்று கூத்தர்கள் மெதுவாகப் பேசிக் கொண்டனர். விறலிகள் சேர்ந்து குரவைக் கூத்தாடினர்.

அடுத்ததாக வரிக்கூத்து தொடங்கியவுடன் எங்களின் சுதி கூடியது. இயக்கம் முறுகி ஆடலும் பாடலும் உச்சத்தைத் தொட்டபோது பார்வையாளர்களும் எங்களோடு இணைந்தனர். எங்களைத் தவிர மற்றவர்கள் சேர்ந்தால் ஒத்திசைவு போய்விடும் என்ற பயமும் வந்தது. ஆனாலும் மறுத்துச் சொல்லவோ நிறுத்தவோ நாங்கள்

துணியவில்லை. ஆட்டமும் மேளத்தின் முறுக்கும் எல்லை கடந்த நிலையில், இது என்ன வெறியாட்டமா? என்று தோன்ற ஆரம்பித்தது. நான் பெரும்பாணனைப் பார்த்தேன். கூத்தை நிறுத்திவிடுவோமென்று நாங்கள் கண்களால் முடிவு செய்தோம். இறைவனையும் அரசனையும் வாழ்த்தி, கூத்தை நிறுத்தியபோது வேள்பாரி புன்னகைத்தபடியே எழுந்து நின்றார்.

"என் கண்களும் உள்ளமும் குளிர்ந்திருக்கின்றன. கூத்தை நிறுத்தும்போதும் பார்த்துத் தீரவில்லையென்ற எண்ணம் தோன்ற வேண்டும். ஆடல் பாடலின் அகம் புறம் அறிந்தவர்கள் நீங்கள். நான் உங்களுக்கு எதைத் தந்தால் நீங்கள் மகிழ்வீர்கள்? என்ன வேண்டுமென்று தயங்காமல் கேளுங்கள்"

பெரும்பாணன் தாழ்ந்து வணங்கி குரல் செருமி நிற்கவே,

"எங்களுக்கு இந்த நாடு வேண்டும்" என்றொரு குரல் கேட்டது.

யார் அது? பெரும்பாணனும் நானும் விக்கித்து நின்றோம். சூழ்ந்திருந்தவர்கள் அனைவரும் நடுங்கி நின்றனர். ஆட்டத்திற்கிடையில் எங்களோடு இணைந்துகொண்ட யாரோ ஒருவரின் குரல் அது. வேள்பாரி அதிர்ந்து நின்றார். நாங்கள் தடுப்பதற்கு முன்னரே எங்களுடன் நின்றிருந்தவர்களுள் சிலர் முன்னேறிச் சென்றனர்.

"எங்களுக்கு உங்களின் இந்த நாட்டை வழங்கக் கனிவு காட்டுங்கள்"

பாதுகாவலர்களும் படைவீரர்களும் அவர்களைச் சுற்றி வளைத்தனர். பாரி காவலர்களை விலக்கினான்.

"என்னுடையது எதையும் மற்றவர்களுக்குக் கொடுக்கத் தயங்காதவன் நான். எனினும் இது ஒரு சதிச்செயல். நீங்கள் யார்? உண்மையைச் சொல்லுங்கள்"

பாரியைப் போலவே நாங்களும் சதிக்கப் பட்டோமென்பதைப் புரிந்துகொண்டோம். எனினும் எதையும் பேசும் நிலையில் நாங்கள் இல்லை.

''யார் எவரென்று பார்க்காமல் பெரும்பொருள் அருள்பவர் அல்லவா நீங்கள்? பின் எதற்காக அதைத் தெரிந்துகொள்ள வேண்டும்?''

அவர்களுள் ஒருவன் ஓரடி முன்னேறினான்.

''ஆடுநர்க்கும் பாடுநர்க்கும், உண்ணவும் உடுக்கவுமில்லாத இரவலர்க்கும் எதையும் நான் கொடுப்பேன். ஆனாலும் சதிச்செயலை நான் பொறுத்துக் கொள்ள மாட்டேன்''

பாரியின் கனிவான கண்கள் இப்போது கனன்று கொண்டிருந்தன.

''இந்த நாட்டை நாங்கள் கைப்பற்றுகிறோம். படைவீரர்கள் அரண்மனையைச் சுற்றி வளைத்துவிட்டனர். உயிர் வேண்டுமென்றால் கீழடங்குக''

இடைவாளை உருவி வேள்பாரி முன்னே பாய்ந்தார். ஆனால் ஓர் எட்டு வைப்பதற்குள் நல்லவனான அந்த வேள் வெட்டப்பட்டு நிலத்தில் சாய்ந்தார். அவருடன் நின்றிருந்த படைவீரர்களாலேயே அவர் வெட்டப்பட்டார் என்பதைத் தெரிந்துகொண்டோம். கூக்குரல்களும் அரவங்களுமெழுந்தன. உடனிருப்பவர்கள் யாரென்றோ அல்லாதவர்கள் யாரென்றோ தெரிந்துகொள்ள முடியவில்லை. எங்களுடைய ஆட்களை அழைத்துக் கொண்டு நான் வெளியே ஓடினேன். பெண்கள் உரக்க ஓலமிட்டபடியே கூடவே ஓடிவந்தனர். யாரெல்லாமோ எங்களைத் தடுத்தனர். சிலர் எங்களை விடுவிக்கப் பார்த்தார்கள். ஓடி வெளியேறும்போது என் உடல் முழுவதும் குருதியில் குளித்திருப்பதை நான் உணர்ந்தேன். நடக்க முடியாமல் மயங்கிச் சரிந்தேன்.

யார்யாரோ என் உடலைக் கடந்து சென்றனர். அவர்களுள் ஒருவன் என்னைத் திரும்பிப் பார்த்தான். சாமியல்லவா அது? இல்லை, மயிலன். காலங்கள் பின்னிட்டாலும் என் மகனை என்னால் அடையாளம் காண முடியும்.

எங்கள் ஆட்கள் என்னைச் சுற்றி நிற்கின்றனர். நெல்லக்கிளியும் சித்திரையும் சீரையும் கதறியழுதவாறே என்னருகில் இருக்கின்றனர். நான் கைச்சுட்டிய போதும் மீண்டும் எங்கள் பார்வை எட்டுவதற்குள் அவன் கூட்டத்துக்குள் ஓடி மறைந்துவிட்டான்.

"நெல்லக்கிளி நம்முடைய மயிலன்"

கண்களில் ஒரு வெள்ளைப் படலம் மூடிக் கொண்டது. சுற்றி நிறையும் கூக்குரல்கள் தவிர வேறொன்றும் என் நினைவிலில்லை.

இரண்டாம் எழுத்து
சித்திரை

ஒன்று

''கொலும்பா, என் வலம் இறகல்லவா வெட்டப்பட்டது''

பெரும்பாணன் விம்மியபோதும் அப்பாவால் எதுவும் பேச முடியவில்லை. உலகனும் நண்பர்களும் பெரும்பாடு பட்டு விருந்தகத்திற்கு அழைத்து வந்தபோதும், மயிலன் எங்கேயென்றுதான் தேடிக் கொண்டிருந்தார். அப்பா விழுந்த இடத்திலேயே பெரும்பாணன் தன் உடையாடையைக் கிழித்து மார்பில் சேர்த்துக் கட்டியிருந்தாலும், ஆழமான காயத்திலிருந்து இரத்தம் துளிர்த்தபடியே இருந்தது. விருந்தகத்திலும் ஆளரவமில்லை. பெரும்பாணன் உலகனையும் அழைத்துக்கொண்டு வெளியேறி, ஏதேதோ பச்சிலைகளும் வேர்களுமாகத் திரும்பி வந்தார். ஆட்டின் நெய்யும் வெண்கடுகும் சேர்த்து காயத்தில் கட்டினார். இரவ இலையையும் வேப்பிலையையும் வாசலில் எரவானத்தில் சொருகி வைத்தார். சற்று தொலைவில் அகில் புகையிடும்படி என்னிடமும் சொன்னார்.

அம்மா காயத்தில் தொடர்ந்து மருந்து புரட்டிக் கொண்டிருந்தார். நான் அகிற்புகை ஏற்றியபோது பெரும்பாணன் பேரியாழெடுத்துக் காஞ்சிப்பண் மீட்டினார். அப்பாவின் மல்லிகை அவர் உயிரை மீட்கப் பாடுவதைக் கேட்டபோது விம்மலை அடக்க முடியவில்லை. பெரும்பாணன் செய்வதெல்லாம் என்னவென்று புரியாவிட்டாலும்,

அவர் சொன்னதனைத்தையும் நாங்கள் செய்தோம். சீரை அவளுடையதான ஓர் உள்ளுலகில் இருந்தாள். அவள் உரையாடுவது குறைவுதானெனினும் அகம் பொங்கிப் பெருகுவதும், இரைச்சல்களும், அசைவற்ற தன்மையுமெல்லாம் சில வேளைகளில் மின்னி மறையும். அவள் உள்ளத்தைத்தான் சற்றும் புரிந்துகொள்ள முடியாமலிருந்தது.

விருந்தகத்திலிருந்த மற்றவர்கள் அனைவரும் அதற்குள் வெளியேறி விட்டிருந்தனர். இங்கே இருந்தவற்றில் மிகுதியையும் அவர்கள் கொண்டு போயிருந்தனர். சாப்பிடுவதற்குக் கூட ஒன்றும் மிச்சமிருக்கவில்லை. வெளியே வர எல்லோருமே பயந்தோம். வறுமை எங்களுக்குப் புதியதல்லாமல் இருந்ததால் ஓரிரு நாட்களைக் கடத்தினோம். உள்ளத்தில் ஒரு மரமரப்பும், நடுக்கமுமன்றி வேறொன்றும் தோன்றாததால் உணவைப் பற்றிய நினைப்பே இல்லாமலிருந்தோம். எனினும் மெதுவாகச் சிலர் ஒளிந்து ஒளிந்து வெளியே போகத் தொடங்கினர். பல வேளைகளில் இருட்டின பிறகு மலைச்சரிவுகளில் இறங்கி வள்ளிக் கிழங்கும் பலாப்பழமுமாக அவர்கள் திரும்பி வந்தனர்.

பகலில் நகரத்திற்குச் செல்வதில்லை. யாரையும் நம்ப முடியவில்லை. எங்களை மற்றவர்கள் பார்ப்பதும் அப்படித்தானே இருக்க வேண்டும். மூவேந்தர் படைவீரர்களும் எங்களை விரட்டி விடுகின்றனர். இந்த நாட்டினரும் எங்களை வெறுப்புடனேயே பார்க்கின்றனர். ஒருமுறை எங்கள் ஆட்களைப் பார்த்தபோது ஒற்றர்கள் என்று கூவியபடி ஒரு பெருங்கூட்டமே பாய்ந்து வந்தது. ஓடி ஒளிய முயன்றபோதும் இயலாமல் போனது. சிலர் அடிபட்டு விழுந்தனர். வேறு சிலர் அழுது மன்றாடினர். பழிச்சொல் கேட்கும்படியான குற்றம் எதுவும் நாங்கள் செய்யவில்லையெனக் காலில் விழுந்து கும்பிட்டுச் சொன்னபோது, யார்யாரோ அவர்களைப் பின்னடையச் செய்திருக்கின்றனர். மிழலக்குற்றம் என்ற நாட்டின் அரசன் எவ்வி

மரணமடைந்துபோது பாணர்கள் யாழை உடைத்து அழுதனர் என்று ஒரு பாட்டைக் கேட்டிருக்கிறேன். இங்கே பாரி இறந்தபோது எங்களுள் ஒருவரின் நெஞ்சமே வெட்டப் பட்டிருக்கிறது. ஒற்றர்கள் என்றழைக்கப்படுவதைக் கேட்க முடியவில்லை.

பெண்கள் வெளியே வரவேண்டாமென்று எங்கள் குழுவின் ஆண்கள் விலக்கினர். போர்வீரர்கள் அந்தப்புரத்தில் நுழைந்து வேள்பாரியின் அரசியரின் கூந்தலை இழுத்துத் தெருவில் இறக்கினர் என்றும் அணிகலன்களைப் பறித்துச் சென்றனர், ஆடைகளைக் கிழித்தெறிந்தனர் என்றும் கேள்விப்படுகிறோம். தோற்ற நாட்டின் பெண்களின் கண்ணீர் வெற்றியின் பெருமையைக் கூட்டும் போலிருக்கிறது. தினை வயல்களைத் தீயிட்டு அழிக்கின்றனர்; ஆடுமாடுகளைக் கவர்ந்து செல்கின்றனர்; மக்களையே கொன்றொழிக்கின்றனர் என்றெல்லாம் பலரும் சொல்லக் கேட்கிறோம்.

எங்கள் முன்னாலேயே நடந்ததை நினைத்து நடுங்கிப் போயிருக்கிறோம். ஆட்டம் பாட்டென்று யார் சொன்னாலும் அழுகையாக வருகிறது. வறுமை மிகுந்திருந்தாலும் பழைய நாட்களைப் போல எல்லோரும் ஒன்றாக இருக்க ஆசையாயிருக்கிறது. இது எதுவும் வேண்டியிருக்கவில்லை. பரிச்சயமற்ற தேசத்தில் *இணங்கர் யாருமில்லாமல், என்ன செய்வது என்றறியாமல் வாழ்வது பெருந்துயரே. உள்ளத்தாலும் உடலாலும் ஆழமாகப் புண்பட்ட அப்பாவால் இனி எங்களிடம் திரும்பி வர இயலுமா? சில வேளைகளில் இயலாதென்றே தோன்றும். அப்படித் தோன்றும் உள்ளத்தின் கொடுமையோடு வெறுப்பும் தோன்றும்.

பாரி இறந்தபிறகு கபிலர் மிகுந்த துன்பத்திலிருப்பதாக அறிந்தோம். பாவம். வேள்பாரிக்கு இரண்டு பெண்மக்கள். அவர்களைப் பாதுகாக்க யாருமில்லாமல் போனார்கள். பெருவீரர்களான மூவேந்தர்கள் சேர்ந்துதான் பாரியைக் கொன்றதாகத்

*இணங்கர் - உறவினர்

தெரிகிறது. அவர்களுக்குப் பயந்து அந்தப் பெண்மக்களுக்கு உதவ யாரும் துணியவுமில்லை. கபிலர்தான் இப்போது அவர்களைக் கவனித்துக் கொள்கிறார். எங்கள் கூட்டத்து ஆண்கள் இப்படிச் சிலவற்றையெல்லாம் சொல்வார்களே அன்றி வெளியே நடப்பதை உள்ளபடியாக எங்களால் அறிய முடியவில்லை. முழுவதையும் தெரிந்து கொள்ளும் ஆர்வமும் எங்களுக்கில்லை. சுருதி தவறிய சுரங்கள் இசையைப் பாழ்படுத்துவது போல, எங்களின் வருகை எல்லோரின் வாழ்நிலையையும் புரட்டிப் போட்டிருக்கலாம். பொருளறியப்படாத எழுத்துகள் நிறைந்த சுவடிகளாக இருக்கலாம் நாங்கள்.

கபிலரைப் பார்க்க வேண்டுமென்று உலகன் அடிக்கடிச் சொல்லிக் கொண்டிருக்கிறான். ஒருநாள் இருள் சூழ்ந்த வேளையில் அவன் அந்த வீட்டினருகே செல்ல முயன்றான். படைவீரர்கள் சூழ்ந்திருந்ததால் வீட்டை அடைய முடியாமல் திரும்பிவிட்டான். புலவரைக் காண்பதுடன் சாமியைப் பற்றியும் சில செய்திகள் தெரிந்துகொள்ள வேண்டுமென்று திட்டமிட்டிருக்கலாம். அண்ணன்தானா அது? அண்ணனைச் சிறுவயதில் பார்த்த சன்னமான நினைவுதான் எனக்கிருக்கிறது. கபிலரின் வீட்டில் அம்மாவால் பார்க்கவும் முடியவில்லை. 'மயிலன் எங்கே?' என்ற விசும்பல் அப்பாவிடமிருந்து கேட்கும்போதெல்லாம் அம்மாவின் கண்கள் நிறைந்து வழியும். அதைக் காணும்போது நான் ஏதாவதொரு மூலையிலமர்ந்து அழுது தீர்ப்பேன். அப்பா அண்ணனைப் பார்த்திருக்க மாட்டார். அப்படியென்றால் எதற்காக இப்படி எங்களை விடுத்து ஓடி ஒளிந்து கொள்கிறார். உயிர் தந்தவர் புண்பட்டுக் கிடப்பதைப் பார்த்தும் ஒன்றுமறியாதவர்போல ஏன் ஓடியகல வேண்டும்? சாமியைப் பற்றிக் கூடுதலாக எதையும் தெரிந்துகொள்ள வேண்டுமென எனக்குத் தோன்றவேயில்லை ஏழிமலையிலோ வேறு எங்காவதோ சந்தன் அண்ணனைக் கண்டுபிடித்துவிடுவான். அவர்கள் ஒன்றாகத் திரும்பி வருவார்கள். இதெல்லாம் எனக்குத் தெரிந்திருந்தாலும் மற்றவர்கள்

சாமியைப் பற்றி அறிந்து கொள்வதற்கான ஆர்வத்திலிருந்தனர். நான் அப்பாவைப் பற்றிய துன்பத்திலேயே இருந்தேன். இல்லையென்றால் அத்துன்பமே மற்றெல்லாவற்றையும் மிஞ்சி நின்றிருந்தது.

எங்களின் காத்திருப்பு வீணானது. பெரும்பாணனின் மருந்துக் கலவைகளுக்கு, அப்பாவின் உயிரைப் பிடித்து நிறுத்தும் பலமில்லாமல் போனது. புண்பட்டதன் ஐந்தாம் நாள் அப்பா இறந்தபோது, அவருள் உறைந்திருந்த ஆடல் பாடலெல்லாம் எங்கே காணாமல் போயின? நீண்ட நாட்கள் அடக்கி வைத்திருந்த எல்லாவற்றையும் சேர்த்து அம்மா குமுறி அழுதாள். இதுவரை இப்படிப் பார்த்திருக்கவில்லை என்பதால் உலகனும் சீரையும் அம்மாவைக் கட்டிக் கொண்டார்கள். என் மனம் ஏனோ மரத்துப் போயிருந்தது. சுற்றியிருந்த அனைத்தினோடும் ஓர் அன்னியத்தை உணர்ந்தேன். யாருடைய துணையுமற்ற நாட்டில் உயிருள்ளவர்களும் உயிரற்றவர்களும் ஒன்றுதானே!

பைம்புல்லினால் பிணமெத்தை உருவாக்கப்பட்டது. இம்மை உலகிலிருந்து மறுமை உலகிற்கு வழிகாட்ட ஆண்டவரை அழைத்துப் பாடல் பாடப்பட்டது. உடல் விட்டகன்ற உயிர் தீப்பிழம்புகளுடன் உயர்ந்து வானோர் வடிவம் பூண்டதென்று எல்லோருக்கும் முன்னால் நின்றிருந்த பெரும்பாணன் தனக்குத்தானே சொல்லிக்கொண்டார். அப்போதும் அவரின் வலக்கை அறுத்தெறியப்பட்டதை அவர் உணர்ந்திருக்கலாம். எல்லா வகையிலுமான இன்மையே என்னைச் சூழ்ந்திருந்தது. இரக்கமும் அறிவும் உடையவராயிருந்தும் பாட்டின் பொருளறிபவராக இருந்தும் அப்பா வாழ்வில் பெற்றதென்ன? அனைவரும் ஒன்றாகவே இருப்போம் என்று நினைத்திருப்பவர்க்கெல்லாம் நாம் தனித்தனியானவர்களே என்பதை உணர உற்றாரின் மரணமே தேவைப்படுகிறது. கூந்தல் களைந்து, குறுவளையல்கள் அவிழ்த்த அம்மாவைப் பார்த்தபோது உடன்கட்டை ஏறுவதுதானே இதைவிட மேலானது என்றுகூடத் தோன்றியது. இனி என்ன செய்வது? இதற்குமேல் இந்த ஊரில் தங்க முடியாது. சொந்த

ஊருக்குப் போக வேண்டும். வறுமை தீரவில்லையென்றாலும் இப்படி மதிகெட்டு யாசித்து நடக்க வேண்டாமே. அது மேலும் மேலும் நொம்பலங்களைக் கொண்டுவந்து சேர்க்கும் எனத் தோன்றும்போது பயம் அதிகரிக்கிறது.

பெரும்பாணனிடம் நான் அதையே சொன்னேன். அவர் பதிலேதும் சொல்லவில்லை. நீண்ட நேரத்திற்குப் பின் நானும் புரிந்துகொள்ளும் படியாக, கபிலரைப் பார்க்க வேண்டுமென்று தனக்குள் சொல்லிக் கொண்டார். இந்த நாட்டிலிருந்து காயங்களின்றித் தப்பிக்க வேண்டுமென்றால் கபிலரின் துணை வேண்டுமென்று உலகன் சொன்னதை நானும் ஒப்புக்கொண்டேன். ஆனாலும் கபிலரை எங்களால் பார்க்க முடியவில்லை.

அப்படி இரண்டு நாட்களும் கடந்துபோக, சற்றும் எதிர்பாராத விதமாக கபிலரின் பாதுகாவலர்களுள் ஒருவன் விருந்தகத்தை வந்தடைந்தான். பெரும்பாணன் உள்ளே வருமாறு அழைத்தபோதும் அவன் வெளியிலேயே நின்றுகொண்டான். அவனுடைய சோர்வில் அந்நாட்டின் சரிவையே காணமுடிந்தது. புன்னகையும் உற்சாகமுமற்று வறண்டிருந்தன அவன் சொற்கள்.

''பெரும்பாவலரான கபிலர் இந்த நாட்டைவிட்டே வெளியேறிவிட்டார். நாட்டுக்குரியோனின் பெண்மக்களைப் பாதுகாக்க இந்நாட்டில் யாருமிருக்க மாட்டார்கள் என்பதையறிந்து அவர்களையும் உடனழைத்துச் சென்றிருக்கிறார். திறமையான ஏதேனும் இளவரசர்களைக் கண்டுபிடித்து இரண்டு பெண்பிள்ளை களையும் ஒப்படைக்க வேண்டுமென்று போகுமுன் சொல்லியிருந்தார்''

பெரும்பாணன் கேட்க மட்டுமே செய்தார். நிற்குமிடத்தின் ஒவ்வொரு கல்லும் ஆடி விழுகிறது. நடக்கும்போது ஒவ்வொரு அடியிலும் கால் இடறுகிறது.

''வேறொரு செய்தி சொல்லத்தான் நான் வந்தேன். நீங்கள் இங்கே தங்குவது சரியல்ல. உடனே புறப்பட வேண்டும். நீங்கள் தனியாக

இந்தப் பறம்புமலையைக் கடப்பதென்பது சிரமத்தைத் தரலாம். இந்த நாட்டைக் கடக்கும்வரை சில படைவீரர்கள் உங்களுடன் வருவார்கள். அதற்கான ஏற்பாடுகளைச் செய்துவிட்டே கபிலர் சென்றிருக்கிறார்''

போகுமுன் எங்களை நினைத்துக் கொண்டாரே அந்தப் பெரும்புலவர். என் கண்கள் குளமாயின. அந்தப் பெண்பிள்ளைகளுக்கும் நல்லதே வரட்டும்.

''அப்படியென்றால் சீக்கிரம் கிளம்புவோம்''

நாங்கள் புறப்படத் தயாரானோம். இரவலர்க்குக் கூட எதையும் கொடுக்கும் என்று புகழ்பெற்ற நாடு, தீர்த்தாலும் தீராத வேதனைகளைத்தான் எங்களுக்குத் தந்திருக்கிறது. உள்ளத்தில் நிறைந்து வந்த துன்பத்தின் கனத்தைக் குறைக்க நாங்கள் பெரும்பாடு பட்டபடியே தயாரானோம்.

வெளியே வந்தபோது, கபிலரின் பணியாள் திரும்பிப் போயிருந்தான். சில படைவீரர்கள் எங்களுக்காகக் காத்திருந்தனர். அவர்களுடன் நாங்கள் மலையிறங்கத் தொடங்கினோம். இருபுறமிருந்த வீடுகளில் யாரையும் காணவில்லை. முற்றங்களில் புல்மண்டிக் கிடக்கிறது. ஈச்ச ஓலைகள் குவிந்து கிடக்கின்றன. பருத்திக் காய்கள் வெடித்துப் பஞ்சுகள் பறந்தலைகின்றன. பெண் குழந்தைகள் துன்பமும் பயமும் நிறைந்த கண்களால் வீட்டினுள்ளிருந்து எங்களைப் பார்த்துக் கொண்டிருக்கலாம்.

நடந்து போவதற்கிடையில் நான் ஏனோ மீண்டும் மீண்டும் திரும்பிப் பார்த்துக் கொண்டேயிருந்தேன். மிகவும் வேண்டியவர்களில் ஒருவரை இம்மண்ணில் விட்டுவிட்டு இரக்கமற்றவர்களாக நாங்கள் திரும்புகின்றோம். அகன்றகன்று செல்லும்போதும் மலையை அருகிலேயே கண்டோம்.

''அப்பாவும் நம் கூடவே வருகிறார்''

சீரை சொல்வதைக் கேட்கும் அம்மாவால் திரும்பிப் பார்க்க

இயலவில்லை. அவ்வப்போது வீசும் மெல்லிய காற்று, தலையில் முக்காடிட்டிருந்த சேலைத்தலைப்பை விலக்கியபடியே இருந்தது. சிறிதாக முளைத்திருந்த முடி வெளிப்படவே அம்மா திடுக்கிடலோடு காற்றை நொந்து கொண்டாள். வெட்டப்பட்ட கூந்தலைப் பற்றிய நினைவு என்னை நடுக்கமுறச் செய்தது.

''கணவன் இறந்தால் ஒருத்தியின் பெண்மையையே வெட்டியெறிவது எதனால்?''

சீரை என் உள்ளத்தைத் தொட்டாள். அல்லது இருவரும் ஒன்றாகவே சிந்தித்திருக்கிறோம். பெரியவர்களும் சென்று அடைய முடியாத இடங்களின் வழியாகவே அவள் இப்போதெல்லாம் சஞ்சரிக்கிறாள். இந்தச் சடங்குகளையெல்லாம் யார் ஏற்படுத்தினார்கள்? முன்னோர் சொல்வதைக் கேட்டால் மரங்களைப்போல், அவற்றின் பூக்களைப் போல் இவையெல்லாம் தானாக உருவானதாகத் தோன்றும்.

''உடன்கட்டை ஏறத் துணிந்த ஒருத்தி பாடிய பாட்டை நீ கேட்டிருக்கிறாயா அக்கா?''

நான் இல்லையென்று தலையாட்டினேன்.

''பல்சானறீரே, பல்சான்றீரே

செல்கெனச் சொல்லாது, ஒழிகென விலக்கும்,

பொல்லாச் சூழ்ச்சிப் பல்சான்றீரே''

சீரை மெதுவாகப் பாடினாள்.

ஒருத்தியின் கணவன் இறந்தபோது, உடன்கட்டை ஏற வேண்டாமென்று சட்டங்களறியும் புலவர்களுள் ஒருவர் இரக்கம் கொள்கிறார். அவர்களின் இரக்கத்தின் உள்ளிருக்கும் கொடுமையை அவள் அறிந்து கொண்டாள். கணவனை இழந்தவள், ஒன்று தீயில் விழுந்து உடனே இறந்துவிட வேண்டும். இல்லையென்றால்

உயிரோடிருந்து வெந்து வெந்து சாக வேண்டும்.

"நீ முழுமையாகப் பாடு''

நினைவில் கொள்வதாக நடித்து சீரை மீண்டும் பாடினாள்.

''துணிவரிக் கொடுங்காய் வாள்போழ்ந்து அட்ட
காழ்போல் நல்விளர் நறுநெய் தீண்டாது,
அடைஇடைக் கிடந்த கைபிழி பிண்டம்''

அந்தப் பாட்டைப் பாடியது யாராக இருந்தாலும் அவளுடைய வீரியமிக்க மொழியில் எனக்கு மரியாதை கூடியது. இரக்கமற்ற புலவரை அவள் கேலி செய்கிறாள். தன் மரணத்தாலேயே அவர்களை வெற்றி கொள்கிறாள்.

''வெள்ளென் சாந்தொடு புளிப்பெய்து அட்ட
வேளை வெந்தை, வல்சி ஆகப்,
பரற்பெய் பள்ளிப் பாயின்று வதியும்
உயவற் பெண்டிரேம் அல்லேம் மாதோ''

சீரை அடுத்த வரிகளைத் தேடி நிறுத்தியபோது, 'பெருங்காட்டுப் பண்ணிய கருங்கோட்டு ஈமம்...' என்று நிரப்பிய மெல்லிய குரல் கேட்டு நாங்கள் நின்றுவிட்டோம். அம்மாதான் எடுத்துத் தந்தாள். அம்மாவிற்குக் கேள்விச் செல்வம் உண்டென்பது எங்கள் ஞாபகத்தில் இல்லை. சீரை பாடலை நிறுத்தியும், நிற்காமல் பாடல் தொடர்ந்தது.

''பெருங்காட்டுப் பண்ணிய கருங்கோட்டு ஈமம்
நுமக்கரிது ஆகுக தில்ல; எமக்குஎம்
பெருந்தோள் கணவன் மாய்ந்தென அரும்புஅற
வள்இதழ் அவிழ்ந்த தாமரை
நல்இரும் பொய்கையும் தீயும் ஓரற்றே!''

பதட்டமேதுமின்றி அம்மா பாடி முடித்தாள். அம்மா அழுகிறாளா?

என்னைப் போலவே மற்றவர்களும் அப்படித்தான் நினைத்திருப்பார்கள் என்று தோன்றியது. அழ வேண்டியவள் என்ற முடிவோடு பார்ப்பவர்களுக்கு, அம்மா பிடி கொடுப்பதில்லையென எனக்குத் தெரியும். அதே உள்ள உறுதி உடையவள்தான் நான் எனும் செருக்கு எனக்கு எப்போதும் உண்டு. ஆனாலும் இப்போது அம்மாவைப் பார்க்கும்போது அதே முடிவுதான் எனக்குள்ளும இருந்தது என்ற குற்றச்சாட்டில் மனம் நொந்தேன்.

மலையிறங்குவது ஏறுவதைவிட சிரமமாக இருந்தது. நாங்கள் அடிவாரத்தை அடைந்தோம்.

''இனி எந்த ஆபத்தும் உங்களுக்கு ஏற்படாது. நாங்கள் திரும்புகின்றோம்''

படைவீரர்களுள் ஒருவன் சொன்னபோதுதான் இதுவரை எந்தச் சிக்கலும் ஏற்படவில்லையே என்ற எண்ணம் எனக்குள் எழுந்தது. பெரும்பாணன் தயங்கித் தயங்கி அவர்களைத் திரும்ப அழைத்தார்.

''சற்று நில்லுங்கள். இந்த நாட்டில் என்னவெல்லாம் நடந்தது என்பதைப் புரிந்து கொள்ளக் கூடிய அறிவுள்ளவர்கள் அல்ல நாங்கள். எனினும் ஒன்றைத் தெரிந்து கொள்ள விழைகிறோம்''

படைவீரர்கள் நடையை நிறுத்தினர். நடுங்கும் குரலால் பெரும்பாணன் தொடர்ந்தார்.

''யார் எங்களைப் பகடைகள் ஆக்கினார்கள்? இங்கிருந்து போவதற்குள் அதையாவது தெரிந்து கொள்ளலாமா?''

''நாமனைவரும் பகடைகள்தான் ஐயா. அரசர்களின் கேளிக்கைகள் பற்றி நமக்கொன்றும் தெரியாதல்லவா? தெளிவாகத் தெரிவதையே புரிந்து கொள்வது கடினம்தானே?''

அவர்களிடமிருந்து இதற்குமேல் எதையும் தெரிந்து கொள்ள் முடியாதென்று உணர்ந்ததால் பெரும்பாணன் வேறொன்றும் கேட்கவில்லை. அவர்களைத் தலைகுனிந்து வணங்கி, நாங்கள் எங்கே செல்வது என்ற எந்த முன்முடிவுகளுமின்றி முன்னோக்கி நடந்தோம்.

இரண்டு

"நாம் சொந்த ஊருக்குத்தான் திரும்புகிறோமா?"

உலகன் கேட்டான். பறம்பு மலையிறங்குவது என்பதைத் தவிர எங்கே போவது என்பது பற்றி அதுவரை யாரும் யோசித்திருக்கவில்லை. சொந்த ஊருக்கு என்பதற்கு மாறாக வேறு எதையும் சிந்தித்திருக்கவில்லை. இப்போதுதான் அதைப் பற்றிப் பேசத் தொடங்கினர்.

"அல்லாமல் என்ன செய்வது? மற்றொரு மன்னனைக் காண்பதா? நாம் செல்லுமிடமும், அங்கிருப்பவர்களும் இல்லாமல் போவதை இனியும் பார்க்கவா? ஒருநாளும் சிரிக்காதவர் திருநாளில் சிரித்தால் திருநாளும் வெறும் நாளாகும். நற்பெயர் இல்லாத நாம் சென்றால் எந்த நாடும் அழியும்"

பெரும்பாணன் இப்படியான இனிமையும் இன்பமுமற்ற வார்த்தைகள் பேசுவதை அதிகம் கேட்டதில்லை. அதன் ஆழம் அறிந்ததனால் சற்று நேரத்திற்கு யாரும் பேசவில்லை.

"ஊருக்குத்தான் செல்வதென்றால் இதற்குப் பிறகான நாட்களை எப்படிக் கழிப்பது? வறுமையைவிடப் பெரிய துன்பம் ஏதுமில்லையென நீங்கள்தானே சொல்வீர்கள்?"

உலகன் சொல்வதிலும் ஓர் உண்மையுண்டு. அப்பாவிற்குப் பின் அவன் சொல்லிலும், பேச்சிலும் ஒரு முதிர்வு வந்திருப்பதாகவே தெரிகிறது. பதிலியாக ஒருவன் இல்லையே என்ற இடத்தில்தான் அவன் ஏறி அமர்ந்திருக்கிறான். இல்லாமை என்ற ஒன்றில்லை. வெற்றிடத்தை ஒன்றில்லாவிட்டால் மற்றொன்றால் நிறைத்தல் என்பதே இயற்கையின், வாழ்வின் விதிமுறை. அது தவறவில்லை.

"மகனே, நான் என்ன சொல்வேன்? புறப்பட்டபோது இருந்ததே இப்போது நம்மிடமில்லை உடல் உறுப்புகள்கூட ஒவ்வொன்றாக அற்றுப் போகும்போல் இருக்கிறது"

"வறுமையும் பொருளும் தேர்ச்சக்கரம் போல் கீழ்மேலாக மாறுமென்றும், அரும்பொருட்களும் நிலைநிற்காதென்றும் கேட்டிருக்கிறோம். பொருட்களே அப்படியெனில் வறுமையின் வழியும் அதுவாக அல்லவா இருக்கும்? நல்ல காலமொன்று நமக்கும் வராமலா போய்விடும்?"

உலகனின் களங்கமின்மையில் பெரும்பாணன் தெளிவடைந்தார். எனினும் கேட்டுக் கொண்டிருந்தவர் ஒன்றும் பேசவில்லை.

"பழம் பிறப்புகளின் தொடர்ச்சியாகவேனும் நாம் செய்ய வேண்டியவற்றைச் செய்தே ஆகவேண்டும். இரண்டில் ஒன்று தெரிந்தபிறகே திரும்புவோமென்று உறுதியெடுத்த பிறகுதானே புறப்பட்டோம் நாம்"

உலகன் நிறுத்தவில்லை.

"வறுமை நீங்க வேண்டும். சாமி யாரென்று தெரிய வேண்டும். அண்ணனைக் கண்டுபிடிக்க வேண்டும். அண்ணனைத் தேடும் சந்தனும் திரும்பி வரவேண்டும். இது எதுவும் நடக்காமல் இனி ஊருக்குத் திரும்புவதெப்படி?"

உடனிருப்பவர்களுள் அதிகம்பேர் உலகன் பக்கம் நின்றனர். பெரும்பாணனுக்கும் எதிர்ப்பு இருந்ததாகத் தெரியவில்லை. எனினும் அவரின் வார்த்தைகளில் சோர்வு நீங்கவில்லை.

''இன்னுமொரு மன்னனைக் காண்பதெல்லாம் இயலாது. பணமும் பொருளுமுள்ள ஊருக்குப் போகலாம். தெரிந்த தொழில் செய்து கிடைப்பதைக் கொண்டு காலந்தள்ளலாம்''

''ஆகத் தெரிந்த தொழில் ஆடலும் பாடலும்தானே? இனி மிச்சமிருப்பது சலங்கைகளற்ற காலும் நரம்புகளற்ற யாழுமல்லவா?''

என் வார்த்தைகள் அனைவரையும் துன்பத்தில் ஆழ்த்தின. இதைச் சொல்லியிருக்க வேண்டாமேயென்று அப்புறம் தோன்றியது. பேச்சை மாற்றினேன்.

''அப்படியென்றால் எங்கே போவது? உழவர்களிடம் பொருளிருக்கிறது. நாம் ஒருநாள் தங்கிய உழவரின் ஊருக்குப் போவோமே?''

''என்ன ஆனாலும் அது வேண்டாம். அவர்கள் பொருளுடையவர்கள். நாம் அதற்றவர்கள். அன்றன்றைக்குத் தேவையானது கிடைக்கலாம். கிடைக்காமலும் போகலாம். அப்போதும் நாம் அவர்கள் பார்வையில் அவர்களோடு சமமானவர்கள் ஆகமாட்டோம். அவர்களின் இரக்கத்தை நோக்கி வாழ்பவர்கள் என்ற நிலை ஒருபோதும் மாறாது''

அனைவரும் கேட்டது ஒவ்வொன்றையும் அலசி ஆராய்ந்து பார்க்கத் தொடங்கினர். முடிவாகப் பெரும்பாணன் பேசினார்.

''முன் வைத்த காலைப் பின் வைக்க வேண்டாம். வேறு ஏதாவது ஊருக்குப் போகலாம். வாழ்வதற்கான ஊரை வழியில் கண்டடையலாம். செல்லுமிடமே சொந்த ஊர்''

போக்கிடமற்ற நடைக்கு எந்தப் பாதையும் சரியான பாதைதான். வழி தெரியவில்லையென்ற துயரமும் இல்லை. பின்னிட்டுச் செல்லும் ஒவ்வொரு நாட்டையும் இதுவா இதுவா என்று தேடினோம். எங்களுக்குள் யோசித்து, அல்லவென்று முடிவெடுத்து முன்னேறினோம். சமவெளிகளும் அல்லாததுமான பாதைகள்.

செங்குத்தான ஏற்ற இறக்கங்கள். நடையின் வேகத்திலும் கணக்கிலும் தெளிவேதுமில்லை. இடையில் பலாப்பழங்களையும், மாம்பழங்களையும் பறித்துத் தின்றோம். தண்ணீர்ப் பந்தல்களில் நீர் அருந்தினோம். நடை தொடர்ந்து கொண்டேயிருந்தது.

மாலைப் பொழுதானது. மக்கள் வசிக்கும் வீடுகளைக் காண முடியவில்லை. முன்னால் நீண்டு கிடக்கும் செங்காந்தளின் நிறமுள்ள பாதை. அருகில் சில புதர்க்காடுகளின் பசுமை. இரவில் எங்கே தங்குவது என்பதுதான் அனைவரின் எதிர்பார்ப்பாகவும் இருந்தது.

எப்படியென்றாலும் இனி நடக்க முடியாது. கால்கள் வீங்கியிருக்கின்றன. உடல் அதன்வழித் திரும்பிவிடுமென்று அறிந்தபோது நான் தரையில் அமர்ந்துவிட்டேன். அத்துடன் சில குழந்தைகளும் பெரியவர்களும் வழியோரங்களில் உள்ள பாறைகள் மீதும் தேற்றா மரங்களின் நிழல்களிலுமாக அமர்ந்துவிட்டனர்.

புதர்க் காடுகளின் அப்பால் பரந்த புல்மேடுகள் பசுமையின் ஓர் அழுத்தமான கடல்போல் உருவாகியிருந்தன. முறுக்கலான கொம்புகளுள்ள இரலை மான்களும், இளமையான சமரி மான்களும் இரட்டைகளாக தமக்குள் இணைந்து அதன் அசைவுகளினூடே அலைந்து திரிந்தன. சற்று தூரத்தில் மேய்ச்சலிலிருந்து திரும்பிச் செல்லும் பசுக்கூட்டத்தைக் கண்டபோது அருகில் எங்கேயோ பசுக்களின் வசிப்பிடங்கள் இருப்பது உறுதியானது.

''தளர்வு நீங்கினால் நாம் இன்னும் சற்று தூரம் நடக்கலாம்''

மாலை மயங்குவதன் அங்கலாய்ப்பைப் பெரும்பாணன் வார்த்தைகளில் மறைத்து வைத்தார். இரவு தங்க இங்கே இடம் கிடைக்கலாம். மற்றவர்களோடு நானும் எழுந்துகொண்டேன். பசுக்கூட்டங்கள் சென்ற பாதையில் இழைந்திழைந்து சென்றோம்.

எங்கள் கணிப்பு தவறவில்லை. ஆட்கள் கூடி நிற்கும் மன்றலுக்குப் பல வழிகளிலுமிருந்து ஆநிரைகள் வந்த வண்ணமிருக்கின்றன.

அவரவர்களின் பசுக்களைத் தேடியெடுப்பதற்கு பதிலாக ஆட்கள் ஓரிடத்திலேயே கூடி நிற்கின்றனர். கொன்றைமர நிழலில் இருந்த சிறு திண்ணையில் வயது முதிர்ந்த ஒருவர் அமர்ந்திருக்கிறார். பொன்னிறமான கொன்றைப் பூக்கள் அவரைச் சுற்றி விழுந்து கிடக்கின்றன. மற்றவர்கள் அவர் சொல்வதைக் கேட்க செவி கூர்ந்து நிற்கின்றனர். ஏதோ ஒரு பஞ்சாயத்தில் அந்த நாட்டாமை தீர்ப்பு சொல்கிறார். அது தீரும்வரை காத்திருக்க வேண்டியதுதான் என்கிறார் பெரும்பாணன்.

அழுது நீர் வற்றியதென ஒரே பார்வையில் தெரிந்து கொள்ளக்கூடிய கண்களையுடைய ஓர் இளம்பெண் அவர்களின் நடுவே நிற்பதை அப்போதுதான் பார்த்தேன். கூந்தல் கலைந்திருந்தது. மெலிந்த உடலில் வாரிச்சுருட்டி உடுத்திருந்த உடைகளும், மைதீட்டாத கண்களுமாக நின்ற அவளைச் சுற்றிலும் என்ன நடக்கிறதென்றே தெரியாததுபோலவே நின்றிருக்கிறாள். பக்கத்தில் நின்றுகொண்டு பரிதவிப்போடு பேசுபவள் அவளுடைய தாயென்று தெரிகிறது. சற்று நகர்ந்து நிற்கும் ஓர் இளைஞனைக் காண்பித்து அவள் எதையோ சொல்லிக் கொண்டிருக்கிறாள். ஒன்றும் தனக்குத் தெரியாதென்ற பாவனை நடித்து நிற்கின்றான் அவன்.

அந்தத் தாயின் வார்த்தைகளிலிருந்து என்ன நடந்ததெனத் தெரிய முடிகிறது. அயலூர்க்காரனான அந்த இளைஞன் இரவில் அவருடைய மகளிடம் களவில் வந்து போய்க் கொண்டிருக்கிறான். யாருமறியாமல் வந்து போவதுமின்றி அவளோடு சேர்ந்து வாழ்வதற்கான எந்த முயற்சியையும் அவன் எடுக்கவில்லை. மகளுக்கு என்ன நேர்ந்ததென்று தாயும் அறியவில்லை. பசலை நோயால் உடல் இளைத்தபோது பேய் பிடித்திருக்குமென்று வேலன் வெறியாட்டுவரை நடத்தியிருக்கிறாள். பல நேர்ச்சைகளும் நேர்ந்திருக்கிறாள். முடிவாக அவன்மீதான மகளின் அன்பினை அறிந்து அந்தத் தாயே அவனைச் சென்று பார்த்திருக்கிறாள். மகளை ஏற்றுக் கொள்ளவேண்டுமென்று கெஞ்சிக் கேட்டபோதும் அவன் மறுத்திருக்கிறான். ஒரு நாளாவது

உறவினர் அறிய பெண்வீட்டில் அந்தியுறங்க வேண்டுமென்று கெஞ்சியிருக்கிறாள். அதற்கும் அவன் துணியவில்லை போலிருக்கிறது. பொருளீட்டச் செல்கிறேனென்று ஏமாற்றி அவன் இந்த ஊரைவிட்டே போகத் தயாரானான். யார் மூலமோ அந்தச் செய்தியை அறிந்துகொண்ட தாய் நாட்டாமையின் முன்பு புகார் சொல்வதற்காக வந்து நிற்கிறாள்.

அவளைக் கைப்பிடித்து அழைத்துச் செல்லுமாறு நாட்டாமை உத்தரவிட்டார்.

''குழந்தைகளே, நீங்கள் சிறியவர்கள். இரவில் வந்து சந்தித்துச் செல்லும் களவல்ல, ஒன்றாக மனமொத்து வாழும் கற்புதான் நம் வாழ்முறை. இல்லறத்தில் வாழ்வோர் துறவோர்க்கும் வானோர்க்கும் மேலானவர்கள் என்று சாத்திரம் சொல்கிறது. உள்ளத்தில் அறிவதை அறிந்தும், அச்சப்படுபவற்றிற்கு அஞ்சியும், செய்ய வேண்டியவற்றைச் செய்தும் வாழ்பவர்களுக்குத் தோல்வி ஏற்படாது. மகளே, உன்னிடம் நான் இன்னொன்றையும் சொல்கிறேன். அன்பின் வழியது உயிர்நிலை. ஆனால் அன்புள்ளவனும் சிலசமயம் கொடுமைகள் செய்வான். அவனின் அன்பை நினைத்தே நீ அவற்றைப் பொறுத்துக் கொள்ள வேண்டும். பொறுக்க முடியாதென்ற நிலை வந்தால் உயிர் துறந்துவிடத்தான் வேண்டும். அப்படி நிகழாதிருக்கட்டும்''

அவளின் நிலைமையை நினைத்து மிகுந்த வேதனை தோன்றியது எனக்கு. பெருந்திணை பெரும் வேதனையைத்தான் தரும். பெண்மாறிகளை நம்பவே முடியாது. வேறொரு பெண்ணிடம் ஆசை தோன்றினால் அவன் அவளை விட்டுப் போய்விடுவான். அவள் வாழ்வு வேதனையில் வெந்து வெந்து அடங்கும். இதெல்லாம் வழக்கம்தான்.

ஊர் மக்கள் கலைந்திருந்தனர். அவனிடமோ அவளிடமோ ஒரு தெளிவும் காணவில்லை. உயிருள்ள காலம் முழுமையும் நீண்டு நிற்கும் பொருத்தமின்மையும் பூசலும் துவங்கி விட்டிருக்கிறது. பாவம்

அப்பெண். அவளுடைய வாழ்வு இனி இழுக்க இழுக்கப் பிய்ந்துபோகும் ஓர் நைந்த ஆடையாகிப் போகலாம்.

நாட்டாமையிடம் எதையோ பேசிக் கொண்டிருக்கிறார் பெரும்பாணன். வயதில் முதியவர்கள் சிலரும் உடனிருக்கின்றனர். உறைவிடம் வேண்டுமெனில் இவர்களின் கனிவு தேவை. தோளிலிருந்த மூட்டைகளை இறக்காமல் நாங்கள் காத்துக் கொண்டிருக்கிறோம்.

பெரும்பாணன் அருகே வந்தார்.

"இவர்கள் இரக்கமுள்ளவர்களே. கால்நடைகளை மேய்த்து வாழும் கோவலர். அன்றன்றைக்குக் கிடைப்பதை அன்னமாக மாற்றுபவர்கள். உறவினரென்றோ, விருந்தினரென்றோ வேறுபடுத்திப் பார்க்கத் தெரியாதவர்களென்றே அவர்களோடு பேசும்போது தெரிகிறது. இவர்களோடு இன்று தங்கலாமென்று சொல்கிறார்"

ஒரு நாளெனில் ஒருநாள் என்று எல்லோரும் சிந்தித்தனர்.

"எனினும் ஒரு நாளுக்குப் பிறகு இங்கே தங்குவது அவர்களின் நல்லெண்ணத்தைப் பறிப்பதாகாதா?"

உலகன் நினைவுபடுத்தினான்.

காத்திருந்த இடையன் நாங்கள் அருகில் செல்லவும் முன்னால் நடக்கத் தொடங்கினான். நீண்ட நாட்கள் நெருக்கமுள்ளவர்கள் போல அவன் எங்களோடு பேசிக்கொண்டு வந்தான். இதுவரை நடந்ததெல்லாம் நாங்களும் சொன்னோம். அவர்களின் நெருக்கம் கனிவும் நட்புமாக மாறுவதை நாங்கள் உணர்ந்தோம்.

சுயநலமற்றவர்கள், அன்பானவர்கள். நீண்ட நாட்கள் தேடிக் கொண்டிருக்கும் நிலையான உறைவிடம் இங்கேயாக அமையலாம்.

புல் வேய்ந்த சிறு குடிசைகள் வரிசையாக நிற்கும் சேரியை நாங்கள் அடைந்தோம். கொன்றை மரங்கள் நிழல் பரப்பி நிற்கிறது. முற்றத்தில்

செறிந்து காணப்படும் பிச்சிப்பூக்கள். இடையர்குலப் பெண்கள் வெளியே வந்து மலர்ந்த புன்னகையோடு எங்களை வீடுகளுக்குள் வரவேற்றனர். வீட்டினர் புழங்குவதற்கான இடம் மட்டுமே அங்கேயிருந்தன என்பதை ஒரே பார்வையில் தெரிந்து கொள்ளலாம். சிரமத்தை வெளிக்காட்டாத இவர்களின் இடர்ப்பாடுகளை நாங்கள் இரட்டிப்பாக்குகிறோமா?

எல்லா வீடுகளையும் ஒன்றாக இணைக்கும் நீண்ட முற்றத்தில் நாங்கள் நின்றுவிட்டோம். அவர்கள் மீண்டும் அழைத்தபோது தயங்கித் தயங்கி உள்ளே சென்றோம். சுவரும் தரையும் சாணி மெழுகப் பட்டிருக்கிறது. சுவரில் தோல் உறைகளும், பசுக்களை ஓட்டும் சாட்டைக் கோல்களும், உறிகளில் வெண்கலப் பானைகளும் தொங்கவிடப் பட்டிருக்கின்றன. சிறிதாக இருந்தாலும் தூய்மையான அறைகள். வெளிச்சுவர்களின் கம்பிகளின் வழியாகப் பார்த்தபோது வீட்டின் முன்னால் நீண்ட தொழுவங்களைக் காண முடிந்தது. அதற்கும் பின்னால் நீண்ட காஞ்சிமர வரிசைகள்.

கூந்தலைப் பின்னியிட்டு, மார்பில் சாந்தணிந்த பாவாடைக்காரிகளைக் கண்டு நான் அருகே அழைத்தேன். முல்லைப் பூப்போன்ற பற்களைக் காட்டிச் சிரித்துக் கொண்டு அருகே ஓடிவந்த சிறு குழந்தையைச் சேர்த்தணைத்தேன். அடுத்த வீட்டுக் குழந்தை அவள். தாரம்மாவின் மகள். பெண்கள் பல வீடுகளிலுமாக எங்களுக்கு உணவு தயாரிக்கும் வேலைகளில் ஈடுபட்டிருக்கின்றனர். இங்கே சோறு கொதிக்கும் ஓசை. அடுத்த வீடுகளிலிருந்து வெந்த முயல் இறைச்சி, மாட்டிறைச்சியின் வாசனை வருகிறது.

பரந்த முற்றத்தில் நாங்கள் வரிசையாக அமர்ந்தோம். நெய்ச்சோறும் இறைச்சியும், தயிரும் சேர்த்து உணவருந்தினோம். பெருந்தோள்கள் உடைய பெண்கள் பரிமாறினார்கள். அப்போதெல்லாம் வீடுகளில் ஆண்களைக் காண முடியாததில் ஆச்சரியம் தோன்றியது.

உணவுக்குப் பிறகு நாங்கள் பெண்களுடன் தனியாக அமர்ந்து பேசிக் கொண்டிருந்தபோது அதைப் பற்றி விசாரித்தேன்.

''நாங்களனைவரும் ஒரே இனத்தவரல்ல. தொழில்களும் வருமானங்களும் ஒன்றாக இருக்காது. நாங்கள் சிறுகுடி மக்கள். சேரிகளில் வாழ்கிறோம். பெரும் பொருளுள்ள செல்வந்தர்களும் தனியாக வாழ்கிறார்கள். ஆடுகளும் பசுக்களும் எருமைகளுமாகப் பெரிய கால்நடைகளுக்குச் சொந்தக்காரர்கள். முத்துகளும் பொன் நாணயங்களும் பாதுகாக்கப்படும் அவர்களின் மாளிகைகளுக்கு எங்களின் ஆண்கள் முறைவைத்துக் காவல் காக்கப் போவார்கள். அப்படிப் போகிறவர்கள் விடியலில்தான் திரும்பி வருவார்கள்''

நான் அதிர்ந்து போனேன். தூரத்தில் காண்பதும், நெருக்கத்தில் தெரிவதும் தமக்குள் ஒன்றிப்போக வேண்டுமென்பதில்லை, பல இனத்தினரும் பல்வேறு வாழ்முறையினர். இரக்கமும் கொடுமையும் ஒரே உள்ளத்தில் தோன்றும் இருவேறு உணர்வுகளே. ஒன்றைத் தேடும்போது மற்றொன்றே வந்து சேரும். எல்லாவற்றையும் நம்ப முடியாது.

நல்லவர்களான இவர்களைப் பற்றியும் இப்படியொரு முன்தீர்மானம் உண்டானதில் திடீரென ஓர் இயலாமை தோன்றியது. உள்ளத்திலிருந்தே நான் அதை அழித்துவிடப் பார்த்தேன். உற்சாகம் மிகுந்த சில இளம் பெண்கள் அதற்குள் அவர்களுடன் குரவைக் கூத்தாட அழைத்தனர். அசதியாக இருந்ததால் அன்போடு அவர்களை விலக்கினேன். பெண்கள் உறங்க வீட்டினுள்ளேயே பாய் விரித்துத் தந்தார்கள். திண்ணைகளில் ஆண்கள் படுத்துக் கொண்டார்கள்.

பலதர மக்கள். பலவகை வாழ்வுகள். உறக்கம் வரும்வரை நான் அவற்றையெல்லாம்தான் சிந்தித்துக் கொண்டேயிருந்தேன்.

மூன்று

அடுத்தநாள் நாங்கள் புறப்படத் தயாரானபோது அவர்கள் விலக்கினர். இலக்கற்ற பயணம்தானென்று நேற்றைய பேச்சினிடையில் அவர்கள் தெரிந்து கொண்டிருக்க வேண்டும். புறப்பட வேண்டுமென்று எங்களுக்கும் தோன்றவில்லை. எனினும் தொழிலேதும் செய்யாமல் விருந்துண்டு வாழ முடியவில்லை. நாங்கள் அறிந்திருந்த கூத்தும் பாட்டும் விரும்புபவர்கள் இந்த ஊரிலும் இருப்பார்களோ என்று தெரியவில்லையே.

எங்களைவிட அவர்களே அதைப் பற்றியெல்லாம் சிந்தித்திருக்கிறார்கள் என்று தோன்றியது. ஊர் நாட்டாமையிடம் எங்களைப் பற்றி அவர்களே பேசிச் சில முடிவுகளை எடுத்திருக்கின்றனர். அவர்களுடன் சேர்ந்து பெரும்பாணன் நாட்டாமையைப் பார்க்கச் சென்று திரும்பி வந்தார். இந்த ஊரிலேயே குடில் கட்டி வசித்துக் கொள்ள அனுமதி தந்தது மட்டுமல்ல, அதற்கு வேண்டியதெல்லாம் அவர்களே சேகரித்தும் தந்தனர்.

மாலையாவதற்குள் நாங்கள் தங்கியிருந்த சேரிக்குச் சற்றுத் தொலைவில் புல் வேயப்பட்ட ஐந்து குடில்கள் உருவாகி விட்டிருந்தன. உழவரிடமிருந்து கிடைத்த பணம் கையிலிருந்ததனால் அதைக் கொண்டு பாத்திரப் பண்டங்களும் அரிசியும் வாங்கிக் கொண்டோம்.

கோவலர் நல்கிய தயிருக்கும் வெண்ணெய்க்கும் பணம் கொடுத்தபோதும், அவர்கள் அதை வாங்கிக் கொள்ளவில்லை.

''இனி இங்கே மஞ்சுவிரட்டு காலம் தொடங்குகிறது. நீங்கள் வேலையின்றி சும்மா இருக்க வேண்டி வராது. அது மட்டுமல்ல இங்கேயும் பக்கத்து ஊர்களிலும் செல்வந்தர்கள் நிறைய இருக்கின்றனர். அவர்களின் சடங்குகளிலும் திருமண விழவுகளிலுமெல்லாம் பாட்டும் கூத்தும் தேவைப்படும்''

கோவலரில் சிலர் பெரும்பாணனிடம் சொன்னார்கள்.

''நீங்கள் கடந்துவந்த நெருப்புப் பாதைகளை நினைத்தால் நாங்கள் செய்தது ஒன்றுமேயில்லை என்பது எங்களுக்குத் தெரியும். எனினும் என்ன தேவையென்றாலும் தயங்காமல் கேளுங்கள். அரும்பொருட்கள் எதையும் தர முடியவில்லையெனினும் அல்லல் அற்று இந்த ஊரில் வசிக்க வழி உண்டாகலாம்''

பெரும்பாணன் பெருமூச்செறிந்தார். உயிரையே திருப்பித் தரும் இவர்களிடம் என்ன சொல்வது? வார்த்தைகள் வெளிவராததால் தலைகுனிந்து வணங்கினார். என் கண்கள் பனித்தன. சந்தித்தவர்களில் அதிகம்பேர் நல்லவர்களே. ஆனாலும் இடர்ப்பாடுகள்தான் என்றும் கூடவே இருக்கின்றன.

பகல் முழுவதும் வீட்டு வேலைகள் செய்துவிட்டு நான் நேரம் கிடைக்கும்போது கோவலர்களின் சேரிக்குப் போவேன். அங்கிருந்த பெண்கள் என் தோழிகளானார்கள். அவர்களுக்கும் ஓய்வு நேரம் அதிகமாகக் கிடைப்பதில்லை. ஆனாலும் கிடைக்கும் நேரங்களில் நாங்கள் ஒன்று சேருவோம். பச்சைக்கிளியும், தாமரையும், கிளியோலமும் நன்றாகப் பாடுவார்கள். கண்களை மூடிக்கொண்டு கொன்றைக் காய்களால் செய்த குழல் ஊதும்போது கிளியோலம் வானத்தை நோக்கி உயர்வதாகவே தோன்றும். அதற்கிடையில் நானும் சில பாடல்கள் பாடுவதை அவர்களும் கேட்டிருப்பார்கள். ஆண்கள் பெரிய வீடுகளுக்குக் காவலுக்குச் செல்லும் இரவுகளில் குரவைக்

கூத்தின் பாடல்பாட முதிய பெண்களும் இணைவார்கள். சீரையும் எப்போதாவது என்னுடன் வருவாள். மற்ற நேரமெல்லாம் அவள் அம்மாவுக்குத் துணையாகவே இருப்பாள்.

இடையரில் பெரியவர்கள் கால்நடைகளை மேய்க்க தூரத்திலிருக்கும் புல்மேடுகளுக்குச் செல்வார்கள். பாலும், தயிரும், வெண்ணெயும், மோரும் விற்பதற்காகப் பெண்பிள்ளைகள் வீடுகளிலும் அங்காடிகளிலும் சுற்றி வருவார்கள். கிளியோலம்தான் என் நெருங்கிய தோழியாயிருந்தாள். தயிர் விற்பதற்காக அவள் செல்லும்போது ஒருமுறை நானும் அவளோடு போனேன். இடையரின் வீடுகள் பலவிதமாக இருந்தன. சிலருக்குப் பெரிய ஆட்டுப்பட்டிகள் இருந்தன. சில வீடுகளின் பின்னிருந்த தொழுவத்தையும் வீட்டையும் தனியாகப் பிரித்துப் பார்க்க முடியவில்லை. இரண்டோ மூன்றோ பசுக்கள் உள்ள தொழுவத்தினருகில் சிறிய வீடு. செல்வந்தர்களின் மாளிகைக்கருகில் இருந்த பெரிய தொழுவங்கள் நிறைய பசுக்கள். அவற்றைப் பராமரிக்க வேலையாட்களும் நிறைய பேர் இருந்தனர். கொட்டில்களில் ஏறுதழுவுதலுக்கான காளைகளும் ஈர மண்ணில் குளம்புகளைப் பறித்து, சுடுமூச்செறிந்து நின்றன. எந்த நேரமும் தமக்குள் எதிர்க்க சவால் விடுகின்றன என்று தோன்றும். அவ்வப்போது தங்களுக்குள் குத்திக்கொண்டு புண் ஏற்படுத்தவும் செய்யும்.

''இவற்றைப் பராமரிப்பது பெரிய சிரமம்தான். அதற்கு வெறும் பணியாளர்கள் போதாது. மஞ்சுவிரட்டில் திறமையான இளைஞர்கள் வேண்டும்''

கிளியோலம் சொன்னாள்.

உயர்ந்த திமில்களுள்ள மிகப் பெரிய காளைகளைக் கண்டு அதிர்ச்சியில் நின்றுவிட்டேன். உடல் முழுக்க இரத்தம் புரள அவை நிற்கின்றன. தமக்குள் கொம்புகளைக் கோர்க்கும் சிலவற்றைப் பிரித்துவிடப் பார்க்கிறார்கள் இளைஞர்களான சில கோவலர்கள்.

சிலவற்றைக் கொட்டில்களிலிருந்து அவிழ்த்து வெளியே கொண்டுபோய்க் கட்டுவதற்குள் அவர்களின் உடலிலும் குத்தேற்று உதிரம் துளிர்க்கிறது. அடங்காத காளைகளின் அருகே பசுக்களைக் கட்டி வசப்படுத்தப் பார்க்கிறார்கள் வேறு சிலர்.

"எந்த நேரமும் உயிர் போகும்படியான தொழில் அல்லவா?"

அந்த இளைஞர்களைப் பார்க்கப் பாவமாக இருந்தது.

"சில சமயங்களில் இந்தக் காளைகள் அவர்களைக் கொம்புகளுக்கிடையில் குத்திக் கோர்த்தெடுக்கவும் செய்யும். குத்தப்பட்டால் குடல்மாலையே வெளியே வரும்"

குரல் தாழ்த்திச் சொன்னாள் கிளியோலம்.

"சில நாட்கள் முன்பு நான் தயிர் விற்கப் போகும்போது ஓர் இடைய இளைஞன் தினசரி என் பின்னால் வருவான். திருட்டுத்தனமாக அவன் என்னைப் பார்க்கிறானென்று நான் தெரிந்துகொண்டேன். எப்போதும் அவன் என்னை நெருங்கி வந்து கேலி பேசுவான். பதிலுக்கு நான் நன்றாகத் திட்டிவிடுவேன். ஒருமுறை என்னைப் பார்த்து எதையோ சொல்லிக் கொண்டிருந்த அவனை, ஒரு பெரிய காளை குத்திக் கீழே தள்ளுவதைக் கண்ட நான் குலைநடுங்கிப் போனேன். நீண்ட நாட்கள் உறங்க முடியவில்லை. கண்மூடினால் கொம்பில் கோர்த்த குடல்மாலைகள். காதில் அவனுடைய கேலிப் பேச்சுகள்"

நானும் அதைக் கேட்டு வருத்தப்பட்டேன்.

"கேலிப் பேச்சுகளை மீறிய காதலோடு அவன் இருந்தான் என்பது எனக்குத் தெரியும். நான் கிடைக்கவில்லையென்றால் மடலேறி உயிர் துறந்து விடுவதாகச் சொல்லியிருந்தான். பனங்கருக்கு மட்டைகளால் அதற்கான பொய்க் குதிரையை அவன் உருவாக்கிக் கொண்டிருந்தான் போல் தெரிகிறது. வெளிப்படுத்தியது வேறாக இருந்தாலும், என் உள்ளத்தால் அவனை வெறுக்கவில்லை என்பதே உண்மை"

துன்பத்தின் சாயல் வார்த்தைகளில் படரத் தொடங்கியபோது, அதிலிருந்து வெளியேற அவள் திடீரென,

''எப்படியிருந்தாலும் ஒரு சங்கதி தெரியுமா? என்னதான் காதல் இருந்தாலும், ஏறு தழுவலில் காளைகளோடு நேருக்குநேர் போரிட்டு அவற்றை வெற்றி கொள்ளும் இளைஞனையே ஆய்குலப் பெண்களான நாங்கள் கணவராக ஏற்றுக் கொள்வோம். இதுதான் இங்கேயுள்ள பொதுநீதி'' என்று சிரித்தாள்.

அவளின் மறைக்கப்பட்ட நொம்பலம் எனக்குள் நுழையாதிருக்க, வலுக்கட்டாயமாக நானும் சிரித்து வைத்தேன்.

இடையர்களின் வீடுகளைக் கடந்து நாங்கள் முன்னால் போனோம். அந்தணர் வீடுகள் அங்கே தென்பட்டன. சில இடங்களில் மறைகள் மனனம் செய்யும் ஒலி கேட்கிறது. அதற்குத் திறமையற்ற சிலர் வாட்களால் யானைத் தந்தங்களை அறுத்து, வளையல்கள் உண்டாக்குகின்றனர். அப்படியான ஒரு வீட்டின்முன் கிளியோலம் நின்றாள்.

''இந்த வளையல்கள் வாங்க நான் ஆசையோடு இருக்கிறேன்''

குடத்தைத் திறந்து அளந்தெடுத்த தயிரை அவள் அந்த வீட்டிலும் கொடுத்தாள்.

''இன்னும் இரண்டு நாட்கள் தயிர் தந்தால் நான்கு வளையல்கள் உனக்குக் கிடைக்கும்.

தயிரை வாங்கி வைத்த முதியவர் உறுதியளித்தார். கிளியோலம் சிரித்தாள்.

அப்போது நான் ஏறுதழுவலைக் குறித்து யோசித்துக் கொண்டிருந்தேன். காதலை மீறி உடல் தகுதியை அளப்பது எதற்கு? ஒருத்தியை அடைவதற்காக வாழ்விற்கும் இறப்பிற்குமிடையில் காளைகளோடு ஒருவன் போரிடுவதை, அவளே பார்த்து

நிற்பதைவிடப் பெரிய கொடுமை வேறென்ன இருக்கிறது?

கிளியோலம் என் கைகளைப் பிடித்தபடி முன்னே சென்றாள். புல்லாங்குழலின் இனிய ஓசையைவிட கருங்கற்களின் மீது மோதும் அலையோசைதான் இப்போது என் காதுகளில் வந்து பாய்கிறது. தந்த வளையல்களை ஆசைப்படும் இவளுக்கும் கடலின் முழக்கத்தின்மீது மிகுவிருப்பம் இருக்கலாம்.

நாங்கள் நடந்து அங்காடியை அடைந்தோம். பலவகையான பொருட்கள் விற்பனைக்காகத் தொங்க விடப்பட்டிருக்கும் ஒரு கடையின் முன்னால் கிளியோலம் நின்றாள். தவளை வாய் திறந்தது போன்ற கால்தண்டையைத் தொட்டு ஓசையெழுப்பிக் கொண்டு அவள் நிற்க கடைக்காரன் சிரித்தான்.

''என்ன, அது வேணுமா?

அவள் வேண்டாமென்று மறுத்துத் தலையசைத்தாள்.

''வாங்கணும்னு தோணுது இல்லையா? உனக்கு எதுக்கு அது? சின்னக் குழந்தைகளுடையதல்லவா? கிளியோலம் வளர்ந்த பெண்ணல்லவா?''

''தாரம்மாவோட குழந்தைக்குக் கொடுக்கத்தான். செல்லக்குட்டிகள் போட்டு நடந்தால் அழகாக இருக்கும்''

அவள் கையில் பணமில்லையென்பது எனக்குத் தெரியும்.

''நாம் அப்புறம் வாங்கலாம்''

நாங்கள் திரும்பி நடந்தோம். தாரம்மாவின் குழந்தைக்கு அந்தத் தண்டையை வாங்கிக் கொடுக்க வேண்டுமென்று நானும் முடிவு செய்தேன். என்ன செய்வது? என் கையிலும் காசில்லையே.

தூரத்திலிருந்து பெருங்கூச்சலும் ஆளரவமும் கேட்டவுடன் கிளியோலம் நடையில் விரைவைக் கூட்டினாள்.

''மாலை ஆகிறதல்லவா? போதையின் மிதப்பில் கூத்தாடி வரும் இளைஞர்களாக இருக்கலாம். அவர்கள் நம்மருகே வந்து சேர்வதற்குள் வீட்டையடைய வேண்டும். இல்லையென்றால் அவர்களின் கொஞ்சலையும் குழைவையும் கேட்க வேண்டியதிருக்கும்''

எனக்கு மிகுந்த ஆர்வம் தோன்றியது. இவள் கூடவேயிருந்தால் நேரம் போவதே தெரியவில்லை.

நாங்கள் எதிர்பார்த்ததற்கும் முன்பாகவே தூரத்தில் கேட்ட அரவம் நெருங்கி வந்தது. அவர்கள் கோவலர்கள் அல்ல. சில படைவீரர்கள். அவர்களைப் பார்த்தவுடன் என் இதயத்துடிப்பு அதிகரித்தது. யாருடைய கூந்தலெல்லாம் இங்கு அறுபடப் போகின்றதோ!

படைவீரர்கள் எண்ணிக்கையில் மிகக் குறைவுதான். செம்மண் பாதையில் பதிந்த குளம்படிகளிலிருந்து சிவந்த தூசி கண்களை அப்பியது. கண்களை மூடியும் கசக்கியும் நாங்கள் நடந்து கொண்டிருந்தோம். வாலாட்டியபடி முன்னால் நடந்த சில கால்நடைகள், அடங்கியிருந்த தூசியை மீண்டும் மிதித்து எழுப்பியது.

''தூசி கொஞ்சம் அடங்கியபிறகு போகலாம்''

வழியோரத்து முல்லைப் புதரினருகே நான் நின்றேன்.

''இங்கேயும் போருக்கான ஆயத்தங்கள் தொடங்கிடுச்சா?''

குரலில் தெரிந்த மெல்லிய நடுக்கத்தை அறிந்த கிளியோலம் என் தோளில் கை வைத்தாள்.

''பயப்படாதே சித்திரை. பல ஊர்களுக்குச் செல்லும் பெருவழிப்பதை இது. இங்கேயே போர் நிகழும் என்றும் சொல்லமுடியாது. அடிக்கடி இவர்களின் வரவும் போக்குமாக இந்த இடமிருக்கும்''

வெள்ளைப் பூக்களின்மீது ஒட்டியிருந்த செம்மண் தூசியை நான் கைகளால் தட்டிக் கொண்டிருந்தேன். விரலில் எதுவோ குத்திக்

கிழித்தபோது பட்டெனக் கையை இழுத்துக் கொள்ளவும் செய்தேன்.

கிளியோலம் இலைகளை அகற்றிப் பார்த்தாள். முல்லைப் படர்ப்பின் இடையில் கள்ளிச் செடிகளைக் கண்டபிறகும் பாம்போ வேறு ஏதேனுமாக இருக்குமோ என்று மீண்டும் தேடினாள். எனக்கென்னவோ அப்படியான பயமொன்றும் இல்லை. ஆனாலும் அவளுடன் நானும் சேர்ந்துகொண்டேன். முல்லைப் பூச்செடிகளிலிருந்து கீழே சரிந்த செம்மண் தூசியின் அடியில் ஏதோ ஒன்று ஒளிர்வதைக் கண்டு நான் அதைக் கையிலெடுத்துப் பார்த்தேன்.

பொன்னால் செய்யப்பட்ட ஒரு பூ!

நான் ஆச்சரியத்தோடு அதைக் கிளியோலத்திடம் காண்பித்தேன்.

''இதைப் பார்த்தாயா? ஒரு பொன்பூ''

அதை வாங்கி, திருப்பித் திருப்பிப் பார்த்தாள்.

''வெறும் பொன்பூவல்ல இது. போரில் வீரத்தை வெளிப்படுத்தும் படைவீரர்களுக்கு அரசன் நல்கும் பூக்கோல்''

''இதெப்படி இங்கே வந்தது? முன்னால் சென்ற ஏதோ படைவீரனிடமிருந்து விழுந்திருக்கலாம். காணாமல் போனது தெரிந்தால் அவன் திரும்பி வராமல் இருக்கமாட்டான். காத்திருப்பதாக இருந்தால் பொழுதும் இருளத் தொடங்கிவிடும்''

தயங்கித் தயங்கி நாங்கள் முன்னால் நடந்தோம். இதைக் கையில் எடுத்திருக்க வேண்டாமோ?

''உள்ளே முத்துகளுள்ள ஒரு சிலம்பு பற்றிக் கேட்டதில்லையா? அரசர்களின் சொத்தெனில் பயப்பட வேண்டியதுதான்''

யாரோ சொல்லிக் கேட்டிருக்கிறேன். இந்தப் பூவிலும் மன்னனின் அடையாளச் சின்னமிருக்கிறது. ஒரு நடுக்கம் உடல் வழியாகக் கடந்துபோனது.

நாங்கள் நினைத்தது தவறவில்லை. சற்றுத் தொலைவில் குதிரையிலிருந்து இறங்கிய படைவீரன் பாதையின் இருபுறமும் எதையோ தேடிக் கொண்டிருக்கிறான். பூக்கோல் என் கையிலிருந்து நடுங்கியது.

பாதையோரமாகவே பார்த்துக்கொண்டு நடந்த அவன் எங்களருகே நெருங்குகிறான். கிளியோலம் அவனைக் கையசைத்து அழைத்தவுடன் என் உயிரே நின்று விடுமென்ற நிலையை அடைந்தேன்.

அவன் தலைசாய்த்து எங்களைப் பார்த்தான். உள்ளத்தில் உள்ளதை வெளிக்காட்டாத முகமும், உறுதியான உடலுமின்றி, சொல்லிக் கொள்ளும்படியான வேறொன்றும் இல்லாதவன்.

"நீங்கள் என்ன தேடுகிறீர்கள்?"

கிளியோலத்தின் குரலிலும் பதற்றம் இருந்தது.

"அரசன் அன்போடு தந்த விருது வழியில் எங்கோ விழுந்துவிட்டது"

பார்வையில் கண்ட திடம், அவனுடைய சன்னமான குரலில் இருக்கவில்லை. நாங்கள் பேசாமல் இருந்ததனால் அவனே தொடர்ந்தான்.

"பொன்னால் செய்யப்பட்ட அது ஒரு பூக்கோல்"

"எங்கள் கையிலிருக்கிறது"

கிளியோலம் சொன்னதைக் கேட்டபோது, அவனிடம் இதுவரைக் காணப்படாத ஒரு பொலிவு வெளிப்பட்டது.

வேறு எதையும் அவன் பேசுவதற்குள் நான் அதை அவன்முன் நீட்டினேன். ஒரு நொடிக்குள் அது அவன் கையிலிருந்தது. அதன் பிறகே அவனுக்கு என்னைப் பார்க்கத்தோன்றியது.

"என் உயிரே திரும்பக் கிடைத்ததுபோல இருக்கிறது. உங்களுக்கு எப்படி நன்றி சொல்வதென்று எனக்குத் தெரியவில்லை"

அவன் குரலில் மென்மை கூடியிருக்கிறது. கிளியோலம் என் கையைப் பிடித்திழுத்து முன்னால் நகர்ந்தாள். நான் அவளைவிட வேகமாக நடந்தேன்.

"ஒரு நிமிடம் நில்லுங்கள். பதிலுக்கு நான் உங்களுக்கு என்ன தர வேண்டும்?"

"ஒன்றும் வேண்டாம். அடுத்தவருக்கு உரிய பொருள் உரியவரிடம் சேர்க்கப்பட்டதே. அதுவே போதும். வேறெதுவும் வேண்டாம்"

இம்முறை நான்தான் பேசினேன். அது என்னையே ஆச்சரியத்தில் ஆழ்த்தியது.

"நல்லவர்கள் நீங்கள். வானோரின், இவ்வுலகோரின், அரசனின் கனிவு உங்களோடு இருக்கட்டும்"

அவன் இன்னொருமுறை என்னை நேருக்கு நேராகப் பார்த்தான். அந்தப் பார்வையில் இதுவரையில்லாத ஓர் உணர்வு இருந்தது. பின் தலைகுனிந்து வணங்கினான்.

நான் பதில் சொல்ல நிற்கவில்லை. அவன் பார்வையிலிருந்துள்ள விடுதலையையே அப்போது விரும்பினேன். கிளியோலம் உடனிருக்கிறாளா என்றுகூடப் பார்க்காமல் நான் வேகமாக நடந்தேன். அவளும் ஓடிவந்து என்னுடன் சேர்ந்து கொண்டாள். பின்னாலிருந்து அவனுடைய குதிரை எங்களைக் கடந்து பாய்ந்தபோது, தூசு பறக்குமென்று பயந்து நான் கண்களை மூடினேன். அவன் பார்வையிலிருந்து மறைந்தான். தாமதிக்காமல் நாங்களும் வீடுகளை அடைந்தோம். அப்போதும் பொருள் புரிந்து கொள்ள முடியாத அந்தப் பார்வை, ஒரு கசடுபோல் என் கண்ணிலேயே தங்கியிருந்தது.

நான்கு

ஒரு மாலைநேரம் பெரும்பாணன் எங்களையெல்லாம் ஒன்றாக அழைத்தார். முன்னுரையின்றிப் பேசத் தொடங்கினார்.

"ஊர் நாட்டாமையைப் பார்த்துவிட்டுத் திரும்பி வருகிறேன் நான். அடுத்த வாரம் இங்கே மஞ்சுவிரட்டு நடைபெறப் போகிறது. அதற்கு நம் ஆடலும் பாடலும் வேண்டுமென்று சொன்னார்"

"மஞ்சுவிரட்டா?"

சீரைக்கு ஒன்றும் புரியவில்லை. அவள் திகைத்துப் பார்த்தாள். பெரும்பாணன் தொடர்ந்தார்.

"இந்த நாட்டின் ஒரு பண்பாடும் விளையாட்டும் அது. ஏறு தழுவுதல் என்றும் சொல்வார்கள். இங்கேயிருக்கும் ஆயர்குலப் பெண்களைத் திருமணம் செய்ய, தமக்குள் அன்பிருந்தால் மட்டும் போதாது. ஆண்கள் பெருங்காளைகளோடு போரிட்டு அவற்றை வெல்லவும் வேண்டும். அதற்காகவே வளர்க்கப்படும் தீரமிக்க காளைகள் இங்கிருக்கின்றன. மஞ்சுவிரட்டுக் களத்தில் தரையைச் சுரண்டி நிற்கும் காளைகளை எதிர்கொள்வதைப் பார்க்கவே பயம் தோன்றும்"

"இதில் நாமென்ன செய்ய இருக்கிறது?"

உலகன் வினவினான்.

''பறை முழக்கி மஞ்சுவிரட்டை அறிவிக்க வேண்டும். பின் மஞ்சுவிரட்டுக் களத்தில் ஏறுதழுவல் நடைபெறும்போது பாட்டும் மேளமுமாக உடனிருக்க வேண்டும். இந்நிகழ்வுக்குப் பிறகு குரவைக் கூத்து நடக்கும். அதிலும் நாம் பங்கெடுக்க வேண்டும்''

யாரும் எதையும் பேசவில்லை. கூத்திலும் பாட்டிலுமாக வந்து சேர்ந்த இடர்கள் இன்னும் மறையவில்லை. அவை ஒவ்வொன்றும் ஒவ்வொருவருடைய உள்ளத்திலும் கனத்து நிற்கின்றன.

''கடந்துபோன காலங்களை நினைத்து நொம்பலப்படாதீர்கள். நேற்றைய இடர்களெல்லாம் இனிவரும் காலத்திற்கு உரமாகட்டும்''

பெரும்பாணன் சொன்னதைக் கேட்ட பிறகும் யாருடைய முகமும் தெளிவடையவில்லை.

''கூத்தும் பாட்டும் நாம் முறையோடுதான் நிகழ்த்தி வந்திருக்கிறோம். இங்கே அப்படியெல்லாம் வேண்டியதில்லை. எதற்கோ கட்டுப்பட்டு ஒப்புக்குச் செய்வதுபோல இருக்குமே? ஆட்டமும் மேளச் சத்தமுமெல்லாம் கூச்சல் குழப்பங்களில் கரைந்து காணாமல் போய்விடுமே?''

''நம் வாழ்வே அப்படித்தானே உலகா? உயிரின் ஒவ்வொரு துளியும் அதனதன் இடத்தில் கரைந்து இல்லாமலாகிறது. கூத்தும் பாட்டும் அரங்கத்தில் தொடங்கி அரங்கத்தில் நிறைவடைகிறது. பின்னால் யாராவது நினைவுபடுத்தினாலும் எட்டமுடியாத சில ஓசைகளும் நிழலசைவுகளும் தவிர, நம்முடையதாக மிச்சம் வருவது என்ன குழந்தை?''

உலகன் ஒன்றும் பேசவில்லை. அவன் சொல்வதில் சுயநலத்தின் நிழலுண்டு, பெரும்பாணனின் மொழிகளில் உயிரறிந்தவனின் பொருளும். என்னவானால் என்ன? இங்கே தங்க முடிவெடுத்தபோதே இப்படியெல்லாம் நிகழுமென்று அறிந்ததுதானே? அன்றன்றைய வாழ்வினைக் குறித்தன்றி வேறொன்றும் நான் நினைக்காதிருந்ததால்

தானோ இப்படியெல்லாம் தோன்றுகிறது. உலகனை நான் கனிவோடு பார்த்தேன்.

ஊரில் ஏறு தழுவலுக்கான முன்னேற்பாடுகள் தொடங்கின. செல்வந்தர்களான கோயிலகத்தின், பிச்சகச் சேரியின், முண்டகத்து இல்லத்தின் பெண்பிள்ளைகளை விரும்பியவர்கள் மஞ்சு விரட்டிற்குத் தயாராகிறார்கள். ஊரிலுள்ளவர்களுக்குப் பறையறைந்து தெரிவிக்க, பெரும்பாணன் உலகனிடம் சொன்னாலும் அவன் அதற்குத் தயாராகவில்லை. அப்பா உடனில்லாத வேதனை பெரும்பாணனைப் பின்தொடர்கிறதென்று தோன்றியது.

பெரும்பாணன் எதைச் சொன்னாலும் அதற்கொரு எதிர்ப்பேச்சை அப்பா பேசியதேயில்லை. உலகன் அப்படிப் பட்டவனல்ல. பறை கொட்டி அறிவிக்க, பெரும்பாணன் வேறு இருவரை அனுப்பினார். ஆயர்குலப் பெண்களின் பெயரைச் சொல்லி, அவர்களை விரும்புபவர்கள் மஞ்சு விரட்டுக்குத் தயாராகும்படி சொல்லப்பட்ட அறிவிப்பை ஊர் முழுவதும் கொட்டி அறிவித்தனர். உலகன் ஏறுதழுவலுக்கான தயாரிப்புகளைப் பார்வையிட்டபடி நடந்து கொண்டிருந்தான். புல் பாவிய பெரிய மைதானத்தில், மரத்தூண்களில் தட்டுகள் அடுக்கப்பட்ட பரண்கள் உயர்ந்தன. ஊர்ச் செல்வந்தர்களுக்கும் நாட்டாமைக்குமான இருப்பிடங்களைப் பணியாளர்கள் அலங்கரித்தனர். சீவிக் கூர்மையாக்கிய கொம்புகளுடன் போர்க்காளைகள் பாய்வதற்குத் தயாராக வாடிவாசல்களில் நின்றன. உலகன் அதைப் பற்றியெல்லாம் வாய் ஓயாமல் பேசினாலும் எனக்கென்னவோ பெரிய ஆர்வம் ஏற்படவில்லை.

மஞ்சுவிரட்டு நாள் வந்தது. பெரும்பாணன், மற்றும் அனைவருடன் நானும் மைதானத்தை அடைந்தேன். அம்மா அங்கே வர விரும்பவில்லை. அப்படியென்றால் தானும் வரவில்லையென்று சீரை அம்மாவுக்குத் துணையாகவே இருக்கிறாள். அவள் இப்போதெல்லாம்

தனக்குள் மிகவும் ஒடுங்குவது என்னை மிகவும் நோகடித்தது. ஆட்கள் கூடும் இடங்களில் அவள் உடனிருப்பது எனக்கு எவ்வளவு துணையாயிருந்தது. பறைகளும் குழல்களும் கட்டியெடுத்துக் கொண்டு, உயர்த்திக் கட்டப்பட்டிருந்த பரண்களில் வசதியான ஓரிடத்தில் ஏறி உட்கார்ந்து கொண்டோம். முல்லையும், பிடவமும், குருந்தும், வெண்காந்தளும் சேர்த்துக் கட்டிய மாலைகளணிந்த இடையர்கள் மைதானத்துக்குள் வந்து கொண்டிருந்தனர். தழையாடை உடுத்து, ஐந்தாகப் பகுத்துப் பின்னப்பட்ட கூந்தலில் பலநிறப் பூக்களணிந்து ஆயன் மகளிர் உள்ளே நுழைந்தபோதெல்லாம் அவர்கள் ஆர்ப்பரித்தனர். பெண்கள் ஒவ்வொருவராகப் பரண்களில் ஏறி அமரத் தொடங்கினர். தாமரையும் பச்சைக்கிளியும் கிளியோலமும் வந்திருக்கிறார்களா என்று நான் அந்தக் கூட்டத்தில் தேடினேன். கும்பலில் அவர்கள் ஒருவரையும் பார்க்க முடியவில்லை.

காளைகளை மைதானத்திற்கு அழைத்து வந்தனர். அவற்றைக் கட்டுப்படுத்தி இழுத்துச் செல்ல ஆயர்கள் சிரமப்பட்டனர். தொழுவத்தில் ஒதுங்கி நிற்கும்போது அடக்கி வைக்கப்பட்டிருந்த வன்மத்தை அவை வெளியே கொண்டுவந்தன. ஒவ்வொரு காளையும் சீறியபடி முன்னால் வந்தபோது கும்பலின் ஆரவாரம் உயர்ந்தது. ஆயிரம் வெறிநாய்களின் அடக்கி வைக்கப்பட்ட பெருமூச்சுகள் ஒன்றாக வெளியே சீறுவதாகத் தோன்றின. இப்போது இங்கே என்ன செய்வதென்று அறியாமல் நான் குழம்பினேன். கூட்டத்திலிருந்த சிலர் எங்களைப் பார்த்துக் கையசைத்தபோது பெரும்பாணனின் கையிலிருந்த இலைத்தாளம் உச்சத்தில் ஒலித்தது. நானும் உலகனும் இலைத்தாளத்தோடு இணைந்து கொண்டோம். மஞ்சுவிரட்டு அதற்குள் உலகனைப் பித்துபிடிக்க வைத்துவிட்டது. எங்களுடைய குழுவினர் பெரும்பறைகளை ஒன்றாக முழக்கினர். சிலர் உச்சத்தில் குழலூதினர். ஜனக்கூட்டத்தின் இரைச்சலுடன் பறைகளின், குழல்களின் ஓசைகள் கோர்த்துக் கொண்டன. பறை கொட்டலிலும் குழல் ஊதுவதிலும் மக்களின் வெறி படரத் தொடங்கியது. நான் உலகனைப்

பார்த்தேன். ஆடலின் பாடலின் பொருளைப் பற்றி முன்னால் வாய் ஓயாமல் பேசிய அவனின் இப்போதைய நிலை என்னை ஆச்சரியத்தில் ஆழ்த்தியது.

மைதானத்தில் ஆயர்குல இளைஞர்கள் காளைகளை எதிர்கொள்ளத் தயாராயினர். கை முட்டி முறுக்கியும், நிலத்தில் அடித்தும் சிலர் தங்கள் வீரத்தைக் காட்டினர். சிலரின் உள்ளத்தில் கிலி அலையடித்தது, கண்களின் வழியாக வெளியே வந்தது. ஆனாலும் உடலின் நடுக்கத்தை அடக்கி அவர்களும் மற்றவர்களுடன் சேர்ந்து கொண்டனர். ஆயர்களின் பூசாரிகள் ஒன்றிணைந்து கடவுளை வாழ்த்தினர். அகில் நிறைத்த தூபச்சட்டிகளை அவர்கள் வானத்தை நோக்கி உயர்த்திக் காட்டினர். நீர்த்துறைகளிலும் பெருமரங்களிலும் உறைந்திருக்கும் ஆயர்களின் கடவுளர்கள் இவர்களிடம் இரக்கம் கொள்வாரோ?

சிவந்த கன்னங்களுள்ள ஆயர்குல இளைஞர்களைப் பார்த்தபோது என்னுள்ளில் மிகுந்த கனிவு நிறைந்தது. உரம் வாய்ந்த காளைகளோடு மோதும்போது பரண்களில் கைகள் பிணைத்து அமர்ந்தபடியிருக்கும் இவர்களின் காதலிகள் உருகுவார்களா? காதலுக்கும் மரணத்துக்குமிடையில் ஆண்கள் போராடும்போது நடுக்கத்தை வெளிக்காட்டாமல் எப்படி அவர்களால் உற்சாகமூட்ட முடியும்? முன்னால் உயரும் அகிற்புகை அவர்களைப் பார்க்க முடியாத அளவு உயர்ந்தபோது, நான் இலைத்தாளத்தின் சிலீரென்ற ஓசையில் மூழ்கினேன்.

பெரும்பறைகளை மீண்டும் முழங்கும்படி மக்கள் கூட்டம் எங்களை அழைத்துச் சொன்னது. ஆரவாரமும் குலவையிடலும் உயர்ந்தன. உள்ளத்தையும் உடலையும் நடுங்கச் செய்யும் அதிர்வுகளோடு பெரும்பறைகளின் ஓசையும் உயர்ந்து எழுந்தது. காளைவிரட்டும் தொடங்கியது. வளைந்த கூரான கொம்புகளுள்ள ஒரு வெள்ளைக்காளை வில்லாக வளைந்து முன்னால் பாய்ந்தது. விரிந்த

மார்பும் கனத்த தோள்களுமுள்ள ஓர் இளைஞன் அதை எதிர்கொள்ளும் தீரத்தோடு நின்றான்.

திடீரென எல்லா எதிர்பார்ப்புகளையும் தூளாக்கி, காளை அவனைக் கொம்பில் கோர்த்துச் சுழற்றி மேல்நோக்கி எறிந்தது. ஆள்கூட்டத்தின் இரைச்சல் பட்டென நிலைத்தது. நான் கண்களை இறுக மூடிக் கொண்டேன். ஆனாலும் ஒரு கூக்குரல்கூட இல்லாமல் எல்லாம் அடங்குவதை மூடிய கண்களுக்குள்ளே காண முடிந்தது.

கண் திறந்தபோது மீண்டும் ஆர்ப்பரித்துச் சுழலும் கும்பலைத்தான் பார்த்தேன். தூசுப் படலங்களை எழுப்பி இரண்டு காளைகள் அதற்குள் மைதானத்துக்குள் குதித்து விட்டிருந்தன. அவற்றை எதிர்கொள்ள இரண்டு இளைஞர்களும் தயாராக நின்றிருந்தனர். தங்களுள் ஒருவனின் மரணத்தை அந்த இளைஞர்களும் மக்கள் கூட்டமும் மறந்து போனது எனக்குள் நடுக்கமேற்படுத்தியது. ஒரு நொடி நேரமேனும் அந்தக் கூட்டத்தையும் இந்த உலகத்தையுமே நான் மிகவும் வெறுத்தேன். இலைத்தாளம் என் கைகளில் கனத்தது. கைகள் அசையாமல் ஆனது. பெரும் பறைகளின் முழக்கத்தில் ஒரு இலைத் தாளத்தின் இல்லாமையை யாரும் அறிந்திருக்க மாட்டார்கள்.

காளைப்போர் தொடர்கிறது. பல இளைஞர்கள் பல்வேறு காளைகளை எதிர்கொள்கின்றனர். ஆட்களின் கூக்குரல்களும் காளைகளின் முக்காரங்களும் ஒன்றோடொன்று கலக்கின்றன. எங்கள் பறையொலியும், குழலிசையும் தொடர்கின்றன. தொடக்கத்தில் இடையிடையே கேட்டுக் கொண்டிருந்த பேச்சொலியும் இப்போது நிலைத்திருந்தது. காளைகளோ, இளைஞர்களோ யார் கீழே விழுந்தாலும் அவர்கள் ஒருபோலவே ஆர்ப்பரிக்கின்றனர். பிணங்கள் அப்புறப்படுத்தப்பட்டிருந்தாலும் குருதியில் ஊறிச் சிதறிக் கிடந்த உடலுறுப்புகள், எழும்பும் புழுதிப் படலங்களுக்கிடையில் மறைந்து போயிருக்கலாம். இன்னும் உயர வாய்ப்பில்லை என்ற அளவுக்குக் கூக்குரல்கள் கனத்துக் கொண்டிருந்தன.

பெரும்பாணனின் கைகள் என் தோள்களைத் தொட்டபோதுதான் நான் உணர்வு பெற்றுத் திரும்பினேன். மீண்டும் இலைத்தாளத்தை இசைக்கத் தொடங்கியபோது, பெரும்பாணன் கனிவோடு அதை வாங்கி வேறொருவரின் கையில் கொடுத்தார். நான் போராட்டக் களத்தைப் பார்த்தேன். மக்கள் கூட்டம் பரண்களிலிருந்து இறங்கி வெற்றியடைந்த வீரர்களைத் தோளில் ஏற்றுகின்றனர். ஆயர் மகளிர் சிலர் அதைப் பார்த்து ஆரவாரிக்கின்றனர். வேறு சிலர் தலை குனிந்தமர்ந்து அழுகின்றனர். அவர்களுக்குரியவர்கள் மரணத்தோடு மல்லிட்டுக் கீழடங்கியவர்களும், போராடித் திரும்பியவர்களுமாக இருக்கலாம். ஆரவாரித்தபடி பெண்களும் களத்திற்குள் இறங்கினர். அவர்கள் கையசைத்து அழைத்தபோது நாங்களும் அவர்களோடு இணைந்துகொண்டோம்.

குரவைக் கூத்திற்கான தயாரிப்புகள் தொடங்கின. நாங்கள பெரும்பறைகளை நகர்த்தி வைத்தோம். சிறுபறைகளையும் யாழ்களையும் எடுத்துக்கொண்டோம். ஆயர் மகளிர் பாடல்களைப் பாட, எங்கள் ஆட்கள் யாழ்களை மீட்டினர். இடையர்கள் கூத்தினைத் தொடங்கியபோது இடுப்பில் கட்டிய சிறுபறைகள் கொட்டி, நாங்களும் ஆட்டத்தில் சேர்ந்துகொண்டோம். ஆண்களும் பெண்களும் தோளோடு தோளுரசப் பாடி ஆடினர். ஆடல் பாடலில் பங்கெடுப்பதாக நடித்த நான் முதலில் சற்று ஒதுங்கியே இருந்தேன். ஆனாலும் ஆட்டமும் பாட்டும் உச்சத்தை அடைந்தபோது நானும் அதனுள் ஒன்றிப் போய்விட்டேன். ஆயர்களின் இணைகள் கூட்டத்தை விட்டுவிலகி, தனிமையான இடங்களுக்கு நகர்ந்து கூத்தைத் தொடர்ந்தனர். நான் கூட்டத்திற்குள் புகாமல் நகர்ந்து செல்லப் பார்த்தேன். கூத்தில் என் கூட்டாளி சந்தன்தான். என் மெய்வடிவுகளுக்கிடையேயான இல்லாமையைப் போக்கியிருந்த அந்த ஆணுடல், மற்றொரு இல்லாமையாக அருகே சோந்து நிறைந்தது.

அப்போதுதான் ஓர் உறுதியான ஆண்கரம் என்னைத் தன்னருகே சேர்த்துக்கொள்ள முயல்வதை நான் உணர்ந்தேன். அப்படியே தலை சாய்த்துப் பார்த்தேன். கடந்த நாட்களொன்றில் பாதையோரத்தில் பார்த்த அந்தப் படைவீரன். அன்று பூக்கோல் திரும்பப் பெற்ற போதிருந்த பார்வையல்ல இப்போது அவனுடையது. அடவு வைப்பதற்கிடையில் கண்களை ஒருமுறை சிமிட்டி, புன்னகைத்தவாறே அவன் என்னைத் தன் உடலோடு சேர்க்கத் துணிகிறான். உதறி நகர்ந்தபோதும் அவன் என் கையைப் பிடித்த பிடியை விடவில்லை. பட்டென என்னவென்றறியாத ஒரு வெறுப்பு என் உடலில் ஊர்ந்து ஏறியது. கையை உதறிவிட்டு நான் ஓடி நகர்ந்துகொண்டேன். அவன் சற்று அதிர்ந்துதான் போனான். எங்கள் ஆட்கள் இருக்கும் பகுதியை நோக்கி நான் கூட்டத்திற்குள் புகுந்துகொண்டேன். அதற்குள் அவர்களும் பல குழுக்களாகப் பிரிந்து விட்டிருந்தனர். அங்கிருந்தவர்கள் யாழ்களோடும் பறைகளோடும் கூத்தில் கலந்து விட்டிருந்தனர்.

பின்னர் அவன் அருகே வரவில்லையென்றாலும் நிலைகொள்ளாமல் எங்கேயோ நின்று கொண்டிருப்பதாகவே எனக்குத் தோன்றியது. தெரிந்தவர்கள் யாரையாவது கண்டுபிடிக்க நான் ஆவலாக இருந்தேன். பாடியாடுபவர்க்கிடையில் இடித்துக் கொண்டும், உரசிக்கொண்டும் நகர்ந்தபோதுதான் குழந்தையோடு ஓர் ஓரமாக நின்றிருந்த தாரம்மாவைப் பார்த்தேன். ஓடி அருகே சென்று குழந்தையை வாங்கிக் கொண்டேன்.

"கிளியோலம் எங்கே? அவளைப் பார்த்தீர்களா?"

உரத்து ஏதோ சொன்னபோதும் அது அந்த இரைச்சலில் புரியாததால், தாரம்மாவின் கை சற்று தூரத்தில் சுட்டிக்காட்டியது. கிளியோலமும், தாமரையும், பச்சைக்கிளியும் ஒன்றாகவே இருந்தனர். ஆட்டத்தில் பங்கெடுத்தாலும் அவர்களோடு ஆண்துணை எதுவும் இல்லாததால் நான் உள்ளுக்குள் புன்னகைத்துக் கொண்டேன்.

கையிலிருந்த குழந்தையைக் கொஞ்சிக்கொண்டே அவர்களுக்கு அருகில் சென்றேன்.

எங்கள் குழுவிலிருந்து நகர்ந்து அவர்களருகே சென்றபோது சற்று அதிர்ந்து, என்னவென்று கேட்கும் பாவனையில் புருவத்தை நெளித்து உயர்த்தினாள் கிளியோலம். உரக்கச் சொன்னாலும் கேட்காதென்று தோன்ற நான் கண்ணாலேயே தூரத்தில் சுட்டினேன். அவனை எங்கேயும் காணவிலலை. நான் சொல்ல வந்தது என்னவென்று அவளுக்கும் புரியவில்லை. ஆனால் அவள் சற்று விலகி என்னை அவர்களுக்கருகே நகர்த்திச் சேர்த்துக் கொண்டாள். நெருக்கமானவர்கள் அருகிலிருக்கிறார்கள் என்ற எண்ணம் தோன்ற அது போதுமானதாக இருந்தது. சின்னச் சின்ன பயங்களுக்கு சிலசில முன்னேற்பாடுகள். ஒரு பார்வையாலோ சிறு அணைப்பினாலோ வெளிப்படுத்தப்படும் சிறு கனிவுகள். சில வேளைகளில் அவை விலைமதிக்க முடியாத அளவுக்குப் பெரியது என எனக்குத் தோன்றியது. ஆண் துணையால் பகிர்ந்து தர முடியாத ஏதோ ஒன்று, பெண் நட்பில உண்டென்று நானறிந்து கொண்டேன்.

சற்று நேரத்தில் தாரம்மாவும் எங்களருகே வந்தார். அதற்குள் கிளியோலத்திடம் நடந்தவற்றையெல்லாம் சொல்லியிருந்தேன். பொழுது சாய்ந்தும் ஆட்டமும் பாட்டும் தொடர்ந்து கொண்டிருந்தது. ஆனால் அதிலெல்லாம் பங்கு பெறாமல் இருட்டுவதற்குள் நாங்கள் திரும்பினோம். வழியில் அவன் பின்தொடர்கிறானோ என்ற பயம் எனக்கு இருந்தது. அதைப் புரிந்துகொண்டதுபோல அந்தப் பெண்களும் வீடுவரை உடன் வந்தனர். கடைசியில் அவர்களும் பிரிந்து செல்ல, இருளும் வெளிச்சமுமற்ற ஓர் அந்திப் பொழுது என் துணையாக வந்து சேர்ந்தது.

ஐந்து

ஒன்றும் செய்யத் தோன்றாததால் வெளியே எங்கும் செல்லவேயில்லை. அம்மாவுடனும் சீரையுடனும் வீட்டிலேயே தங்கிவிட்டேன். தயிர் விற்கப் போகும்போது கிளியோலம் என்னையும் அழைப்பதுண்டு. ஆனால் போகத் தோன்றவேயில்லை. பதிலாக அதிக நேரம் சீரையுடன் செலவழிக்கவே எண்ணினேன். அவிழ்ந்த கூந்தலை முடிந்து கொள்ளாமல், ஆடத் தொடங்காத ஒரு மயிலைப்போல அவள் திண்ணையில் அமர்ந்திருக்கிறாள். அவளுடைய உள்ளக் கிடக்கையை சமீப நாட்களாகச் சிறிதும் அறிந்துகொள்ள முடியவில்லை. உலகத்தின் உருவப் பொருத்தங்களையல்ல, உள்ளத்தின் அறியா வழிகளைத்தான் அவள் தேடிக் கொண்டிருக்கிறாள். அதை யாருடனும் பகிர்ந்துகொள்ள அவள் சற்றும் தயாராக இல்லை. அவளருகே அமர்ந்திருக்கும்போது, உள்ளே பல பிறப்புகளைப் பாதுகாத்து வைத்திருக்கும் ஒரு கற்சிலையுடன் உட்கார்ந்திருப்பதாகவே எனக்குத் தோன்றுகிறது.

"நீ என்ன யோசிச்சுக்கிட்டிருக்கே?"

இருவருக்குமிடையில் அதிகரித்தபடியே இருந்த மௌனத்தை நான் முறிக்க விரும்பினேன்.

சற்றுநேரம் அவள் எதையும் பேசவில்லை. பிறகு காற்று இலைகளை உரசும் ஒலியில் அவள் குரல் வெளிவந்தது.

"நான் நேற்றுகூட ஒரு கனவு கண்டேன் அக்கா. நம்முடைய இந்த உலகம் போலவே மற்றொரு உலகம். அங்கே அப்பாவும் அண்ணனும் அப்புறம் நாமெல்லாரும் இருக்கிறோம். இந்த உலகத்தை முழுமைப்படுத்துவதைப் போல் இங்கே இல்லாததும், இல்லாமலானதையும் கூட அங்கே கண்டேன். தெளிந்த வானமும், குளிர்ந்து உறைந்த கடலும், அசைவற்ற காற்றுமாக இருக்கின்றது அந்த உலகம். உறைந்த கடல் அலைகளுக்கு மேல் நம் குழந்தைகள் ஓடி விளையாடுகின்றனர். அவர்களுடன் சேர்ந்து விளையாடச் சென்ற என்னை அப்பா தடுக்கிறார். நான் இங்கே பார்த்தேயிராத அண்ணனுக்கும், என் கைப்பிடித்து நின்ற அப்பாவுக்குமிடையில் வாக்குவாதம் ஏற்படுகிறது. நிறையபேர் நம்மை நோக்கிப் பாய்ந்து வருகின்றனர்"

சற்று நிறுத்திய அவள், நடுங்கும் வார்த்தைகளில் தொடர்கிறாள்.

"திடீரென வானம் சிவக்கிறது. கடல் அசையத் தொடங்குகிறது. காட்டின் மரங்கள் உலைந்தாடுகின்றன. கடல்நீர் கொதிக்க, மரங்களில் தீப்பிடித்துக் கொள்ளவும் செய்கின்றன. ஈரப்பசையின்றி பட்டென எரிந்த மரங்கள் தங்களைத் தின்றுவிடுமென்று பயந்து மரத்தினடியில் பதுங்கி நின்றிருந்த நாலைந்து நிழல் உருவங்கள் ஓடுகின்றன. சீறிப் பாய்ந்த தீக்காற்று மரங்களைப் பிய்த்து எறிகின்றன. பிளந்த முள்செடிகளில் மாட்டிக்கொண்ட கொம்புகளை உருவியெடுப்பதற்காக, பாதி உடல் வெந்த மான்கள் துடித்துக் கொண்டிருக்கின்றன"

எனக்கு அழுகை வந்தது. நான் சீரையின் வாயைப் பொத்தினேன். கையை எடுத்த பின்னும் சற்றுநேரம் அவள் பேசவேயில்லை.

"இப்போதும் என்னால் பார்க்க முடிகிறது. கரிந்துபோன பிரம்புகள். தீயணையத் தொடங்கிய மூங்கில்கள். ஆங்காங்கே சிதறிக்

கிடக்கும் எலும்புத் துண்டுகள். எல்லா இடங்களிலும் நிறைந்த, வெந்து கரிந்த மாமிசத்தின் துர்நாற்றம்''

அவள் தொடர்ந்தபோது நான் அங்கிருந்து எழுந்து உள்ளே அம்மாவின் அருகே சென்றேன். வெறும் தரையில் படுத்து, அம்மா உறங்குகிறாள். விழிகளுக்குள்ளே படபடக்கும் கருவிழிகள் மூடிய இமைகளின்மீது அலைகளை உருவாக்குகிறது. அம்மா எல்லாவற்றையும் கேட்டிருக்கிறாள். இல்லையெனில் தன் துர்க்கனவுகளில் மாட்டி விழிபிதுங்கி இருக்கலாம்.

அம்மாவை எழுப்ப வேண்டாமென்று தோன்றியது. சீரையின் அருகில் அமரவும் பிடிக்கவில்லை. நான் வெளியேறி வீட்டின் பின்னால்போய் நின்றேன். காஞ்சி மரங்களுக்கப்பால் உயர்ந்தும் தாழ்ந்தும் காணப்படும் பசும்புல்வெளி. தலைக்குக் கீழே கைவைத்து மல்லாந்து படுத்துக்கொண்டு உறங்கும் ஓர் இளம்பெண் போலிருந்தது அந்தப் புல்மேடு. சற்றுநேரம் அப்படியே பார்த்துக்கொண்டு நின்றபோது தூரத்தில் சில அசைவுகளைக் கண்டேன். பசுக்களா மான்களா என்று முடிவெடுக்க முடியாவிட்டாலும், அவற்றுடன் வருவது ஒரு பெண்மணியென்றும் அவள் கிளியோலம் தானென்றும் தெரிந்தது. மரங்களுக்கிடையில் புல்மேட்டை நோக்கிச் செல்லும் அவளை நோக்கிக் கையசைத்தபோதும் அவள் என்னை கவனிக்கவில்லை.

சன்னமான காற்று. புல்லும் காற்றும் குலவிக் கொள்கின்றன. அதன்மீது மிதித்துப் பாழ்படுத்தி நடக்கத் தோன்றவில்லை. ஆங்காங்கே காணப்பட்ட செம்மண் குவியல்களின்மீது கால்வைத்து முன்னால் நடந்தேன்.

ஒரு காலடியால்கூட மற்றொன்றிற்கு நோவு ஏற்படுத்தாமலிருந்தால் எவ்வளவு நல்லது. ஒரு நிழலின் தழுவலாக எல்லாவற்றுடனும் நடக்க முடியுமென்றால் எப்படியிருக்கும் என்று நான் விழைந்தேன்.

உடலை நடுங்கச் செய்தபடி ஒரு குதிரைக் குளம்படி திடீரெனத்தான் கேட்டது. என் பயம் உயிருள்ள ஓர் உருவமாக அருகே வருகிறது. ஆமாம். அது அவனே. அந்தப் படைவீரன்.

என் கால்கள் அசைவற்றன. என்னுடன் யாருமில்லை. தூரத்திலிருந்த கிளியோலத்தை அழைக்க முயன்றாலும் தொண்டையிலிருந்து ஒரு முனகல்கூடப் புறப்படவில்லை. தலைசுற்றிக் கீழே விழுந்து விடுவேனென்று எனக்குத் தோன்றியது.

அவன் அருகே வந்தான். ஓடி நகர இடமில்லாமல் நான் நின்றுவிட்டேன். உடலின் நடுக்கத்தையும் உடன் வேர்ப்பதையும் உணர்ந்தேன்.

அவன் குதிரை மீதிருந்து குதித்து இறங்கினான். எனினும் நேருக்குநேர் என்னைப் பார்த்துத் தளர்வுற்று நிற்கவே செய்தான். ஓர் அதிர்ச்சி ஏற்பட்டதெனினும் அவன் இலக்கென்னவென்று அறியாததால் நான் சற்று சுதாரிப்புடனேயே நின்றேன்.

''என்னை மன்னித்துவிடு''

முன்னுரை ஏதுமின்றி அவன் வணங்கி நின்றான். அங்கிருந்து ஓடித் தப்பிப்பது எப்படியென்ற ஒரேயொரு எண்ணமே எனக்குள்ளிருந்தது. நான் பேசாமல் நின்றேன்.

''அன்று பாதையோரம் பார்த்தபோது, விலை மதிப்பற்ற, எனக்கு மிகவும் முக்கியமான ஒரு பொருளைத் திருப்பித் தந்ததன் கடமை மட்டுமே தோன்றியது. அன்று பார்த்ததன் நினைவு உள்ளிருந்து போகவுமில்லை. மஞ்சுவிரட்டு நாளன்று கூத்தர்களுடன் பார்த்தபோது நான் ஆச்சரியப்பட்டு போனேன். உள்ளத்தால் அந்நிகழ்வோடு சேர முடியாமல் நீ நின்றிருப்பதாகத் தோன்றவே எனக்குள் ஒரு நெருக்கம் தோன்றியது. கூத்தினிடையில் எந்தத் தீர்மானமுமின்றியே உன்னை நெருங்கினேன்''

''உங்களுக்கு இப்போது என்ன வேண்டும்?''

உள்ளே உதறல் இருந்தாலும் நல்லவேளை வெளியே குரல் கனத்தே வெளிப்பட்டது.

"ஒன்றும் வேண்டாம்"

அவன் ஏதோ சொல்ல முயன்றான். பிறகு வேண்டாமென்று கருதியதைப்போல குதிரையைப் பார்த்து நடந்தான். ஆனால் உடனே திரும்பி நின்று,

"ஆணும் பெண்ணும் இணைந்து குரவைக் கூத்தாடுவதில் பெரிய தவறொன்றுமில்லையே. எனக்குள் நிறைந்த அன்பை, காதலை நான் வெளிப்படுத்தினேன். அவ்வளவுதானே"

"அந்த அன்போ, காதலோ எனக்கும் இருக்கிறதா என்று நீங்கள் தெரிந்து கொள்ளவில்லை. என் உள்ளத்தை அறிந்து கொள்ளாமல் என் உடலை இழுத்தணைத்தது தவறுதான். உங்கள் வலிமையைக் காண்பிப்பது அப்படியல்ல"

"அதற்குத்தான் நான் மன்னிப்பு கேட்டுவிட்டேனே. ஒரு நொடிப்பொழுது எண்ணத்தில் நடந்துவிட்ட தவறு அது. இனி இதுபோல் நிகழாது. எனினும் ஒன்றைச் சொல்கிறேன். என் உள்ளத்தில உன் மீதான காதலன்றி வேறொன்றுமில்லை"

நான் ஒன்றும் சொல்லவில்லை. உள்ளத்தின் வெறுப்பும் பயமும் அணைந்திருக்கவில்லை. அவன் குதிரையின் மீதேறி முன்னால் நகர்ந்தான்.

நான் மெதுவாகத் திரும்பி நடந்தேன். அதற்குள் கிளியோலம் என்னைப் பார்த்து விட்டிருந்தாள். அவள் கையசைத்து என்னை அழைத்துக்கொண்டே என்னருகே ஓடிவந்தாள்.

"அவன் என்ன சொன்னான்?"

ஒரு துளியும் சிந்தாமல் சிதறாமல் அவளிடம் எல்லாவற்றையும் சொன்னேன். அவளிடம் ஏதோவொரு இயலாமை இருப்பதாகத்

தோன்றியது. என்னவென்று விசாரிக்க, ஒன்றுமில்லையென்று நகர்ந்தாலும், மறுபடியும் எட்டிவந்து என் கையைப் பிடித்துக்கொண்டாள்.

"அவன் குழப்பமெதுவும் விளைவிப்பவனாகத் தெரியவில்லை சித்திரை"

இவளுக்கு என்ன நேர்ந்தது என்றறிய நான் அவளை ஏறெடுத்தபோது, தயங்கித் தயங்கி அவள் தொடர்ந்தாள்.

"உன்னைப் பார்க்க முடியாததால் என்னால் சொல்லவும் முடியவில்லை. இவனை நான் மறுபடியும் பார்த்தேன். ஒருமுறை அருகே வந்து பேசவும் செய்தான். முழுக்க முழுக்க உன்னைப் பற்றித்தான் விசாரித்தான். அவன் தகடூரைச் சேர்ந்தவன். பெயர் மகீரன்"

"என்னைப் பற்றி என்ன சொல்ல வேண்டியிருக்கிறது?"

"அவனுக்கு உன்மீது உள்ளதென்ன என்று உனக்கும் தெரியும். உனக்கு அவனைப் பற்றிய அபிப்பிராயம் என்னவென்று அறியாமல் உன்னிடம் நடந்துகொண்டது தவறுதான் என்று நானும் அவனிடம் சொன்னேன். அது அவனுக்கும் தெரியும்"

எனக்கு இப்போதும் ஒரு பயம்தான் தோன்றியது. வேறு எதுவும் பேசுவதற்காக நிற்காமல் நான் வீட்டிற்குத் திரும்பினேன்.

"நீ தனிமையானவள். உனக்கு இப்போது ஓர் ஆணின் துணை வேண்டும். அது அவன் காதலாகவும் இருக்கலாம்"

கிளியோலம் பின்னாலிருந்து கூவிச் சொன்னாள். உடலிலும் உள்ளத்திலும் மொத்தமாக ஒரு நிழல் படர்ந்திருக்கிறது என்பதன்றி வேறொன்றும் என்னால் புரிந்துகொள்ள முடியவில்லை. இல்லையென்றாலும் ஒருவனின் காதலைப் பற்றி யோசிக்க என்ன இருக்கிறது? உடலோடு உடலுக்கும் உள்ளத்தோடு உள்ளத்துக்கும் தோன்றும் பொருளறிய முடியாத ஒரு நெருக்கம் என்றல்லாமல்

வேறொன்றும் தோன்றவில்லை. எனினும் இந்த மனிதனோடு எனக்கு அப்படியொன்றுமில்லை என்று நான் உணர்ந்து கொண்டேன். அன்பு என்ற உணர்வு என் உள்ளத்திலிருந்தே ஒழிந்துவிட்டிருக்குமா? அல்லது அப்படியொன்று ஒருபோதும் இருந்திருக்கவில்லையா? அன்பு என்பது நான் என்றுமே அறிந்திராத ஓர் உள்ளுணர்வா?

வீட்டில் உட்காரத் தோன்றவில்லை. பெரும்பாணனும் உலகனும் வேறு சிலரும் அருகிலிருக்கும் சில ஊர்களுக்குச் சென்றிருக்கின்றனர். வீடுகள்தோறும் பாடி நடப்பது உலகனுக்கு விருப்பமில்லாததாகவே இருந்தது. எனினும் பெரும்பாணனிடம் எப்போதும் மறுத்துப் பேசவேண்டாமேயென்று உடன் சென்றிருக்கிறான். ஆட்கள் அதிகம் தேவைப்படும் இடங்களுக்கு மட்டுமே என்னையும் அழைத்துச் சென்றனர். அம்மாவின், சீரையின் நிலை இப்படி இருப்பதனால்தானோ என்னைப் பெரும்பாணன் அழைக்காது இருந்திருப்பார். எனினும் வீட்டின் உள்ளே இருந்தாலும் என் வீடு வெளியிலிருப்பதாகவே தோன்றும். இறங்கி நடக்க நினைத்தாலும் பழையது போன்ற ஓர் உற்சாகமோ, ஒரு சுதந்திர உணர்வோ தோன்றுவதுமில்லை. அகமும் புறமுமற்ற ஓர் இருத்தல். இருளும் வெளிச்சமுமற்ற ஓர் உள்நிலை. மிகக் கொடியதொரு சலிப்பு.

மாலையில் கிளியோலத்தின் வீட்டிற்குச் சென்றேன். அவள் வரும்வரை தாரம்மாவின் குழந்தைக்கு விளையாட்டு காட்டிக் கொண்டிருந்தேன். என்னைப் பார்த்துக் கையசைத்துக்கொண்டே வந்தாள். இரண்டு கைகளிலும் இரண்டிரண்டு தந்த வளையல்களைப் பார்த்தபோது நான் உரக்கச் சிரித்தேன். எதையோ சொல்ல வருவதாக அவள் வெளியேறியபோது நான் பின்னாலேயே சென்றேன்.

"மகீரன் இந்த ஊரில்தான் இருக்கிறான். என்னைப் பார்க்கும்போதெல்லாம் உன்னைப் பற்றியே விசாரிப்பான். உனக்கு அவன்மீதுள்ள வெறுப்பு இன்னும் மாறவில்லையென்று தோன்றியிருக்கலாம்"

நான் எதுவும் பேசவில்லை. பேசத் தோன்றவுமில்லை. ஆனாலும் அதுவரை என்னை மூடியிருந்த சலிப்பின் ஒரு பெரிய நிழலின்மீது சிறியதொரு வெளிச்சம் வீழ்வதாகத் தோன்றியது.

''எனக்கு அவன்மீது வெறுப்பெல்லாம் இல்லை''

''ஆஹா... அந்த நெலமைக்காவது வந்திடுச்சே. நம்மை ஒன்றாகப் பார்த்திருந்த போதும் அவனுக்கு ஏன் என்னிடம் இப்படியெல்லாம் தோன்றவில்லை!''

கிளியோலம் கண்களை இடுக்கிச் சிரித்தாள். பிறகு குரலில் கனத்தை ஏற்றி அழுத்தம் திருத்தமாகப் பேசினாள்.

''சித்திரை உன் நிலைமை எனக்கு நன்றாகவே தெரியும். இப்படியே தொடர்ந்தால் நீ சென்றடையும் இடம் எதுவாக இருக்கும்? அரசனின் பூக்கோல் கிடைத்த மகீரன் வெறும் படைவீரனாக மட்டும் இருக்கமாட்டான். அவன் உன்மீது காட்டுவதும் வெறுமொரு இனக்கவர்ச்சி என்றும் எனக்குத் தோன்றவில்லை. உன் உள்ளத்தை அறியும்வரை சொல்லாதிருந்தேன். அவ்வளவுதான். உன்னை ஒருமுறை பார்க்க என்ன வழியென்றுதான் அவன் இன்றும் விசாரித்தான். அவனிடம் நான் என்ன சொல்லட்டும்?''

என்னை நன்றாக அறிபவள் கிளியோலம். ஆனாலும் அவளைப் பார்க்க நான் தயங்கினேன்.

''உன்னுடைய இந்தத் தந்த வளையல்களணிந்த கைகளைப் பார்க்க மிக அழகாயிருக்கிறது. கறுப்பும் வெள்ளையும் சேர்ந்தால் மற்ற நிறமெல்லாம் தோற்றுப் போகும்''

கிளியோலம் குரலில் கடுமை காட்டினாள்.

''இனி நான் உன்னிடம் எதையும் பேச மாட்டேன்''

''கோபித்துக் கொள்ளாதேடி. என்ன சொல்வதென்றோ எதைச் செய்வதென்றோ எனக்கும் தெரியவில்லை. நான் போகிறேன். அப்புறம் பார்க்கலாம்''

இறங்கி நடக்கும்போது உள்ளத்தின் உறவுகளைப் பற்றித்தான் நினைத்தபடி சென்றேன். மகீரனின் காதலைவிட கிளியோலத்தின் விவேகத்திலேயே எனக்கு மதிப்பு தோன்றியது. மகீரனின் மீதான வெறுப்பும் பயமும் அணைந்து விட்டதாகவே நான் உணர்ந்தேன். எனினும் அவனுடைய வாக்குறுதிக்கு என்னுள்ளிருந்து எந்த எதிரொலியும் ஏற்படாதது ஏனென்று விக்கித்து நின்றேன். அன்பு என்னவென்று அறியாதிருப்பதனால் இருக்கலாமோ?

திரும்பி வந்தபோது வீடு முன்பைவிட இருண்டு போயிருந்தது. சீக்கிரமே அந்தியானதா? உள்ளத்தின் ஒளி அணைந்துவிட்டதா? எதையும் சாப்பிடத் தோன்றவில்லை. சாப்பிட்டாயா என்று விசாரிக்கவும் தோன்றவில்லை. உடனே படுத்துவிட்டாலும் உறக்கம் வரவில்லை. இதுவரைக் கூத்தும் பாட்டுமன்றி வேறொன்றில்லாதிருந்த உள்ளிடங்கள் ஒரு போருக்குத் தயாராகிறதோ? கண்களின் இருளில் தோன்றிய சிவப்பு செங்காந்தளினுடையதா அல்லது செங்குருதியினுடையதா? பிரித்தறிய முடியவில்லை.

சற்றே அசந்து விட்டதாகவே நினைக்கிறேன். நள்ளிரவாகி இருக்கும். வீட்டின் பின்புறக் காஞ்சி மரங்களுக்கு அப்புறமிருந்து ஒரு குதிரையின் கனைப்பு கேட்டதாகத் தோன்றியது. காய்ந்த சருகுகளின்மீது முயல்கள் பதுங்கி நடப்பதாக இருக்கலாம். என்னவென்றாலும் எழுந்து கொள்ளவோ வெளியே சென்று பார்க்கவோ துணியவில்லை.

மறுநாள் காலை கிளியோலம் வீட்டுக்கு வந்தபோது நான் அதைச் சொன்னேன்.

''அது அவனேதான்''

அவள் உறுதியாகச் சொன்னாள். ஏதையெல்லாமோ அவள் என்னிடமிருந்து மறைப்பதாகவே தோன்றியது.

"நீ கோபித்துக் கொள்வாய் என்றுதான் நான் எதையும் சொல்லாமல் இருந்துவிட்டேன். உன் வீட்டை அவனறிவான். இரவில் இந்த வழியாகச் செல்லும்போது எப்போதாவது இங்கே சற்றுநேரம் இறங்கி நின்றிருப்பதாகவும் அவன் என்னிடம் சொல்லியிருக்கிறான். சித்திரை, தன் அன்பை வெளிப்படுத்தத் தெரியாதென்பதே அவனுடைய ஒரே குறை. ஆனால் மகீரன் தீங்கானவன் என்று எனக்குத் தோன்றவில்லை. போர்வீரனல்லவா? அப்படிப்பட்டவர்கள் கொஞ்சம் கடுமையாகத்தான் நடந்துகொள்வார்கள்''

மீண்டும் ஓரிரவில் வெளியே நடமாட்டம் கேட்டபோது நான் வெளியே சென்று பார்க்கவே செய்தேன். நான் செல்வேனென்று அவனும் அறிவான் என்று தோன்றியது அவன் நிற்கும் நிலை. அவன் மெதுவாக அருகே வந்தான். இதயத்துடிப்பு அதிகரிக்கவில்லை. பயமோ வெட்கமோ தோன்றவில்லை. நிலவும் இருளும் குழைந்த மெல்லிய குளிரிலும் என் உள்ளமும் உடலும் மரத்துபோய் நின்றது. உள்ளேயுள்ள நானும் அவனருகில் நிற்கும் நானும் இருவராக எனக்குத் தோன்றினர். என்னை வேறொருவளாக நின்று பார்ப்பதைப் போல. என்னுடையதும் அவனுடையதுமான அசைவுகளை நான் நோக்கிக் கொண்டிருந்தேன்.

அவன் எதுவும் பேசவில்லை, நானும்.

இந்தச் சலிப்பையும், தனிமையையும், வெறுமையையும் அறுத்தெறிந்து கடப்பதற்காகத்தான் அவனுடைய காதலை ஏற்றுக் கொள்ளத் தோன்றியிருக்குமோ?

"ஒன்றும் சொல்வதற்கில்லையா?''

நான் பேசவில்லை. அவனுடைய கை என் தோளை நோக்கி நீண்டபோது நான் பின்னால் நகர்ந்தேன். அவன் அதிர்ச்சியுற்றான். சிறிதுநேரம் என்னையே நோக்கி நின்றான். பின்னர் மெதுவாகத் திரும்பி நடந்தான். திடீரென, ஏனோ இவன் இனித் திரும்பி

வரமாட்டான் என்றொரு எண்ணம் ஒரு மின்னல் போல என்னுள் பாய்ந்து சென்றது.

''ஒரு நொடி நில்லுங்க''

அவன் நின்றான். நான் அருகே சென்று அவனுடைய உறுதியான கைகளைப் பற்றினேன். முன்னால் என்னைத் தன் உடலோடு சேர்த்தணைக்க முயன்றபோது, மரவட்டை ஊர்வது போல் தோன்றிய அந்த விரல்களோடு இப்போது எனக்குண்டான உணர்வுதான் என்ன? நினைவுபடுத்திக்கொள்ள நேரம் கிடைக்கவில்லை. அவன் மெதுவாக என்னைத் தன் உடலோடு சேர்த்தணைத்துக் கொண்டான். உள்ளே ஏதோ ஒன்று தடுத்ததெனினும், வெளியே ஓர் எதிர்ப்பாக வருவதற்கான வீரியம் அதற்கில்லாதிருந்தது. உச்சி முகர்ந்துகொண்டு அவன் சொன்னான்,

''நீ நோவதை நான் பொறுத்துக்கொள்ள மாட்டேன். நீ தனியாகத்தானே இருக்கிறாய்? நானும் அப்படித்தான். தனிமையிலிருப்பவர்கள் ஒன்றாகும் இடங்களில் அல்லவா அன்பின் கடவுள் குடியிருக்கிறார்?''

அந்த வார்த்தைகளில் இருந்த காதலைப் பற்றியெல்லாம் யோசிக்கத் தோன்றவில்லை. அவன் கூந்தலிழைகளைத் தடவியபோது என்னுள்ளிருந்த மற்றொருவள், அதன் கனிவில் இளைப்பாறிக் கொண்டிருந்தாள். புலர்வதற்கு முன்பான கிளியோசைகள் கேட்கும்வரை நாங்கள் காஞ்சி மரத்தடியிலேயே அமர்ந்திருந்தோம். என் விரல்களை விடுவித்து உடலை இழுத்து நகர்த்தி அவன் எழுந்து கொண்டான். சற்று தூரத்தில் நின்ற குதிரையின் மீதேறி, புல்மேட்டின் உயர்வு தாழ்வுகளினூடே பாய்ந்து போனபோது என்னுள்ளிருந்து எதுவோ பிய்ந்து போவது போலத் தோன்றியது. இரவின் இருள் பரந்த பசுமை. அதன் அலைகளில் மூழ்கியெழும் குதிரையின், படைவீரனின் நிழலுருவம் அகன்றகன்று மறைந்துபோனபோதும் அந்தக் காட்சி கண்ணிலேயே தங்கி நின்றது.

ஆறு

பகலில் புல்மேட்டிலும் இரவில் காஞ்சிமர நிழலிலுமாக நாங்கள் மீண்டும் மீண்டும் சந்தித்துக் கொண்டோம். நிலவும் முல்லை மலர்களின் நறுமணமும் கலந்திருந்த ஓரிரவில் என் கைப்பிடித்து, புல்மேட்டை நோக்கி நடந்தான். அதற்கப்பால் இருள் சூழ்ந்து காணும் காட்டினைச் சுட்டிக் காட்டினான் மகீரன்.

"அந்தக் காட்டின் மறுபுறமுள்ள மலையில்தான் எங்களின் அரசன் தம்படித்திருக்கிறான்"

"தம்படிப்பதா? நீங்கள் எதற்காக இங்கே வந்தீர்கள்?"

"அதை என்னால் இப்போது சொல்ல முடியாது சித்திரை. மற்றவர்கள் யாரும் அறிந்துகொள்ளக் கூடாத சில செய்திகள் நாட்டை ஆள்பவர்க்கிடையில் இருக்கின்றன. ஆனாலும் சிலவற்றைச் சொல்கிறேன். எங்கள் அரசன் மற்ற அரசர்களிடமிருந்து சில மிரட்டல்களை எதிர்கொள்ள வேண்டி வந்தது. படைவீரர்களின் ஒரு குழு இந்த ஊரிலிருக்கிறது. அவர்களைப் போருக்குத் தயார்படுத்த அரசன் நேரிலேயே இங்கு வந்து சேர்ந்திருக்கிறான்"

அரண்மனையை விட்டு அரசர்கள் இப்படி மறைந்து வாழ்வார்கள் என்பது எனக்குப் புதிய அறிவாய் இருந்தது.

''அரசனின் பாசறையைச் சுற்றி முள்வேலி இடப்பட்டிருக்கிறது. முன்னால் யானைகள் காவலிருக்கின்றன. கூடவே அயல்தேசத்துத் திறமையான பாகன்களும் இருக்கின்றனர்''

''அரண்மனையில் இருந்தாலும் ஒரு மன்னனைக் கொல்வது என்பது பெரும்பாடெல்லாம் இல்லை. அதை நான் நேரடியாகப் பார்த்திருக்கிறேன். அப்புறம் இப்படி வெளியே தங்கும்போது காவலிருந்து என்ன புண்ணியம்?''

''நீ நேரடியாகப் பார்த்திருக்கிறாயா? அது எப்படி?''

நானும் என் கூட்டத்தாரும் நடந்து தீர்த்த வழிகள் முழுவதையும் அவனிடம் சொன்னேன். அவன் கனிவோடு கேட்டிருந்தான். இடையிடையே என் முதுகில் தடவவும் மார்போடு சேர்த்துக் கொள்ளவும் செய்தான். அழுகைக்குள் விழுந்துவிடுவேன் என்று உணர்ந்தபோது நான் கட்டுப்படுத்தி நிறுத்திக் கொண்டேன்.

''அது போகட்டும். அரசருக்கான காவலைப் பற்றிச் சொல்லுங்கள்''

மகீரன் சொல்ல வந்ததை முழுமையாக்குவதற்கு நான் காதைத் தீட்டினேன்.

''உன்னிடமென்பதால் சொல்கிறேன். பாசறையினுள் உருவாக்கப்பட்ட வேறொரு அறையினுள்தான் அரசர் தங்கியிருக்கிறார். மேலே நட்டிருக்கும் அம்புகளின்மீது துணியை விரித்து நான்கு பக்கத்தையும் மறைத்திருக்கிறோம். அழகான பெண்களே அரசனுக்குக் காவல் நிற்கின்றனர். அவர்களின் மார்க்கச்சைகளில் குறுவாள்கள் ஒளிந்திருக்கின்றன. அப்படி இப்படியெல்லாம் அரசனைக் கொல்ல முடியாது''

அவன் சற்று நிறுத்தினான். தெரிந்துக்கொள்ள வேண்டுமென்ற ஆவல் தோன்றவில்லையெனினும் அவனுக்காகக் கேட்டுக் கொண்டிருந்தேன்.

''அவர்களின் வளையல்கள் அணிந்த கைகள், எண்ணெய் ஊற்றி எரிந்து கொண்டிருக்கும பாவை விளக்கின் வெளிச்சத்தில் என்ன அழகு தெரியுமா?''

மகீரன் கள்ளக் கண்களால் என்னை நோக்கினான். உசுப்பேற்றுவதற்காக நடிப்பது அவனுக்கு எளிதாயிருந்தது.

உடனிருந்த படைவீரர்களைப் பற்றித்தான் என் சிந்தனை சென்றது. மகீரன் எங்கே தங்கியிருப்பான்? அதைக்கூடத் தெரிந்து கொள்ளவில்லையே? என் அகத்தை அறிந்தவனாக மகீரன் தொடர்ந்தான்.

''காட்டிலுள்ள குடில்களில்தான் நாங்கள் இரவைக் கழிக்கிறோம். அதற்காக வேடர்களின் குடிசைகளைக் கவர்ந்து கொண்டோம். பகல் முழுவதும் மரங்கள் வெட்டியும் பாறைகளைக் குடைந்தும் படை நடத்துவதற்கான பாதைகளை நாங்கள் உருவாக்குகிறோம்''

அரசனைப் பற்றியோ படைகளைப் பற்றியோ அறிந்து கொள்ளும் ஆவலெதுவும் எனக்குத் தோன்றவில்லை. வெளியேற்றப்பட்ட வேடர்களைப் பற்றிச் சொன்னபோது எங்களுக்கு உறைவிடம் தந்த எயினர்களை நினைத்துக்கொண்டேன்.

''அரசனுடன் நிறைய படைவீரர்கள் வேண்டுமல்லவா?''

''பாசறையின் மற்ற அறைகளிலெல்லாம் படைவீரர்களே இருக்கின்றனர். அந்த அறைகளின் சுவர் முழுக்க வேல்கள் ஊன்றி நிறுத்தப்பட்டுள்ளன. உனக்குத் தெரியுமா? எங்களுடன் யவனப் படைவீரர்களும் இருக்கின்றனர்''

''யவனப் படைவீரர்களா?''

''ஆமாம். கடல்கள் கடந்து காணப்படும் அயல்நாட்டைச் சேர்ந்தவர்கள். நம் நிறமுடையவர்கள் அல்ல அவர்கள். அவர்களின் மொழி நமக்குப் புரியாது. மேலங்கியும் தலைப்பாகையும் வேறு

மாதிரியிருக்கும். நீண்ட சட்டையும் தோலினாலான அரையாடையையும் அணிகின்றனர். கடுமையான முரட்டுப்பார்வையைப் பார்த்தாலே பயந்துவிடுவோம். போரில் நேருக்குநேர் நிற்பது என்பதெல்லாம் இல்லை. எதிரிகளைத் தோற்கடிக்க என்ன குறுக்குவழிகளையும் செய்யத் தயங்கமாட்டார்கள். அங்கே வடநாட்டுப் படைவீரர்கள் சிலரும் அரசனின் காவலாக இருக்கின்றனர்''

நாங்கள் அதற்குள்ளாகப் புல்மேட்டினூடாக வெகுதூரம் நடந்துவிட்டிருந்தோம். எனக்கேனோ பயமாக இருந்தது. எனக்குத் தெரிந்தேயிராத யாருடனோ நடந்து செல்வதாகவும், மொழியோ முறையோ அறியாத ஏதோ நாட்டின் வழியாகப் போவதாகவும் ஓர் எண்ணம்.

"நாம் திரும்பிவிடலாம்"

"என்ன சித்திரை இது? உன்னால் இப்போதும் என்னோடு நெருங்க முடியவில்லையல்லவா?"

நான் திரும்பி நடக்கத் தொடங்கியிருந்தேன். மகீரன் பின்னாலேயே வந்து தோளைத் தொட்டபோது நான் திரும்பி நின்றேன்.

"உன்னைத் தேடித்தான் நான் இந்த ஊருக்கே வந்தேன்"

மகீரன் சொன்னது சரிதான். அதைப் பின்னால்தான் தெரிந்துகொண்டேன். முன்பிறப்புகளில் தமக்குள்ளிருந்த நெருக்கத்தைப் பற்றியோ, இப்பிறப்பின் காதலர்கள் தமக்குள்ளான காதலைப் பற்றியோ சொல்லும் வழக்கமான வார்த்தைகள் தானென்று அன்று நான் நினைத்தேன். அதனாலேயே எனக்கு அழுகையாக வந்தது. என்னைத் தன் மார்போடு சேர்த்து, முதுகைத் தடவிக் கொண்டிருந்த கைகள் ஒருபோதும் என்னை விட்டகலக் கூடாதென்று அன்று நான் மிகவும் ஆசைப்பட்டேன். தலையை நிமிர்த்தியபோது அவன் என் உதட்டைத் தீண்டினான். உடலோடு உடல் நன்றாக

ஒட்டிக்கொண்டது. கன்னத்திலும் கழுத்திலும் பதியும் உதடுகளையும், மார்பில் பரவும் விரல்களையும் விலக்கிவிட வேண்டுமென்று எனக்குத் தோன்றவில்லை. நெருக்கமான விரல்கள் போலிருக்கும் வெண்காந்தள் மொட்டுகள் அன்று உடல் முழுக்கப் பொழிந்திருக்க வேண்டும்.

திரும்பி வீடு வந்து சேர்ந்தபோது நேரம் விடியத் தொடங்கியிருந்தது.

அந்த நாட்களில் ஒன்றில்தான் சந்தன் திரும்பி வந்தான். அண்ணன் உடன் வரவில்லை. மயிலன் எங்கே என்று கேட்டவர்களிடம் எல்லாம் வேதனை நிறைந்த ஒரு மௌனமே சந்தனின் பதிலாக வந்தது. இங்கே வந்தபோது அம்மாவின் அருகே செல்வதற்கான தயக்கம் காரணமாக அவன் முற்றத்திலேயே நின்றுவிட்டான். இக்காலமெல்லாம் காத்திருந்தது இந்தத் திரும்பி வரவுக்காகத்தான் என்பதுபோல, யாரும் அழைக்காமலே அம்மா வீட்டிற்கு வெளியே வந்தாள்.

"அவனைப் பார்க்க முடியவில்லை அல்லவா? நீண்ட நாட்களின் உன் அலைச்சல் வீணாகிவிட்டதே மகனே. நீ போயிருக்கக்கூடாது. துயரங்களன்றி இந்த வாழ்வில் வேறொன்றும் இருக்காது என்று எனக்கு நன்றாகத் தெரியும். நீ திரும்பி வந்துவிட்டாயே, அது போதும்"

சந்தன் தலைதாழ்த்தி நின்றான்.

"அவன் உயிரோடிருக்கிறானா? அதையாவது தெரிந்துகொள்ள முடிந்ததா?"

"இருக்கிறான். ஆனால் எங்கிருக்கிறான் என்பதுதான் தெரியவில்லை"

"அதையாவது தெரிந்துகொள்ள முடிந்ததே, நல்லது. எங்களுடைய வேதனையைத் தனியாகச் சுமந்தவன் நீ. நான் பெற்றது அவனையென்றாலும், நீ உடனிருக்கும்போது அவனும் வேண்டுமென்று விரும்பியிருக்கக்கூடாது"

சந்தனின் கண்கள் நிறைந்தன. அதனை மறைக்க, சிறிதாகப் புன்னகைக்கவும் செய்தான். ஆனாலும் எப்போதுமிருக்கும் பிரகாசமோ, தெளிவோ சந்தனில் இப்போது காண முடியவில்லை.

"நாங்கள் இங்கிருப்பதை நீ எப்படி அறிந்தாய்?"

அவனை இனியும் இடர்படுத்த வேண்டாமென்று நினைத்து நான் கேட்டேன்.

"நீங்கள் நடந்த பாதை முழுக்க நானும் நடந்தேன். அதற்குமுன் மயிலன் போன வழியிலும். ஆனால் அதை முழுமையாக்க முடியவில்லை என்பதே என் வருத்தம்"

அதற்குள் எங்கள் குழுவினர் அனைவரும் வந்து சேர்ந்திருந்தனர். நடந்ததனைத்தையும் சொல்ல வேண்டிய தருணம் இதுதானென்று அவன் நினைத்திருக்கக்கூடும்.

"நான் ஏழிமலைக்குத்தான் போனேன். மூன்று நான்கு நாட்களுக்குள் அங்கே சென்றுவிட்டேன். நன்னனின் மரணத்தைப்பற்றி மக்கள் மறக்கத் தொடங்கியிருந்தாலும், தகர்ந்த கோட்டைகளும், தரைமட்டமான கிடங்குகளும் அப்படியப்படியே கிடந்திருந்தன. அரசனைப் பற்றியோ அங்கே தங்கியிருந்த மயிலனைப் பற்றியோ தெரிந்துகொள்ள முடியாமல் நான் குழம்பிப் போனேன். பரணர் சொன்னது உங்களுக்கு நினைவிருக்கிறதா? நாம் அறிந்துகொள்ள முடியாதவை பலவும் இங்கே இருக்கிறது. அரசனின் அரண்மனையில் அணுக்கச் சேவகரில் ஒருவனாகப் பணிபுரிந்திருந்த ஒரு கிழவனைக் கண்டபோதுதான் சிலவற்றைத் தெரிந்துகொள்ள முடிந்தது. மயிலனைப் பற்றி அவர் சொன்னதெல்லாம் நிஜமா என்று தெரியவில்லை. கூத்தனாக அவன் அங்கு செல்லவில்லை. அரசனின் பூந்தோட்டக்காரனாகத் தொடங்கியிருந்தாலும் அப்படியே நீண்ட நாட்கள் தொடரவில்லை. போரில் பங்கு பெறுவதைவிட அவன் விருப்பம், அரண்மனையின் உள்ளிடங்களாகவே இருந்தது.

அரசனுடன் மிக நல்ல நெருக்கத்தோடு அவன் இருந்தானென்று தோன்றுகிறது. சேரர்களின் படையை எதிர்கொள்ள முடியாமல் அரசன் நாட்டைவிட்டு வெளியேறவும், அவனும் அங்கிருந்து போய்விட்டான். எங்கேயென்று யாருக்கும் தெரியாது''

அம்மா வீட்டிற்குள் சென்றாள். அண்ணனைப் பற்றிக் கேட்டபோது, எங்கள் அனைவருள்ளும் தோன்றியதை உலகன் கேட்டான்.

''பறம்பு மலையில் சாமி என்றொருவனைப் பார்த்து அது அண்ணன் தானென்று அப்பா சொல்லிக் கொண்டிருந்தார். மயிலனும் சாமியும் ஒருவர்தானா என்பதை எப்படித் தெரிந்து கொள்வது?''

''மயிலனைக் காணாமல் திரும்பி வரும்போது நான் பறம்பு நாட்டிற்கும் போயிருந்தேன். நீங்களனைவரும் அங்கிருப்பீர்கள் என்றல்லவா எண்ணினேன். அங்கே நடந்ததெல்லாம் அறிந்தபோது உங்களைத் தேடிப் போகவே செய்தேன். சாமியைப் பற்றி எனக்கும் ஒன்றும் தெரியாது''

''நாங்கள் இங்கிருக்கிறோம் என்பதை நீ எப்படி அறிந்தாய் மகனே?''

பெரும்பாணன் அப்போதுதான் முதன்முறையாக வாயையே திறந்தார்.

''உங்களைப் பறம்பு மலையின் எல்லைவரை படைவீரர்கள் கொண்டுவந்து விட்டார்கள் என்று அங்கிருந்து தெரிந்துகொண்டேன். மன்னரின் மரணம் அந்நாட்டையே உருக்குலைத்திருந்தது. உற்றார் உறவினர் யார், எதிரிகள் யாரென்று அவர்களால் இப்போதும் பிரித்தறிய முடியவில்லை. நம்மைப் பற்றியும் அவர்களுக்கு எந்த மதிப்பும் கிடையாது. எனவே நானும் அங்கே அதிக நாட்கள் தங்கவில்லை. பறம்பு மலையின் எல்லையை அடைந்தபோது நீங்கள் போயிருக்கக்கூடிய திசைநோக்கி நடந்தேன். இந்த ஊரை

அடைந்தபோது ஏறுதழுவலுக்குப் பாடியாட வந்திருந்த பாணரைப் பற்றிச் சிலர் சொன்னார்கள். அது வேறு யாருமாக இருக்க முடியாதென்று எண்ணினேன். அதன்பிறகு தேடிக் கண்டுபிடிப்பது எளிதானது''

அண்ணன் உடனில்லாவிட்டாலும் சந்தனின் வரவோடு அசைவற்றுக் கிடந்த ஓர் உடலுறுப்பு மீண்டும் இயங்கத் தொடங்கியதாகவே எல்லோருக்கும் தோன்றியது. என்றோ இனத்தைவிட்டுப் பிரிந்து வெளியேறிய அண்ணன் பெரும்பான்மையோர்க்கு ஓர் இல்லாமையாகவே இருந்தான். தேடிச் செல்லச்செல்ல அகன்றகன்று செல்லும் ஒரு நினைவு. ஆனால் சந்தன் அப்படியிருக்கவில்லை. கண்டும் கேட்டும் தொட்டும் அறிந்தகொள்ள சிலவற்றை ஒவ்வொருவரிடமும் மிச்சம் வைத்துவிட்டுத்தான் அவன் சிலகாலம் அகன்று நின்றான். காணாமல் போனவற்றில் சிலதெல்லாம் திரும்பக் கிடைக்கலாம். அதன் தொடக்கமாக இருக்கலாம் இந்த மீண்டுவரல்.

அப்போதெல்லாம் நான் மனதால் வேறொரு நாட்டிலிருந்தேன். போருடை அணிந்திருந்தாலும் போருக்குச் செல்லாமல் மறைந்து வாழ்பவர்களின் நாடு. பலநிறத் துணிகளால் மறைக்கப்பட்ட பாசறையினுள், இலைகள் போர்த்தப்பட்ட குடில்களுக்குள் நாங்கள் இருவர். முன்னால் தோன்றிய காட்சிகளுக்கிடையில் சிலசமயம் அந்த நாடு மறைந்தது. அப்படியான நேரங்களில் உயர்ந்து தாழும் புல்மேட்டில், தூரமாகப் பார்த்து நிற்கும்போதும் உடலில் பரவிய வேறொரு நறுமணம் நான் தனித்தவள் அல்ல என்பதை உணர்த்தியது. உலகத்தோடு எனக்கொரு பிரியம் தோன்றி விட்டிருந்தது. வேதனைப் படுத்தியவர்களை எல்லாம் நான் மன்னித்தேன்.

''இப்போதெல்லாம் சிரிப்போடல்லாமல் உன்னைப் பார்க்க முடிவதில்லையே?''

கிளியோலம் அழுத்தமாகச் சொன்னபோது நான் மீண்டும்

சிரித்தேன். ஆனால் கண்கள் குளமாயின.

''உனக்கு வேண்டியது என்னவென்று எனக்குத் தெரிந்திருந்தது. அவனை உனக்குப் பிடித்திருக்கிறது இல்லையா?''

நான் அப்படியொன்றும் யோசித்திருக்கவில்லை. எனினும் மகீரன் எப்போதும் உடனிருக்க வேண்டுமென்று தோன்றியது. அவ்வப்போது காஞ்சி மரங்களின் வழியாக, பார்வை தூரத்தில் பாய்ந்தது. அந்தப் பார்வையின் பாதையில் மகீரன் மீண்டும் மீண்டும் என்னைப் பார்க்க வந்தான். நீலநிறக் காயாப் பூக்களும், பொன்னிறக் கொன்றைப் பூக்களும், வெண்ணிறக் கோடல் பூக்களும், சிவந்த காந்தள் பூக்களும் எங்கள் காதலை வெளியே பரப்பின.

முன்னால் அவிழ்ந்து படர்ந்திருக்கும் கூந்தலிலும், பின்னர் என் மார்பிலும் தழுவியபடி மகீரன் என் மடியில் படுத்திருந்தான். இரவு வேகமாகக் கடந்து போனது. புலர்வதற்குள் நான் வீட்டை நோக்கி நடந்தேன். ஒரு நிழல் வேகமாக மரக்கூட்டத்தில் மறைவதைக் கண்டு சட்டென நின்றுவிட்டேன்.

''யார் அது?''

என் குரல் வெளியே வந்ததா என்று தெரியவில்லை. எனினும் மரத்தின் பின்னாலிருந்து நிழலுருவம் வெளியே வந்தது.

சந்தன். நான் பேச்சற்று நின்றேன். சந்தன் எதையோ பேச முயன்று, ஒன்றும் சொல்லாமல் வேகமாக நடந்து மறைந்தான்.

அன்று பகல் முழுவதும் அவனைப் பார்க்கவில்லை. இரவில் வெளியே வந்தபோது மீண்டும் வருவான் எனறு பயந்தாலும் ஒன்றும் நடக்கவில்லை. ஓரிரண்டு நாட்கள் அப்படிக் கடந்தன. ஆனாலும் எனக்கென்னவோ ஓர் உற்சாகம் தோன்றவில்லை. சந்தன் என்ன நினைத்திருப்பான்?

ஒரு மாலைப்பொழுது கிளியோலத்தைப் பார்த்துவிட்டுத்

திரும்பும்போதுதான் சந்தன் முன்னால் வந்து நின்றான். சற்று பம்மினாலும் நான் ஒதுங்கிச் செல்லவில்லை. உடன் நடக்கத் தயங்கி அவன் அசையாமல் நின்றான். நான் நடக்கத் தொடங்கியபோது அவன் பின்னாலிருந்து அழைத்தான்.

"சித்திரை, யார் அவன்?"

"ஒரு படைவீரன்"

எங்கள் குழுவில் ஒருவனிடம் சொல்ல வேண்டியவற்றையெல்லாம் நான் மனந்திறந்து சந்தனிடம் சொன்னேன். அப்போதும் அவனில் எந்த மலர்ச்சியும் தென்படவில்லை.

"என்னால் எதுவும் சொல்ல முடியவில்லை சித்திரை. கொஞ்சம் அவசரம். நீ போ"

"அது முடியாது. நாம் இருவரும் ஒன்றாகவே போகலாம். உன் எண்ணம் என்னவென்று என்னிடம் சொல்"

"நீதான் எல்லாம் தீர்மானித்துவிட்டாயே. நானும் தாமதித்துவிட்டேன்"

நான் திகைத்து நின்றுவிட்டேன். சந்தனின் உள்ளம் என்னவென்று எனக்கு முன்பே தெரியும். ஒருபோதும் அதை வெளிப்படுத்தாமல் மிகக் கண்ணியமாக என்னைக் கொண்டு நடந்தவன். இப்போது கனிவாக இவனிடம் எதைச் சொன்னாலும் அது கூடுதலான குழப்பத்தை ஏற்படுத்தும் என்று தோன்றியது. அப்படியொரு கனிவு எனக்குள் தோன்றினால் அது மகீரனுக்கு நான் செய்யும் துரோகமுமாகும்.

பட்டென அவன் திரும்பி நடந்தான். நான் அங்கேயே நின்றேன். திடீரென ஏற்பட்ட துணிவில் நான் அழைத்தேன்.

"சற்று நில்"

குரலில் தேவைக்கதிகமான கடுமை இருந்தது.

''இந்த உறுதி வெளியேயிருந்தால் மட்டும் போதாது. உள்ளேயும் இருந்திருக்க வேண்டும். அவவப்போது ஒரு மின்னல் போல உன் உள்ளத்தின் உணர்வுகளை நானும் அறிந்திருந்தேன் என்பது உண்மையே. ஆனாலும் அது ஒருபோதும் வெளிப்படவேயில்லை. எங்களை விட்டகன்றபின வேறொன்றும் அறிய முடியாமலும் போனது''

''என் செயல்களின் மூலமே நான் அதை வெளிப்படுத்தினேன். உன் அண்ணனைத் தேடித்தானே நான் போனேன். வறுமையைப் போக்குவதற்கான வழிதேடி நீங்களும் சென்றீர்கள். துன்பமெல்லாம் ஒரேயடியாகத் தீர்ந்து, அதற்குப் பிறகான காலம் நாமொன்றாக வாழ வேண்டுமென்றும் நான் விரும்பினேன். இங்கேயே திரும்பி வந்ததும் அதற்காகத்தான்''

உள்ளத்தில் ஒரு கனம் அழுத்தியது. சந்தன் நல்லவன்தான். உறவினர் யாருமற்றவன். என் அப்பாவுக்கும் அம்மாவுக்கும் அவன் மீதுள்ள அன்பு என்னவென்றும், அவனுக்கு என் வீட்டினர் மீதான அவதானிப்பு என்னவென்றும் எனக்கு நன்றாகத் தெரியும். ஆனாலும் ஏனோ அழத் தோன்றவில்லை. மகீரனிடமுள்ள காதலின் ஆழத்தை எனக்கு இச்சூழல் வெளிப்படுத்தியது. ஒருவனிடம் காட்டும் அன்பு, வேறொருவனுக்குக் கொடூரமாக மாறுவதை அறிந்து நெஞ்சம் பலமாகத் துடித்தது. சந்தனை மீண்டும் ஏறெடுக்க முடியாமல், நான் வேகமாக நடந்தேன்.

ஏழு

வருடத்திற்கு ஒருமுறை பூக்கும் காயாவின் நீலநிறப் பூக்களின்மேல் விளாமரங்களின் நிழல் பரந்து கிடக்கும் நிலவொளி வீசும் ஓரிரவில், எங்களின் சந்திப்பிற்குப் பின் திரும்பும்போது மகீரன் சொன்னான்.

''நாங்கள் எங்கள் நாட்டிற்கே திரும்புகிறோம். உடனடியாகப் போர் எதுவும் ஏற்படாதென்று உறுதியாகிவிட்டது''

இதைச் சொல்லும்போதும் மகீரனிடம் பெரிய துக்கமொன்றும் காணவில்லை. ஒரு பூங்கொத்தைக் கைகளால் எட்டிப் பிடிக்க முயன்று கொண்டிருந்தான் அவன்.

''நாம் என்றல்லவா சொல்லியிருக்க வேண்டும்?''

''ஆமாம், நாம். அதில் சொல்வதற்கென்ன இருக்கிறது? எனினும் உன்னால் என்னுடன் வர இயலுமா?''

''என்னால் வராமல் இருக்க முடியுமா?''

''நீயும் வரவேண்டுமென்றே நான் விரும்புகிறேன். ஆனால் இப்போது நாம் ஒன்றாகப் போக முடியாது. நான் போய்விட்டு தாமதிக்காமல் திரும்பி வந்து உன்னை அழைத்துச் செல்கிறேன்''

நான் தளர்ந்து போனேன். இதுவரை கட்டி எழுப்பியதெல்லாம்

தரைமட்டமானதுபோல் தோன்றியது. விழுந்து விடாமலிருக்க நான் மகீரனின் கையைப் பிடித்தேன். நாங்கள் மரத்தடியில் சேர்ந்தமர்ந்தோம்.

''வரவில்லையென்றால் நான் செத்துவிடுவேன்''

மகீரன் என்னை இழுத்தணைத்தான். நொம்பலங்களில் பட்டு அந்த இரவு சிதறிப் போனது.

மகீரன் போய்விட்டான். சில நாட்களுக்குள் திரும்பி வருவானென்ற உறுதியோடு இருந்தேன். ஆனாலும் நாட்களைக் கடத்துவதென்பது சற்றும் எளிதாயிருக்கவில்லை. ஒருநாள் பெரும்பாணனும் கூட்டத்தாரும் ஏதோ ஊருக்குப் போகத் திட்டமிட்டிருந்தனர். இதையறிந்த சந்தனின் குரல் கடுமையாக உயர்ந்தது.

''இதற்காகத்தான் நாம் இந்தப் பாதை முழுக்க நடந்தோமா? வீடுகளின்முன் ஆடவும் பாடவுமெனில் நம் ஊரிலிருந்தே வந்திருக்க வேண்டாமே?''

பெரும்பாணன் ஏதோ சொல்ல வாயெடுப்பதற்குள் உலகனும் இடைமறித்தான்.

''நானும் நெடுநாட்களாகச் சொல்கிறேன். இப்படி நாம் எதற்கு உயிர்வாழ வேண்டும்?''

வேறு யாரும் பேசவில்லையென்று கண்டபோது நானும் பேசவேண்டி வந்தது.

''இப்படித்தானே நாம் இதுவரை வாழ்ந்தது? இப்போது மாறக் காரணமெதுவும் இல்லையே?''

சந்தன் என்னைக் கடுப்போடு பார்த்தான்.

''இப்படியே வாழ்வதற்கு நான் உடன்பட மாட்டேன். மயிலனைக் கண்டுபிடிக்க முடியவில்லை. ஆனாலும் ஏதாவது அரசனைப் பார்த்து நம் வறுமையைப் போக்குவதுதான் நல்லது''

சந்தனிடம் மறுத்துப் பேச, பெரும்பாணனும் துணியாதது என்னை ஆச்சரியப்படுத்தியது.

"அப்படியென்றால் எங்கே போவது?"

வேறு ஒரு நாட்டிற்குப் போக எல்லோரும் தயாராக இருப்பது தெரிந்தது. என் நிலைமையைப் பற்றி சந்தன் எல்லோரிடமும் சொல்லியிருக்க வேண்டும். அதைத் தடுப்பதற்குள் ஒரு முடிவெடுத்து விடுவார்களோ என்று நான் துக்கத்தில் ஆழ்ந்தேன்.

"இப்படி அவசரப்படுவது எதற்காக?"

குரல் கம்மிப் போகிறதென்று அறிந்தபோது நான் அழுத்தத்தைக் கூட்டினேன்.

"என்னால் இப்போது இங்கிருந்து வரமுடியாது"

"அது எதனால் என்பது எங்களுக்குத் தெரியும்"

உலகனின் குரல் உயர்ந்தது.

"ஆமாம். நீங்கள் தெரிந்துகொண்டது உண்மைதான். இப்போது எங்கேயாவது புறப்பட என்னால் இயலாது. நான் இங்கே தனியாகவே இருப்பேன்"

"சித்திரை..."

பெரும்பாணன் முடிக்கவில்லை. பதிலுக்கு மற்றவர்களிடம் சொன்னார்.

"அவள் நம் குழந்தைதானே? தனித்து விடவேண்டாம். அவளில்லையென்றால் நானும் வரவில்லை"

சட்டெனக் கண்கள் குளமாக, நான் வீட்டினுள் சென்றுவிட்டேன். வெளியே பெரிதாகப் பேச்சுக் குரல்கள் கேட்கவில்லை. சற்று நேரத்தில் பெரும்பாணன் என்னருகே வந்தார்.

''இங்கிருந்து போகலாமென்று எல்லோரும் முடிவாகச் சொல்கிறார்கள். அது எதனாலென்றும் எனக்குத் தெரியும். மகளே, நன்மையையும் தீமையையும் நன்றாகப் புரிந்து கொள்பவள் நீ. உன் முடிவையும் தெரிந்து கொள்ளாமல் யாரும் போகமாட்டோம். எனினும் நீயும் இப்போது தனியாக சில முடிவுகள் எடுக்க வேண்டியிருக்கிறது''

''இனி நான் என்ன முடிவெடுக்க வேண்டியிருக்கிறது? மகீரன் திரும்பி வரும்வரை காத்திருக்க வேண்டியதுதான். எதையும் யாரிடமும் தெரிவிக்கவில்லை என்பது என்னுடைய தவறுதான். ஆனாலும் தெரியும்போது நீங்கள் என்னுடன் இருப்பீர்கள் என்று எண்ணினேன். ஆனாலும் இப்போது....''

வார்த்தைகள் முழுமை அடையவில்லை. எனினும் நான் அதை வேறொரு அர்த்தத்தில் முடித்து வைத்தேன்.

''ஏது நாட்டிற்குப் போவதென்று தீர்மானித்து விட்டீர்களா?''

''சேர நாட்டிற்குப் போகலாமென்று எல்லோரும் சொல்கிறார்கள். கபிலர் அங்குதான் போயிருக்கிறார் என்று சந்தன் பறம்பு மலையிலிருந்து தெரிந்து கொண்டிருக்கிறான்''

''பாரியைக் கொன்ற சேர நாட்டிற்கா? கபிலருடன் வேள்பாரியின் பெண்மக்களும் இருக்கின்றனரா? அவர்களின் திருமணம் முடிந்துவிட்டதா? அரசரைக் கொன்றது மூவேந்தருள் ஒருவரென்றால், அவர்களுள் ஒருவர் நாட்டுக்குக் கபிலர் போவாரா? அவர் போனாலும் அந்தப் பெண்மக்கள் போவார்களா?''

எனக்கு ஒன்றும் புரியவில்லை. பெரும்பாணன் சிரித்தார்.

''பாவலர்களுக்கு அப்படியெல்லாம் இல்லை மகளே. அரசர்க்குப் புகழ் வேண்டும். புகழ்பாட புலவர் வேண்டும் என்று பரணர் சொன்னது உனக்கு நினைவில் இல்லையா? மறுபடியும் சொல்கிறேன். புலவர்களுக்குப் பொருள் வேண்டும். அதைக் கொடுக்க அரசன்

வேண்டும். ஒரு மன்னன் இல்லையென்றால் வேறொரு மன்னன், அவ்வளவுதான். நம் முன்னோரை வீழ்த்திய சேரனிடம் போகத்தானே நாமும் இப்போது அவசரப்படுகிறோம்? அதிருக்கட்டும். அந்தப் பெண்பிள்ளைகள்தான் யாருமற்றுப் போனார்கள். கபிலர் அவர்களை அழைத்துக் கொண்டு பல குறுநில மன்னர்களையும் சந்தித்திருக்கிறார். அவர்களை ஏற்றுக்கொள்ள வேண்டுமென்று பணிந்து கேட்டிருக்கிறார். மூவேந்தர்களுக்கு பயந்து அவர்கள் யாரும் அதற்குத் தயாராகவில்லை போலிருக்கிறது. கடைசியில் அவர்களைத் திருக்கோவிலூர் அந்தணரிடம் ஒப்படைத்திருக்கிறார்''

இப்படியென்றால் யாரை நம்புவது? அரண்மனைக்கான வழிகள் அகலமானவையே. ஆனால் அவற்றின் உள்ளேயுள்ள இடைநாழிகள் குறுகலானவை. அரசருடைய, அவர்களோடு நெருக்கமாக இருப்பவர்களுடைய உள்ளக் கிடக்கையை அறிந்து கொள்வது அவ்வளவு எளிதல்ல.

இனி மகீரனும் வராமல் இருந்துவிடுவானோ?

திடீரென ஒரு பயம் என்னைத் தளர்வுறச் செய்தது.

''மகீரன் வந்த பிறகுதான் நாங்கள் போவோம். அல்லாமல் யாரையும் நான் போக விடமாட்டேன்''

பெரும்பாணன் போய்விட்டார். பலவிதமான முட்கள் ஒன்றாக நெஞ்சில் குத்தின. இதன்பிறகான அழலை எப்படிக் கடந்து செல்வது என்பதே அறியாமலிருக்கிறது. உறக்கமற்ற இரவுகளில் ஒரு குதிரைக் குளம்படியைக் காத்து நான் கிடந்திருந்தேன். இலையசைவுகள் கேட்டுத் திடுக்கிட்டெழுந்தேன். வெளியில் காஞ்சிமர நிழல்களில் கறுப்புநிறம். அதற்கப்பால் புல்பரப்பின்மீது இருள் அடர்த்தியாகக் கிடந்தது. நாலைந்து நாட்கள் அப்படிச் சென்றன. அம்மாவுடன் நீண்ட நேரம் உட்கார வேண்டுமென்று தோன்றினாலும் முடியவில்லை. பல்வேறு நினைவுகள். நடுவில் கிளியோலத்தையும் தாமரையையும் பார்க்கப் போவேன். தாரம்மாவின் குழந்தையைக் கொஞ்சிக்

கொண்டிருப்பேன். அவர்களையெல்லாம் விட்டுப் போகிறோம் என்றல்லாமல் வேறொன்றும் இந்த மனம் அறியாதல்லவா?

காத்திருப்பு வீணாகவில்லை. ஒரு விடியலில் மகீரன் வந்தான். புல்மேட்டின் பசுமையின்மீது காற்றின் குறும்பு. காஞ்சி மரங்களில் கிளிகளின் சலசலப்பு. உலகம் முழுதும் உயிரின் விளையாட்டு. வாழ்விற்கும் சாவிற்கும் இடையிலிருந்த ஊசலாட்டத்திற்கு ஒரு முடிவு ஏற்பட்டது. பலமுறை பெருமூச்சுவிட்டேன். மகீரனைக் கட்டியணைத்து அழுதேன்.

''இனி நாம் போகலாம்தானே?''

தைரியம் அற்றவளாயிருக்கிறேன் நான். என்னுடைய கூட்டத்தாரைக்கூட உதறிவிட்டுச் செல்ல முடிவெடுத்துவிட்ட என் உள்ளத்து உணர்வைப் புரிந்துகொள்ள முடியாமல் புலம்பினேன்.

மகீரன் என் கூந்தலைத் தடவி விட்டபடி அமர்ந்திருந்தான்.

''அம்மாவிடம் சொல்ல வேண்டாமா? உன் ஆட்கள் அறிந்தால் உன்னை என்னுடன் அனுப்புவார்களா?''

நடந்ததையெல்லாம் நான் சொன்னேன். எல்லாரும் எல்லாவற்றையும் அறிந்து கொண்டார்கள் அல்லவா? இனி ஒன்றையும் தீர்மானிக்க வேண்டியதில்லை. உடனே அம்மாவையும் பெரும்பாணனையும் பார்க்க வேண்டுமென்று தோன்றியது. உறவினர்களையெல்லாம் பிரிந்து செல்கிறேன் நான். மேகங்களைப் பிளக்கும் ஒரு மின்னல் உடலைப் பாய்ந்து சென்றது. உயிரே பல துண்டுகளாகப் பிளக்கின்றன. என்னைச் சேர்த்தணைத்து மகீரன் வீட்டை நோக்கி நடந்தான். நான் கண்களைத் துடைத்துக் கொண்டேன்.

அம்மா கொல்லை வாசலில் நின்றிருந்தாள். நான் சற்று தயங்கி நின்றேன். அம்மா அசையாமல் நிற்க மட்டுமே செய்தாள். எனினும் கனிவின் கதிர்கள் அவள் கண்களில் படர்வதை நான் கண்டேன்.

"நீயும் போகிறாய் அல்லவா? போகாமல் இருக்க முடியாதே. உன்னுடையவனைக் கண்டால் நல்லவனாகவே தெரிகிறது. அவனுக்குத் துன்பத்தை நீயும் தரமாட்டாய் என்று தெரியும். இல்லறம்தான் நல்லறம். உங்களுக்கு நன்மையே உண்டாகும்"

பெரும்பாணனுக்கும் அதுதான் சொல்ல வேண்டியிருந்தது. அனைவரும் சுற்றும் கூடியிருந்தனர். அவர்களும் புறப்படுவதற்கு அவசரம் காட்டுகின்றனர். சந்தனே முன்னால் நிற்கிறான். உலகனும் ஒவ்வொன்றையும் மூட்டை கட்டும் முனைப்பில் இருக்கிறான். நானொருத்தி ஒழிந்துவிடக் காத்திருக்கிறார்களா இவர்கள்? இல்லை. எனக்கு மட்டுமல்ல அவர்களுக்கும் உண்டல்லவா வருங்காலம் பற்றிய எதிர்பார்ப்புகள்.

முசிறிக்குத்தான் அவர்கள் போகின்றனர். சேர நாட்டரசன் சற்று காலமாக அங்கேதான் வசித்து வருவதாகச் சந்தன் அறிந்திருக்கிறான். பெரிய நகரம் அது. வெளியேயிருந்து வருகின்ற வணிகர்களுக்கு இங்கேயுள்ள பொருட்களைக் கைமாறி, பொன், பொருட்கள் பெற்றுக் கொள்ளுமிடம். மீன் கொடுத்து நெல் பெற்று செல்வந்தர் ஆனவர்கள் நிறையபேர் அங்கிருக்கின்றனர். அரசனைப் பார்க்கலாம். அதுவரை எப்படியாவது காலந்தள்ளலாம். செல்வமுடையோர் இருப்பார்களே.

என் கூட்டத்தினரின் அன்பின் கயிறுகள் ஒவ்வொன்றாக அவிழ்ந்து விழுந்து கொண்டிருக்கின்றன. அன்பைவிட மேலானது செல்வமே. இல்லையென்றால் என் நிலையைப் பற்றிக்கூட யோசிக்காமல் செல்வத்தின்பின் பாய்வார்களா? விடைபெற்றுக் கொள்வதைத் தவிர இனி வேறு வழியில்லை.

வெளியே வந்தவுடன் குனிந்து ஒருபிடி மண்ணையெடுத்து கையில் இறுகப் பற்றிக்கொண்டேன். உறைவிடம் தந்த மண்ணல்லவா? கையிலிருந்து பால்மணமும் இரத்தக் கவிச்சியும் ஒருசேர என்னைச் சூழ்ந்து பரவியது.

கிளியோலத்தையும், பச்சைக்கிளியையும், தாமரையையும் ஒருசேர நினைத்துக் கொண்டேன். தாரம்மாவின் குழந்தையின குறுநகை நினைவுக்கு வந்தது. போகின்ற வழியில் அவர்களையெல்லாம் ஒருமுறை பார்த்துவிட்டுச் செல்ல வேண்டும்.

குதிரையின் மீதமர்ந்து மகீரன் கைநீட்டினான். நான் பம்மி நின்றபோது, ஒரு பஞ்சுப்பொதியைப் போல என்னைத் தூக்கியெடுத்தான். மேலே உயரும்போது உரமான கைகளின் முறுக்கலில் உடல் நொந்தாலும் மகீரனின் கைவளையத்துக்குள் ஒடுங்கியபோது பயமும் வேதனையுமெல்லாம் பறந்து போனது. குதிரை முன்னோக்கிப் பாய்ந்ததை அறியவேயில்லை. இடையரின் வரிசையான வீடுகளின்முன் சென்றபோது குதிரை, பாய்ச்சலை நிறுத்தியது. அடைந்திருந்த வாசல்களை நோக்கிப் பலமுறை அழைத்தும் பதில் வரவில்லை. செம்மண் வழியினூடே குதிரை முன்னால் பாய்ந்தபோது, மறைந்துபோன பால்மணத்தையும் ஒரு குழந்தைச் சிரிப்பையும் உயிர்மருந்தாக நான் உள்ளே பத்திரப்படுத்தினேன்.

எட்டு

பாய்ந்து செல்லும் குதிரை பலமுறை பறப்பதாகவே தோன்றியது. கொத்திக் கொண்டுபோகும் ஒரு பறவையைப் போல மகீரன் இடது கையால் என்னைச் சுற்றிப் பிடித்திருந்தான். பலமுறை பறக்க ஆசைப்பட்டிருக்கிறேன். அது உலகத்திலிருந்தேயான விடுதலையெனவே கருதியிருந்தேன். ஆனால் சுற்றி வளைத்திருந்த அந்தக் கைகளுக்குள் இருக்கும்போது ஒரு கிளி அதன் கூண்டோடு மேலே உயர்வதைப் போலத் தோன்றியது. நான் மகீரனோடு நெருங்கியமர்ந்து அந்த முழங்கையில் தடவினேன். பறக்கும் முடிக்கற்றைகளுக்கு இடையிலாக பின்கழுத்தில் அடிக்கடி அழுந்தும் உதடுகளுக்கு வெம்மையும் ஈரமும் இருந்தன. மார்பின் மீதான தேடுதலைப் புறத்தே நான் விலக்கினாலும், அகத்தில் அதை மீண்டும் மீண்டும் விழைந்தேன். முன்னர் அதிகமாக வெறுத்திருந்த அந்த பலம் பொருந்திய கைகள் இன்று என் உலகம் புலர்வதற்கான ஒரேயொரு ஒளிதீபமாய் இருப்பதை எண்ணி, நீர் நிறைந்த என் கண்களை மூடிக்கொண்டேன்.

இருபுறமுள்ள புல்மேடுகளிலிருந்து நீராவி மேலே எழுகிறது. விளையாடிக் கொண்டிருந்த மான் குட்டிகளில் சில ஓசை கேட்டு தூரமாகப் பாய்கின்றன. வரிசை வரிசையாக நிற்கும் காஞ்சி மரங்கள்

கண்களில் தங்கியிருக்க முயற்சிக்காமல், பின்னிட்ட வழிகளின் நினைவுகள் போல் ஓடி மறைந்தன. வழியை நோக்கிச் சாய்ந்து தாழ்ந்து நின்ற மரக்கிளையிலிருந்து ஒரு மயில் கீழ்நோக்கிப் பறந்து இறங்கியது. செம்மண் பாதைக்கருகிலிருந்த குளங்களில் பூத்து நிறைந்திருந்த செந்தாமரை மலர்களில் சிவந்த தூசிப் படலம் ஆழ்ந்திறங்கியது. எங்கேயும் நிற்க வேண்டுமென்று எங்களுக்குத் தோன்றவில்லை. எவ்வளவு சீக்கிரம் தூரத்தில் சென்று மறைய வேண்டும். வேறு யாருமற்ற கடற்கரை, உள்ளத்தின் அலையடிப்பில் நனைந்து கொண்டிருந்தது.

பொழுது சாய்ந்த போதும் வெம்மை கூடி வந்தது. வழியோரப் பசுமை குறைந்து வருவது தொடக்கத்தில் அறிந்திருக்கவில்லை. அது இப்போது முழுமையாக இல்லாமலாகி இருந்தது. ஈரமற்ற வழியின் நிறமும் மாறி வந்திருக்கிறது. நொறுங்கிக் கிடக்கும் பாறைக் குவியல்களின்மீது குதிரைக் குளம்புகள் பதிவதன் ஓசை கனத்தது. முன்னர்போல அதனால் விரைய முடியவில்லை.

"இனி மணற்பரப்புதான். இருளில் இது வழியாகப் போக முடியாது" மகீரன் சொன்னான்.

திடீரென எனக்கும் பெரும்பீதி தோன்றியது. ஆளரவமற்ற மணற்பரப்பு. முதுவேனிலில் காய்ந்துபோன மரங்களின் கிளைகள். கால்நடைகளின் எலும்புக் கூடுகள். பதுங்கியிருந்து வழிப்போக்கர்கள்மீது பாய்ந்து கவரும் வழிப்பறிக் கொள்ளையர்கள். பாவப்பட்டவர்களைக்கூட அவர்கள் சும்மா விடமாட்டார்கள். முன்னால் கண்டதும், காணாமல் போனதுமான என்னென்னவோ காட்சிகள் உள்ளத்தில் மின்னி மறைந்தன.

"நாம் இனி என்ன செய்வோம்?" என்னுடைய நடுங்கும் குரல் கேட்டு மகீரன் உரக்கச் சிரித்தான்.

"நீ பயப்படாதே. மகீரனையும் அவன் மனைவியையும் யாரும்

ஒன்றும் செய்யமாட்டார்கள்''

இருளில் தட்டுத்தடுமாறி குதிரை முன்னால் நகர்ந்தது. செங்குத்தான ஏற்ற இறக்கங்களில் அது அவ்வப்போது தளர்ந்து நின்றது. அதன் சலிப்பு என் நெஞ்சில் ஏறியதுபோல் நானும் மூச்சிரைத்தேன். கழுத்தில் அழுந்திய முத்தங்களாலோ மார்பைத் தழுவிய விரல்களாலோ அதைத் தடுக்க இயலவில்லை. இருபுறமும் முன்னிலும் கடந்து வந்த இருள் உள்ளேயும் படர்ந்து ஏறியது.

எரியும் தீப்பந்தங்களுடன் திடீரென முன்னால் குதித்த கூட்டத்தினரின் ஆரவாரத்தில் நான் நடுங்கிப் போனேன். குதிரையால் முன்னகர இயலவில்லை. ஒரு வேலின் முனை என் கழுத்தில் அழுந்துவதை அறிந்து கூக்குரல் இடுவதற்கும் இயலாமல் நான் மரத்துப் போனேன்.

''இது நான்தான், மகீரன்''

என்மீது நீண்ட வேல்முனையை வாளினால் தட்டி அகற்றுவதற்கிடையில் மகீரன் உரக்கச் சொன்னான். ஆரவாரித்துக் கொண்டிருந்த ஒலிகள் தடாலென அடங்கின. பந்த வெளிச்சத்தில் பார்ப்பதற்கு முன்பே, குரலை வைத்து ஆளைத் தெரிந்து கொண்டனர்.

என்னைக் குதிரையிலிருந்து இறக்கிவிட்டு மகீரனும் இறங்கினான். அவர்கள் அனைவரும் என்னைத்தான் பார்க்கின்றனர். சிலர் மிக நெருங்கி வரும்போது நான் பம்மினேன்.

''இவள் என் மனைவி''

நெருங்கி வந்தவர்கள் நகர்ந்து சென்றனர். சிலர் கள்ளச் சிரிப்பு சிரித்தனர்.

''களவோ கற்போ என்ற சந்தேகம் வேண்டாம். மகீரன்தானே அழைத்து வந்திருக்கிறான்''

அவர்களுள் ஒருவன் சொன்னது மகீரனுக்குப் பிடிக்கவில்லை.

"களவல்ல, உறவினரின் சம்மதத்துடன் இவளை உடனழைத்து வந்திருக்கிறேன்"

நான் அப்போதும் ஓர் இயலாமையோடுதான் நின்றிருந்தேன். அதையறிந்தே மகீரன் என்னைத் தனக்குப் பின்னால் நிறுத்திக் கொண்டான்.

"இன்று இங்கே தங்கிவிட்டு விடியலில்தான் போகிறோம்"

மகீரன் மற்றவர்களோடு சொன்னாலும் உள்ளம் நடுங்கியது எனக்குத்தான். வழிப்பறி செய்து காலங்கடத்தும் கொள்ளையர்கள் இவர்கள். இரக்கமற்ற இவர்களுடன் ஓரிரவைக் கழிப்பதா? ஆனாலும் ஒன்றும் பேச இயலவில்லை.

"நீ பயப்படாதே. இவர்கள் நம்மை ஒன்றும் செய்ய மாட்டார்கள்"

நாங்கள் அவர்களுடன் நடந்தோம். கூர்த்த கற்கள் குத்தின. பந்தத்தின் வெளிச்சம் தரையை அடைவதற்குள் இருள் வந்து ஒட்டிக் கொள்கிறது.

நாங்கள் துணியால் இழுத்துக் கட்டப்பட்டிருந்த கூடாரத்துக்குள் சென்றோம். அதில் ஓர் அறைதான் இருந்தது. தரையில் விரிக்கப்பட்டிருந்த ஒரு பாயினருகே மண்விளக்கு எரிகிறது. அவர்கள் அனைவரும் வெளியேறிய பிறகும் பயம் விட்டகலவில்லை.

"இவர்கள் கொள்ளையடித்து வாழ்பவர்கள் அல்லவா? இருந்தும் நம்மிடம் அப்படியெல்லாம் நடந்து கொள்ளவில்லையே?"

"இன்று நம் முதலிரவு. மற்றதெல்லாம் பேச ஒரு வாழ்வு முழுவதும் இருக்கிறதே?"

மகீரன் என்னைச் சேர்த்தணைத்தான். கூந்தலிழைகளில் மெதுவாகத் தழுவினான். நேருக்குநேர் பார்க்க என்னால் இயலவில்லை. உரமான

கைகளில் ஒன்று நெஞ்சிலும், மற்றொன்று பின்புறமும் அழுந்த, தாடையைப் பிடித்துயர்த்தி அவன் என்னிடம் சொன்னான்.

"இரவில் நடப்பவன் நான். உன் கண்கள் இரு நிலவுகள். இதுவரை நான் தேடிய வெளிச்சம். இதிலிருந்து ஒரு விடுதலை இனி எனக்கில்லை"

நான் கண்களை மூடினேன். ஒன்றாகத் தரையில் அமர்ந்தோம். விளக்கின் திரி தாழ்ந்தது. இமைகளில் உதடுகளின் மெல்லிய அழுத்தம். இழுத்து முறுக்கப்படும் மார்பகம். அங்கே உதடுகள் அழுந்தியபோது உள்நரம்புகள் அவிழ்ந்து காதலும் அருமையுமாக நிறைந்துவிட ஏங்கினேன். மண்விளக்கைக் கையிலெடுத்து மகீரன் என் உடலின் அருகே பிடித்தான். உறையிலிருந்து உருவப்பட்ட வாள்போல் உடல் ஒளிர்வதைக் கண்டபோது எனக்கே ஒரு கொதிப்பு தோன்றியது. உள்ளத்தின் வேட்கை விட்டகலாத கணவனின் கண்முனைகளால் உடல் பிளக்கப்படுவதையறிந்து கண்களை மூடிக்கொண்டேன். மேனி முழுக்கப் பறக்கும் தேனீக்கள். ஈரமுள்ள இடங்களெங்கும் அவை சூழ்ந்தன. நரம்புகள் அனைத்தும் ஒன்றோடு ஒன்று முறுக்கிக் கொண்டன. இடையில் தோன்றிய நோவுகள் வேதனை அளிக்கவில்லை. உள்ளேயுள்ள ஊற்றுகள் எல்லாம் அவனுள் ஆழ்ந்து இறங்கின. கண்கள் நிறைந்து வழிந்தன. தொண்டையில் புறப்பட்ட ஒலிகளை உதடுகளால் அழுத்திக் கொண்டான். கனத்த உடல் உடலின் மீதமர்ந்தபோது இறுகப் பற்றிக்கொண்டேன். உள்ளேயுள்ளதெல்லாம் ஒழிந்து பாரம் குறைந்து உறங்கிப் போனது தெரியவில்லை.

மார்பில் உளி பதிப்பது போன்ற கடுத்த வேதனையோடுதான் நான் விழித்தேன். இதுவரை அறிந்திராத ஓர் உடலின் வாசனை. இது மகீரனல்ல. அவனைத் தூர விலக்கிவிட்டு நான் மறுபுறம் உருண்டேன். இனம்புரியாத கலவரத்துடன் அலறினேன். உடைகளை வாரிச் சுருட்டிக் கொண்டேன். அதற்குள் மகீரனும் திடுக்கிட்டெழுந்தான். அருகில் ஒருவன் துடிதுடித்து வீழ்வதை அந்த இருளிலும் நானறிந்தேன்.

நிலம் பூத்து மலர்ந்த நாள்   186

விளக்கின் திரி நீண்டது. துடிக்கும் உடலை நோக்கி மகீரன் குறுவாளை அழுத்தினான். நெஞ்சிலிருந்து இரத்தம் பீறிடுகின்றது. அவன் ஒருமுறை முனகி பின்னர் அசைவற்றுப் போனான். மகீரன் அந்த உடலில் மிதித்து நின்றான். நான் அவனருகே சென்று அவனைப் பற்றிச் சேர்ந்து நின்றேன்.

எல்லாம் பழைய நிலைக்கு வரச் சற்று நேரமெடுத்தது.

"பயப்படாதே. கொள்ளையரில் ஒருவன். இதெல்லாம் இங்கே வழமைதான். மகீரனின் மனைவியைத் தொடும் நெஞ்சுரம் உள்ளவன் கதி இதுதான்"

நடுக்கங்கள் விட்டகலவில்லை. ஒன்றன்பின் ஒன்றாக அவை முள்முனைகளாகக் குத்தி இறங்குகின்றன. அது வழக்கமாகவே ஆகிவிட்டது. பழையது போல வேதனைகளைப் புரிந்துகொள்ள முடியாமல் ஆகியிருக்கிறது. தைக்கப்பட்ட ஒரு முரட்டு உடையாக மாறுமோ என்னுடல்?

இரத்தம் வடியக் கிடந்த அந்தக் கொள்ளையனைக் காலால் தூக்கியெடுத்து வெளியே வீசினான். ஒன்றும் நிகழவில்லையென,

"வா, தூங்கலாம்" என்றான்.

என்னால் உறங்க முடியவில்லை. விடியும்வரை எப்படியோ நேரத்தைக் கடத்தினேன். மூலையிலிருந்த மண்குடத்தை எடுத்து அதிலிருந்த நீர் தீரும்வரை அவன் குடித்துக் கொண்டேயிருந்தான்.

பொழுது புலர்ந்தவுடன் நான் புறப்பட அவசரம் காட்டினேன். மகீரன் ஒன்றும் பேசவில்லை. எழுந்து குதிரையின் அருகே சென்றான். சோர்வு நீங்கி குதித்தெழுந்த அதன்மீது, பாய்ந்து ஏறி என்னையும் இழுத்து அமர்த்தி அன்னவரும் கேட்க,

"நாங்கள் போகிறோம். ஒரு பிணம் அங்கே கிடக்கிறது. புதைத்துவிடுங்கள்" என்றான்.

யாரும் ஒன்றும் பேசவில்லை. பதிலையும் எதிர்பாராமல் கடிவாளத்தை இழுத்தான்.

முன்னால் நீண்டு கிடக்கும் மணற்பரப்பு. கருங்கற் பாறைகள் நிறைந்த ஏற்ற இறக்கங்கள். ஆங்காங்கே காய்ந்து கிடக்கும் மரங்கள். பறவைகளற்ற வானம். வெயிலேறத் தொடங்கியபோதே சுட்டெரிக்கும் வெம்மை. ஆங்காங்கே கால்நடைகளின் எலும்புக்கூடுகள். வெளியில் காணப்பட்ட வறட்சியைவிட உள்ளே கூடுதலாக இருந்தது. அதன் பசுமை கொஞ்சம் கொஞ்சமாகக் கருகி வருகின்றது. மகீரன் யார்? படைவீரனா? கொள்ளைக்காரனா? இனம் புரியாத பயம் நரம்புகளைத் துளைத்து இழைகளைச் சேர்த்துத் தைக்கிறது. அவன் எப்போதும் மனந்திறந்தும் பேசுவதில்லை. குதிரைப் பாய்ச்சலோடு இணைந்து அவன் மனம் இரைந்து கொண்டிருக்குமோ? வெளியே காணும் இந்த இயக்கமின்மையை நான் அஞ்சுகிறேன்.

பாலையின் வெயிலிடங்கள் வெகுதூரம் நீளவில்லை. மீண்டும் பசுமை காணத் துவங்கியபோது உள்ளத்தின் எரிச்சலும் சற்று அடங்கியது. வழியோரம் கண்ட குளத்தில் நாங்கள் இறங்கினோம். குளிர்நீரில் உடல் முழுவதும் நனைந்தபோது முன்பில்லாத ஓர் உற்சாகம் தோன்றியது. கரையின் புல்பரப்பில் குதிரையும் அதன் சுறுசுறுப்பைக் கண்டடைந்தது. போதுமானவரை தெளிவான நீரைக் குடித்து ஒரு மரநிழலில் சற்றுநேரம் இளைப்பாறினோம். மகீரனின் மடியில் தலைசாய்த்துப் படுத்தேன். எழுந்திருக்கவே தோன்றவில்லை. முட்களும் கொடிகளும் சேர்ந்து அவிழ்க்கவே முடியாத சிக்கல் சிடுக்குள்ள பெரும்புதரின் கனிவில் இளைப்பாற வாய்த்ததில் நான் அதிசயித்துப் போனேன்.

மகீரன் முடியிழைகளில் தடவிக் கொண்டிருப்பினும் விரல்களில் ஓர் அவசரம் இருந்தது. நீண்டநேரம் அப்படிப் படுத்திருக்க முடியவில்லை. மீண்டும் குதிரைமீது ஏறிக் கொண்டோம்.

உச்சிப் பொழுதானபோது குன்றுகளின் நீண்ட வரிசையை அருகில் கண்டோம். அவற்றில் ஒன்றைச் சுட்டியபடி மகீரன், ''குதிரைமலை'' என்றான்.

மலையேறும் போதும் குதிரை களைப்படையவில்லை. ஏற்றம் என்பதால் அதன் நடை சற்று மெதுவாக மட்டுமே இருந்தது. ஓரிரண்டு குன்றுகளின் ஓரமாகப் பாதி ஓட்டமும் பாதி நடையுமாக அது எங்களையும் கொண்டு முன்னேறியது. நாங்கள் குதிரைமலையின் உச்சியை அடைந்தோம். மலையிறங்கிய குதிரைக்கு சமவெளியில் உற்சாகமேறியிருந்தது. கனத்த காற்றில் நான் கண்களை மூடிக் கொண்டேன். பின் மகீரனின் நெஞ்சோடு சேர்ந்து சற்றுக் கண்ணயர்ந்தேன்.

பகலோன் மறைவதற்குள் மகீரன் எழுப்பினான்.

''வந்து சேரவேண்டிய இடத்தை அடைந்துவிட்டோம். இதுதான் தகடூர் பட்டினம்''

நான் கண் விழித்துப் பார்த்தேன். தெருக்களில் ஆள் நடமாட்டம் இருக்கிறது. அதிகக் கூட்டமில்லை. மென்மையான ஒரு இசையின் இயக்கம்போல ஆட்கள் வாங்க வேண்டியதை வாங்குகின்றனர். சந்தித்துக் கொள்பவர்கள் தங்களுக்குள் பேசிக் கொள்கின்றனர். வீடுகளுக்குச் செல்கின்றனர். என்றும் அந்தப் பகுதி அப்படித்தான் இருக்குமென்று தோன்றியது.

திடீரென அப்போது ஒரு பெரும்பறை முழங்கியது. அதன் முழக்கம் நெஞ்சைத் தொட திடுக்கிட்டுப் போனேன். முன்னெச்சரிக்கை கிடைத்ததுபோல குதிரை நின்றது. மகீரன் சற்று குழம்பிப் போயிருப்பதாகத் தோன்றியது. அதுவரை குளிர்ந்திருந்த அந்தத் தெருவில் தீப்பிடித்ததுபோல மக்கள் அங்கேயும் இங்கேயுமாக ஓடத் தொடங்கியிருந்தனர்.

''என்ன இது?''

என் குரல் நடுக்கமுற்றிருந்தது.

''என்னவென்று தெரியவில்லை. போர்ப்பறையின் முழக்கம் என்பது உறுதி. எதுவாக இருந்தாலும் உடனே தெரிந்து கொள்ளலாம்''

''இன்னுமொரு போரா? நான் போகுமிடமெல்லாம் அழிவைத்தான் காண வேண்டியிருக்குமோ?''

மகீரனால் என் துயரத்தைப் புரிந்துகொள்ள முடிந்தது. என்னை எவ்வளவு முடியுமோ அவ்வளவு இறுக்கிக் கொண்டான்.

''இதெல்லாம் இங்கே வழக்கம்தான். நம் மன்னர் ஒரு போராளிதான். எனினும் நமக்கு அழிவு ஏற்படாது''

உள்ளத்தின் கலக்கம் மாறவில்லை. அதைப்பற்றி மகீரன் வேறெதையும் சொல்லவுமில்லை. குதிரையின் கடிவாளம் இளகியது. இடையிடையே கேட்ட பெரும்பறையின் முழக்கம் குறைந்துகொண்டே வந்தது.

புல் வேய்ந்த ஒரு குடிலின் முன்னால் குதிரை நின்றது. முற்றம் முழுவதும் காய்ந்த சருகுகள். பக்கத்தில் தூய்மையற்ற ஒரு தொழுவம். பல காலங்களாகப் பயன்பாடற்ற ஓரிடத்தில் நாங்கள் நிற்கிறோம். மகீரன் கதவைத் திறந்தான். அசைவற்றுக் கிடந்த பொருட்களின்மீது காற்றும் வெளிச்சமும் பட்டபோது வெளியேறிய ஒரு துர்நாற்றம் எங்களையும் சூழ்ந்தது.

இனி இதுதான் என் வீடு. ஒட்டடை படிந்த சுவற்றில் தொங்கிக் கொண்டிருந்த வாள் மற்றும் வேல்களின் பொலிவு மங்கியிருந்தது. கரி புரண்ட பாத்திர பண்டங்கள் சிதறிக் கிடக்கின்றன. ஒவ்வொன்றையும் அடுக்கி வைக்கத் தொடங்கவும் மகீரன் தடுத்தான்.

''நான் எதையும் ஒழுங்காக வைப்பதில்லை''

''அப்படியென்றால் இங்கே வாழ வேண்டுமெனில் பழந்துணியால் சுற்றப்பட்ட ஓர் உருவமாகத்தான் இருக்க வேண்டும் இல்லையா?''

மகீரன் சிரித்தான்.

"அப்படியில்லை. இந்த மாதிரியான வாழ்வோடே பழகிப் போனேன். இப்போது அதைப் பற்றியெல்லாம் சொல்வதற்கான நேரமில்லை"

எங்கிருந்தோ போர்அழைப்பு முழங்குகிறது. சற்று தூரத்திலாக இருந்தும் தெளிவாகக் கேட்க முடிகிறது. காலக்கேடுள்ளவள் நான். செல்லுமிடமெல்லாம் நலமுண்டாகாது.

நானதை வெளியே சொல்லவில்லை. இங்கே புறப்பட்டது முதலான நிகழ்வுகளைப் பற்றி நினைத்துக் கொண்டேன். வாழ்வின் ஒவ்வொரு திரியும் அணைந்தணைந்து போகிறதோ? முழுவதும் அணைந்து போகும்வரை இப்படியே தொடர்வதன்றி வேறு வழியில்லையென்று வருமோ?

ஒரு சிலந்தி கால்களின்மீது ஏறி இறங்கியபோதும் நான் அசைவற்றிருந்தேன்.

ஒன்பது

படுத்தபோதும் உறக்கம் வரவில்லை. கண்மூடும்போது ஒரு வாள்முனை இமைகளில் குத்திக் காயமேற்படுத்துகிறது. உடனே திடுக்கிட்டெழுந்தேன். மகீரன் வெளியில் யாருடனோ பேசிக் கொண்டிருக்கிறான். அரண்மனையின் அணுக்கச் சேவகர்களுள் ஒருவனாக இருக்கலாம். சற்றே கண்ணயர்ந்த போது மகீரனின் கையின் கனம் உடலை அழுத்தியது. என்னைச் சேர்த்தணைக்கும்போதும் உள்ளம் வேறெங்கோ இருந்தது. போர்க்களத்திலாக இருக்கலாம்.

''என்ன ஆச்சு?''

''நான் சொல்வது எதுவும் வெளியே யாரும் அறியக் கூடாதென்று எப்போதும் நினைவில் கொள். நாம் இங்கே இல்லாமலிருந்தபோது ஒரு வெட்சிப்போர் நடந்திருக்கிறது. நம்முடைய மன்னர் மற்றொரு மன்னனின் பசுக்களைக் கவர்ந்து வந்திருக்கிறார். எதிரிகள் அவற்றை மீட்பதற்காக மலையின்கீழ் தம்படித்திருக்கிறார்கள். அதற்காகவே போர்ப்பறை முழங்குகிறது. உடனே போருக்குப் புறப்பட வேண்டும்''

எதையும் பேச முடியவில்லை. இரு கன்னங்களிலும் வழிந்திறங்கிய கண்ணீரை மகீரன் தன் உதடுகளால் ஒற்றியெடுத்தான்.

''அழாதே. இதுவரை நடந்த எந்தப் போரிலும் நான் தோல்வியைத்

தழுவியதில்லை. இனி நீதான் சக்தியும் தைரியமும் தரவேண்டியவள்"

"என்று போருக்குச் செல்கிறீர்கள்?"

"என்று என்றல்ல, எப்போது என்பதே அறிய வேண்டியது. நாளை போர்வீரர்களுக்காக அரசர் ஓர் உண்டாட்டு நடத்துகிறார். அதற்குப் போகவேண்டும். நீயும் என்னுடன் வரவேண்டும்"

"நானா? அது எதற்கு?"

"அதுதான் இங்கே வழக்கம். அதற்குப் படைவீரர்களின் மனைவியரும் வருவார்கள். நான் வெறுமொரு படைவீரன் மட்டுமல்ல. படைத்தலைவர்களுள் ஒருவனும்கூட. நீயும் உடனிருந்தே ஆகவேண்டும்"

புதிய வாழ்வின் துன்பங்கள் தொடங்குகின்றன. விருப்பமற்ற பலவற்றையும் செய்தே ஆக வேண்டியிருக்கிறது. இனி போருக்குப் புறப்படுபவனை வெற்றிபெற வாழ்த்த வேண்டும். எதிரிகளை அழிக்கும் வீரத்தைப் பெற வாழ்த்த வேண்டும்! நான் எதிரிகளின் மனைவிகளைக் குறித்தும் நினைத்துப் பார்த்தேன். பாட்டும் கூத்துமன்றி வேறொன்றும் அறியாதவள் போரில் என்ன செய்ய? இரத்தத்தின் நிறம் கண்டால் தலைசுற்றி விழுபவள், வெட்டப்பட்ட ஒரு கால்நடையின் தலை கண்டால் மயங்கிச் சரிபவள், போர் என்றாலே வெறுப்பவள். எப்படி அதனுடன் இணைந்திருக்க முடியும்? போர்வீரனோடு புறப்படுவதற்கு முன் இதையெல்லாம் எண்ணிப் பார்க்கவில்லை.

"உனக்கு இதெல்லாம் புதுமைதான். இனி பழக்கமாகிவிடும். போர்க்களங்களில் நான் எப்போதும் தனிமையையே அனுபவிப்பேன். உன் உள்ளமும் என்னுடன் இருந்தால் அதுதான் பெரிய துணை"

"நானும் வருகிறேன்"

என்னுடையதல்லாத வழிகளின் நடையல்லவா தொடர்வது!

செருந்திகளும், சுரபுன்னைகளும் இருபுறமும் வரிசையாக நிற்கும் பாதை வழியாக எங்கள் குதிரை முன்னேறியது. வீழ்ந்து கிடந்த செருந்திப் பூக்கள் காற்றிற்கு நறுமணம் நல்கின. அரண்மனைக்கான பாதையது. குருதி மணமல்லவா வரவேண்டியது? பாதையோரம் நின்றிருந்த ஆயரும் சிறுகுடியினரும் உரக்கக் கூவி அழைத்தனர்.

"வேளிர் மன்னர் அதியமான் நெடுமானஞ்சி வாழ்க வாழ்க"

மகீரன் அதைப் பின்னெடுத்தான். என் குரல் உயரவில்லை.

அரண்மனை முற்றத்தை அடைந்தோம். சுற்றிலும் காவலாட்கள் விழித்த நோக்குடன் வளைய வருகின்றனர். படைவீரர்கள் வரிசையாக நிற்கின்றனர். மக்கள் வந்து நின்றபோதும் மன்றம் அளவுக்குப் பெரிய முற்றம் நிறையவேயில்லை. ஆட்களற்ற காலியிடங்கள் நிறைய இருந்தன. குன்றளவு உயரமுள்ள பெரிய கட்டிடத்தை நோக்கி நாங்கள் ஏறிச் சென்றோம். அங்கேயும் படைவீரர்கள் எண்ணிக்கையில் குறைவாகவே இருந்தனர். அவர்களின் மனைவியரும் இருந்தனர். ஆண்கள் அரசனின் பெயர் சொல்லி வாழ்த்திக் கொண்டிருந்தனர். பெண்கள் குலவையிட்டனர்.

வெளியே பெரும்பறையின் ஓசை எழுந்தது. பலவகைப் பறைகளும், குழல்களும் ஒன்றாக முழங்கின. படைவீரர்களின் ஆரவாரம் சற்று அடங்கியது. அவர்கள் வெளியே கேட்கும் ஓசை உள்ளே வந்துசேர செவி கூர்ந்தனர். வெண்கொற்றக் குடையின்கீழ் வெண்சாமரங்களுக்கு நடுவில் அரசன் தோன்றினான். கிரீடத்திலிருந்த முத்துகளில் விளக்கொளி வீழ்ந்தபோது, பகலின் பெருமாள் எழுந்தருளுவது போலிருந்தது. பனைமாலையும் பொன்னாலான வீரக்கழலும் அணிந்து கையில் நெடிய வேல்பிடித்து நடந்து வருகிறான். சிறு இடைவெளி அமைதியாய் இருந்த படைவீரர்கள் மீண்டும் வீர முழக்கமிடத் தொடங்கினர்.

"குதிரை மலையையுடைய அதியமான் நெடுமானஞ்சி நீளாயுள் பெறட்டும்"

அரசன் உள்ளே நுழைந்த வாசலுக்கு எதிர்ப் புறமிருந்த வாசல் வழியாக வெளியே சென்றான். படைத்தலைவர்கள் உடன் சென்றனர். மகீரனும் உடன் சேர்ந்து கொண்டான். சற்று நேரத்தில் எங்களுள் சிலரைப் பேர் சொல்லி அழைத்தனர். தயங்கித் தயங்கி நானும் மற்றவர்களுடன் அங்கே சென்றேன். உயரமாகக் கட்டப்பட்ட பெரிய பந்தல். தரையில் வெண்மணல் பரப்பப்பட்டுள்ளது. அம்பும் வில்லும் வாளும் கேடயமும் உட்பட்ட படைக்கருவிகள் ஒருபுறம் குவிக்கப் பட்டிருக்கின்றன. சோறும் வேக வைக்கப்பட்ட ஆட்டிறைச்சியும் ஒருபுறம் குவிக்கப்பட்டுள்ளது. பெரிய கலங்களில் நறவு நுரைத்துப் பொங்கிக் கொண்டிருக்கிறது. அரசன் அதனருகே சென்றான். மெய்க்காப்பாளர்களுள் ஒருவன் ஒரு குவளையில் நறவு பகர்ந்து அரசனின் கைகளில் கொடுத்தான். அவன் அதை உதட்டோடு சேர்க்க முயல, கூர்மையான ஒரு குரல் தடுத்தது.

"மழவர் பெருமகனே, தாங்கள் சற்றுப் பொறுங்கள்"

உதட்டுடன் சேர்த்த கோப்பையை அரசன் பட்டெனக் கீழே தாழ்த்தினான். ஒரு முதியவளே அவ்வாறு குரல் எழுப்பினாள். நரைத்த தலையும், நலமுள்ள முகமும், மெலிந்த உடலுமுள்ள ஒரு பெண்முகம். அரசனைத் தடுக்கும் தைரியமுள்ள இவா யார்? நடுக்கமுற்ற அந்தப் பெண்மொழிக்கு அதற்கான தைரியம் எங்கிருந்து வந்தது?

"மன்னவா, இதோ இந்தப் படைத்தலைவன் அருந்திய பிறகே நீங்கள் அருந்த வேண்டும்"

அவர் மகீரனைத்தான் சுட்டினார்!

"முன்னொரு படையில் தங்களின் பாட்டனாரை நோக்கி வந்த அம்புகளைத் தானே தாங்கி மரணம் தழுவியவன் இவனுடைய

பாட்டனார். தங்களுக்கு ஏதேனும் அழிவுண்டானால் கனத்த மழையில் குடை காப்பதுபோல இவனும் அதையே செய்வான். இவன் அருந்திய பிறகே நீங்கள் அருந்த வேண்டும்''

அரசன் புன்னகைத்தான்.

''அவ்வையே, வேண்டியதையும் வேண்டாதவற்றையும் உய்த்துணர்ந்து நன்மையானவற்றைச் சொல்லித்தர எப்போதும் நீங்கள் என்னுடன் இருக்கிறீர்களே! இந்த வார்த்தைகளுக்கு மறுவார்த்தை இல்லையே! உம்முடன் ஒத்தே இருப்பேன்''

அவ்வை! என் கண்களில் நீர்முத்துகள் கோர்த்துக் கொண்டன. ஒரு நாலடிப் பாடல் உள்ளத்துள்ளே பாய்ந்து வந்தது.

''நாடா கொன்றோ காடா கொன்றோ
அவலா கொன்றோ மிசையா கொன்றோ
எவ்வழி நல்லவ ராடவர்
அவ்வழி நல்லை வாழிய நிலனே''

நன்மை கூறும் நிறைய பாடல்களைப் பாடியுள்ள அவ்வைதான் அருகே நிற்கிறார். எந்த அரசர் அவருடைய புகழ்மொழிகளை விரும்பாமலிருக்கிறார்கள்! அவர்தான் மகீரனை இப்படிப் புகழ்கிறார். என் நிலை வானளவு உயர்ந்ததாகத் தோன்றியது.

அரசன் நீட்டிய கோப்பையை வணங்கி வாங்கிக் கொண்டு மகீரன் உதட்டோடு சேர்த்துக் கொள்கிறான். மற்ற தலைவர்கள் ஆரவாரம் செய்கின்றனர்.

''திறமை வாய்ந்த போராளிகள் இன்னும் இருக்கின்றனர். அவர்களுக்காகவும் தாங்கள் கோப்பைகளை நிரப்புங்கள்''

அவ்வை மீண்டும் சொல்ல, அரசன் புன்னகைத்தான். பந்தலை நோக்கிப் படைவீரர்கள் திரண்டனர். நிறைந்திருந்த நறவுக் கலங்கள்

காலியாக நீண்டநேரம் பிடிக்கவில்லை. மப்பேறிய படைவீரர்கள் அரசனின் புகழ்பாடி ஆடத் தொடங்கினர். ஊன்சோறும் கறியும் உண்பதற்கிடையிலும் குவளைகள் அவர்களின் கைளிலிருந்தன. தீருந்தோறும் அவை நிறைந்தன. நிறையுந்தோறும் அவை தீர்ந்தன.

ஒவ்வொரு படைவீரனைப் பார்த்தும், சிரித்துப் பேசியும் உற்சாகமாகச் சென்று கொண்டிருந்தார் அவ்வை. ஒவ்வொரு படைவீரனையும் புகழ்ந்து பாடிக் கொண்டிருந்தார் அவர். படைவீரர்கள் அவருடன் சேர்ந்து ஆடுகின்றனர். எனக்கு ஏதோவொரு இயலாமை தோன்றியது. இங்கே மகிழ்வதற்கு என்ன இருக்கிறது? போரின் மீதான ஈடுபாடாகவோ, உயிரையும் பொருட்படுத்தாமல் படைக்குப் போகும் போராளிகளின் மீதான அன்பாகவோ இருக்கலாம்.

''எதிரிகளின் போர் அழைப்பைக் கேட்கவில்லையா? நம் போர்ப்பறையை முழக்குங்கள்''

யாரோ உரக்க அழைத்துச் சொன்னார்கள். அத்துடன் போர்வீரர்களின் ஆரவாரம் உச்சம் தொட்டது. அவர்களைக் கட்டுப்படுத்த படைத்தலைவர்களும் முன் வந்தனர். சற்று தூரத்தில் நின்றிருந்த மகீரன் 'முன்னேறுங்கள்' என்று உச்சத்தில் முழங்கியபோது நடுநடுங்கிவிட்டேன். கண்ணிமைக்கும் நேரத்தில் பந்தலில் ஆளொழிந்திருந்தது. படைக்கருவிகளும் காணாமல் ஆயின. யார் யாருடையதோ உதிரத்தின் வேட்கையோடு அவை அம்பறாத் தூணிகளிலும், மார்புக் கவசங்களிலுமாக ஒளிந்துகொண்டு நாவை நீட்டின.

பந்தலில் இப்போது சில பெண்களே இருந்தோம். படை கண்டு சலித்து மரத்துப் போயிருந்தனர் அவர்கள். சில இளம்பெண்கள் அழுகையை அடக்க முடியாமல் தவிக்கின்றனர். ஏன் எனக்கு அழுகை வரவில்லை. என்னுள்ளிருக்கும் இருவரில் ஒருவள் மற்றவளைக்

கண்டறிகிறாள். உள்ளறிவுகளைக்கூடக் கவர்ந்திழுக்கும் அந்தக் கூர்மையான பார்வையில் மற்றவள் கூனிக் குறுகியிருப்பாள். இருவரில் ஒருவள் மற்றவளை என்றாவது ஒருநாள் கொன்றுவிடலாம். ஒருவேளை அன்று நான் மனம் திறந்து சிரிக்கவோ அழவோ செய்யலாம். இல்லையென்றால் துயரமோ மகிழ்ச்சியோ தொடமுடியாத சமனிலையை அடையலாம். அன்றுமுதலே நான் வாழ்வுடனான கோபதாபமின்றிக் காலம் கழிக்கத் தொடங்குவேன். இருளும் வெளிச்சமுமற்ற அந்தக் காலத்தை விரும்பியதும், கூடவே அஞ்சியது என்னுள்ளிருக்கும் எவள்?

இருட்டாக இருக்கிறது. இனி குடிலுக்குத் திரும்ப முடியாது. மற்ற பெண்களும் போவதற்கான ஆர்வம் காட்டவில்லை. செய்வதறியாமல் நின்றபோது அவ்வை அருகில் வந்தார்.

''மகீரனின் மனைவிதானே? பெயர் என்ன?''

''ஆமாம், சித்திரை''

தடாரென்ற கேள்வியில் நான் சற்றுத் தடுமாறிச் சொன்னேன்.

''உன்னைப் பார்த்தது முதலான அனைத்து செய்திகளையும் அவன் என்னிடம் சொல்லியிருக்கிறான். நான்தான் சற்று மறந்துவிட்டேன்''

பாடல்களில் அரசர்க்குதானே இடமுள்ளது என்று குதர்க்கமாகத் தோன்றினாலும் நான் புன்னகை மட்டுமே செய்தேன்.

''இன்று இதற்குமேல் குடிலுக்குச் செல்ல வேண்டாம். தனியே இருப்பது ஆயாசம் தரலாம். மற்ற பெண்களோடு இங்கேயே தங்கிவிடு''

நான் தலையசைத்தேன். அவர் வேறிடம் நகர்ந்தார். சற்றுநேரம் பேச வேண்டும் போல இருந்தது. இன்னொருமுறை பார்க்கலாம்.

இரவு நீண்டது. ஆனால் பெண்கள் யாரும் உறங்கவில்லை. பெரிய அறையில் சிறு குழுக்களாக வட்டமாக அமர்ந்து கணவர்களின்

போர்க்களப் புகழைப் பங்கு வைத்துக் கொள்கின்றனர். பொருநர் பாடக் கேட்டிருக்கலாம். படைவீரர்களின் மனைவியர் போர்க்களத்தை விரும்புவார்களா? உள்ளத்தின் துயரத்தை வெளியே காட்டாமல் இருப்பதற்காகக் கண்டுபிடித்த வழியுமாகலாம்.

அந்தக் குழுக்களோடு இணையத் தோன்றவில்லை. பாய் விரித்துப் படுத்தேன். தூக்கம் வரவில்லை. உள்ளே போர் நடக்கிறது. யாரோ படை நடத்துகிறார்கள். தங்களுக்குள் போரிடுகின்றனர். கால்நடைகள் மடியும்தோறும் யார்யாரோ கூக்குரல் இடுகின்றனர்.

பத்து

இரண்டு நாட்களுக்குப் பிறகு வெட்சிப் போரில் வெற்றிபெற்று மகீரனும் படைவீரர்களும் திரும்பி வந்தனர். வேப்ப மரத்தில் குடியிருக்கும் இறைவிக்குப் படையலாக ஒரு பசுங்கன்றைப் பலியிட்டு மரத்தின் முன்னால் அர்ப்பணித்தனர். அதன் இரத்தத்தை மரத்தில் தெளித்தனர். இறைச்சியைப் பங்கிட்டுக் கொண்டனர்.

இம்முறை பரிசிலாக அரசன் மகீரனுக்குப் பொன் ஆபரணங்களைக் கொடுத்தான். திரும்பி வந்தபோது என்னிடமிருந்து மறைத்து, படைக்கலங்களுக்கு இடையில் வைத்திருந்த துணிமூட்டையில், மாலையையும் கம்மலையும் வளையலையும் அன்று மாலையிலேயே நான் கண்டுபிடித்தேன். நானாகக் கண்டுபிடிக்கவில்லை. பொருட்களை அடுக்கி வைப்பதற்கிடையில் பார்த்தேன். மெல்லிய ஒரு புன்னகையோடு எடுத்த இடத்திலேயே திரும்ப வைத்துவிட்டேன். தெரிந்ததாகவே காட்டிக் கொள்ளவில்லை. என்னை ஆச்சரியத்தில் ஆழ்த்துவதற்காக ஒளித்து வைத்திருக்கலாம் என்றும், தனித்திருக்கும் போது என்றாவது அதை எனக்கு அணிவிப்பான் என்றும் நினைத்திருந்தேன். நாலைந்து நாட்கள் கடந்தபிறகும் எதுவும் நிகழவில்லை. போர்வீரனின் கடுமை வீட்டிலும் தொடர்வதில் எனக்கு ஒரு குறும்பு தோன்றியது. ஆனாலும் அதைப்பற்றி ஒருபோதும் விசாரிக்கவேயில்லை.

மகீரனின் பெருமைகளில் எனக்கும் இன்பம் தோன்றத் தொடங்கியிருந்தது. அரண்மனையில் அவ்வையே புகழ்ந்தார். அரசனே தான் அருந்துமுன் நறவு பகர்ந்து கொடுத்தான். அதையெல்லாம் நினைத்து ஒருமுறை நான் கேட்டேன்.

''அரசனின் பாட்டனாரை உங்கள் பாட்டனார் காத்ததை எல்லாம் என்னிடம் சொல்லவேயில்லையே?''

மகீரன் படைக்கருவிகளை எண்ணெய் தேய்த்துத் தடவிக் கொண்டிருந்தான்.

''அது என் பெருமையில்லையோ. பாட்டனார்களின் பின் நின்று பெருமையடித்துக் கொள்வதில் மகிழமாட்டேன். என் கையுரத்தினால் அடையும் வெற்றிகளோடு மட்டுமே நான் பெருமை கொள்ள முடியும்''

''பாட்டனாரின் தொடர்ச்சியாக அல்லவா அவ்வை புகழ்ந்தார். அப்போது எந்த எதிர்ப்பும் காட்டவில்லையே?''

விளையாட்டாகத்தான் சொன்னேன். ஆனால் கைவிட்டு நழுவின வார்த்தைகள். கோபத்தோடு எழுநது, நெய் புரட்டிய வேலின் முனையைத் தரையில் குத்திவிட்டு மகீரன் வெளியேறினான். கால் இடறி எண்ணெய்ப் பாத்திரம் உருண்டது. நான் பேச முடியாமல் அசைவற்று இருந்தேன்.

கோபமடங்கித் திரும்பி வந்தபிறகும் முகத்தில் ஒரு தெளிவில்லை அதன்பின் கவனமாகவே நான் பேசினேன். கவனம் நெருக்கத்தில் விரிசல் ஏற்படுத்துமென்று தெரியும். ஆனாலும் மனம் திறந்து ஏதேனும் விசாரிக்கவோ பேசவோ துணியவேயில்லை.

அதிக நேரமும் வீட்டிலிருப்பதில்லை மகீரன். இடையில் தொடர்ந்து சில நாட்கள்கூட வெளியிலிருந்து விடுவான். தொடக்கத்திலிருந்தே இப்படித்தான். எங்கிருக்கிறான், என்ன செய்கிறான் என்று எதையும் சொல்வதில்லை. நான் விசாரிப்பதுமில்லை. கண்டடைய முடியாத எதுவெல்லாமோ மகீரனில் இருக்கிறது. அறிய முயன்றால் ஆளின்

குணமே மாறிவிடும். என் மீதான காதலை நான் நம்பினேன். எனினும் நெருங்கியறிய முடியாதவனாக அவ்வப்போது மாறும் இயல்புடைய ஒருவனுடன் வாழ்வதில் உள்ள இயலாமையை என்றும் உணர்ந்திருந்தேன்.

மகீரன் குடிலில் இல்லாத நாட்களில் நான் சிலசமயம் வெளியே காலாற நடப்பேன். அருகிலிருப்பவை படைவீரர்களின் குடில்களே. அங்கிருக்கும் பெண்களுடன் மிக நெருங்கிப் பழக வேண்டாமென்றே மகீரன் சொல்லியிருந்தான். அதனால் ஓரிரண்டு வார்த்தைகள் மட்டும் பேசிவிட்டு நகரை நோக்கி நடந்துவிடுவேன். தொடர்ந்த ஒரே மாதிரியான காட்சிகளை மட்டும் பார்க்காமல், ஒவ்வொன்றையும் ரசித்துக்கொண்டே நடக்கும்போது நேரம் போவதே தெரியாது. பெரும் செல்வந்தர்கள் நிறைய இருந்தனர். ஆனால் அவர்களின் நடவடிக்கைகள் அவர்களை அப்படிக் காட்டாது. அங்காடிகளில் கிடைக்காதது எதுவுமிருக்காது. சாயமும், சாந்தும், பூவும் தொடங்கி, வணிகர்கள் அயல்நாடுகளிலிருந்து கொண்டுவந்து சேர்க்கும் பொன்னும் பவளமும் அங்கே கிடைக்கிறது. ஒரு கடையில் புல்லாங்குழல் போல நீளத் துண்டுகளாக ஏதோ இருப்பதைப் பார்த்து எடுத்து நோக்கினேன். தோலை உரித்தால் இனிப்பான நீர் அதிலிருந்து கிடைக்கிறது.

"இதுதான் கரும்பு. அதியமானின் முன்னோர்களில் ஒருவனே விண்ணிலிருந்து மண்ணிற்கு இதைக் கொண்டு வந்தவன்"

கடைக்காரன் அரசனைப் புகழ்ந்து பெருமை பேசினான். ஏதாவது அயல் நாட்டிலிருந்து கொண்டு வரப்பட்டதாக இருக்கலாம். எப்படி இருப்பினும் இதற்குமுன் இதைப் பார்த்ததில்லை. அங்காடித் தெருக்களைவிட உள்தெளிவைத் தரும் சாதாரணத் தெருக்களின் வழியான நடை. நகரச் சந்தடியை விட்டு வேளாளரின் தெருவழியாக நடக்கத் தொடங்கினேன். பழையதெனினும் உரத்த குரலில் ஒரு பாட்டைக் கேட்டே வளைவு திரும்பிச் சென்றேன். தெருவின் ஓரமாக

அமர்ந்து பாடிக் கொண்டிருக்கும் முதியவள் யாரென்று குரலை வைத்துக் கண்டுபிடித்தேன். அவ்வை! தெருவழியாகச் செல்லும் சிலர் அவர்முன் நாணயங்களை இட்டுச் செல்கின்றனர். அரசனும் தன் நெஞ்சில் சுமக்கும் இனிய பாடல்கள் பாதையோரத்தில் கசிகிறதே! அதிசயித்துப் போனேன். நான் சட்டென்று அருகில் சென்று வணங்கினேன். தலையில் கைகள் அழுந்தியபோது தரையில் அமர்ந்துகொண்டேன்.

''மகீரனின் மனைவி சித்திரை அல்லவா?''

அவ்வை என்னை நினைவு கூர்கிறார். உடல் பூரித்தது. பதில் வெளிவராமல் தொண்டை அடைத்தது.

''இதென்ன இங்கே?''

''ஒன்றுமில்லை. சும்மா நடக்க வந்தேன்''

''நேரமிருந்தால் என்னுடன் வா''

அவர் எழுந்து நடந்தார். நான் பின் தொடர்ந்தேன். தெரு முடியுமிடத்தில் இருந்த ஒரு கல்தூண் மண்டபத்தைக் காட்டி தன் இருப்பிடம் என்றார்.

''அவ்வை, ஏன் இங்கே தங்குகிறீர்கள்?''

அடக்கி வைத்த ஆச்சரியம் வெளியே வந்தது.

''அதிக நேரமும் இங்கேதான் இருப்பேன். அரண்மனையின் அல்லலற்ற வாழ்வினோடு புலவர்களுக்கு ஆசை இருக்கக்கூடாது. அல்லல் உள்ள இடங்களைத் தேடிச் செல்ல வேண்டும். அவற்றோடு சேர்ந்திருக்க வேண்டும்''

''துன்பங்களன்றி வேறேதும் அறியாதவர்களுக்கு நேர் எதிராகத் தான் தோன்றுமல்லவா?''

''துன்பத்திற்குக் காரணம் பொருட்களே. நான் பல நாடுகள் வழியாக, காலங்கள் தோறும் நடந்திருக்கிறேன். உழவர்களின் ஊரெனில் கஞ்சி

குடிப்பேன். இடையரின் ஊரெனில் அவர்கள் தரும் பாலும் பழமும் தின்பேன். தேடி நடக்க மட்டுமே செய்வேன். பெற்றுக் கொண்டதைச் சேமித்து வைப்பதில்லை''

சற்று நிறுத்தினார்.

''மகளே, உன்னைப் பற்றி மகீரன் சொன்னதை மட்டுமே அறிவேன். மயிலனின் சகோதரி அல்லவா நீ?''

நான் நடுநடுங்கிப் போனேன்.

''அண்ணனைப் பற்றியும் மகீரன் சொல்லியிருக்கிறாரா?''

''மயிலனை எனக்குத் தெரியும். நான் பார்த்திருக்கிறேன்''

நான் அதிர்ந்து போனேன். நினைத்திராத ஒன்றைக் கேட்டதன் நடுக்கமோ, அண்ணனைப் பற்றித் தெரிந்து கொள்வதற்கான ஆவலோ என்னை வலிய முறுக்கியது.

''எங்கே, எப்படி அறிந்தீர்கள்?''

''அரசனுக்காகப் பல இடங்களுக்கும் போவேன். மகீரன்தான் உடன் வருவான். மகீரனுடன்தான் மயிலனையும் பார்த்தேன்''

''மகீரனுடனா?''

தலை சுழல்வதாகத் தோன்றியது. மகீரனுக்கு அண்ணனைத் தெரியுமா? ஒருமுறைகூட அதை என்னிடம் சொன்னதில்லையே!

''ஆமாம். மகீரனின் நண்பன்தானே மயிலன்? ஆமாம், அப்படித்தான் அன்று சொன்னதாக நான் நினைக்கிறேன்''

''என்று அண்ணனைப் பார்த்தீர்கள்? என்னிடம் சொல்லுங்களேன்''

''என்ன மகளே, நீ ஒருமாதிரி ஆகிவிட்டாய். மகீரன் உன்னிடம் எதையும் சொல்லி இருக்கவில்லையா?''

நான் ஒன்றும் பேசவில்லை. அவ்வை என் முதுகைத் தடவிக்கொண்டே இருந்தார்.

"மகீரன் சொல்லாதவற்றை நான் சொல்லலாமா என்று தெரியவில்லை"

"எனக்கு எதுவும் தெரிந்துகொள்ளும் ஆர்வமில்லை அவ்வையே. மகீரன் எங்கே போகிறார் என்பதைக்கூட விசாரிப்பதில்லை"

"இதை எதற்கு உன்னிடம் மறைத்தானென்றும் தெரியவில்லை. எனினும் நான் அறிந்ததை உனக்குச் சொல்கிறேன். அரசனின் தூதாக ஒருமுறை செல்ல வேண்டியிருந்தது. சேர நாட்டரசனைத்தான் பார்க்கப் போனேன். உனக்குத் தெரியுமல்லவா? சேர மன்னனின் கீழுள்ள சிற்றரசன்தான் நம் மன்னன். சேர நாட்டின் எல்லை வரையே போக வேண்டியிருந்தது. அங்கே ஓரிடத்தில் மூவேந்தர்களும் ஒன்றாக இருந்தனர். சேரமான் மாவெண்கோவும், பாண்டியன் உக்கிரப் பெருவழுதியும், சோழன் பெருநற்கிள்ளியும் சேர்ந்திருப்பதைக் கண்டு என் மனம் பூரித்தது. தங்களுக்குள் எப்போதும் போர் செய்து கொண்டிருப்பவர்கள், ஒன்றாக இருப்பதைப் பார்த்தால் யாருக்குத்தான் உள்ளம் பூரிக்காது! தமிழகத்தை உலைக்கும் பெரும்போர்களுக்கு முடிவு வந்துவிட்டதே என்று நினைத்தேன். அதிருக்கட்டும். அங்கேதான் மகீரனுடன் நின்றிருந்த மயிலனைப் பார்த்தேன். என்னைப் பார்த்ததும் அருகில் வந்தான். அதிகமொன்றும் பேசவில்லை. எனினும் நல்ல நினைவிருக்கிறது. ஆள் சற்று முரடனைப் போல் தோன்றினாலும் நல்லவன் என்றே தோன்றும். அப்படிப்பட்டவர்களை நான் மறப்பதில்லை. பின்னர் ஒருமுறை உன்னைப் பார்த்தபோது மயிலனின் உடன்பிறந்தவள் என்று மகீரன் சொன்னதும் நினைவுக்கு வந்தது"

"அவ்வையே, அண்ணனைத் தேடித்தான் நாங்கள் தாய் நாட்டிலிருந்து புறப்பட்டோம். நீண்ட நாட்கள் தேடியலைந்த வருத்தத்தில் இருக்கிறோம் என்பதை மகீரனும் நன்றாகவே அறிவார். இருந்தும் தன் நண்பன்தான் மயிலன் என்று சொல்லவேயில்லையே! துயரத்தால் என்னால் பேசமுடியவில்லை. அறிய முடியாதவையாக இன்னும் என்னென்னவோ இருக்கிறது"

உள்ளேயிருந்து எவையெல்லாமோ வழிந்தோடியது. மிச்சமிருந்தவை கலங்கிப் புரண்டன.

"அவ்வையே, அண்ணன் இப்போது எங்கிருக்கிறார்?"

தொண்டை இடறியது. அண்ணனைக் காண முடியாமல் உயிரிழந்த அப்பாவின், கூந்தலையிழந்த அம்மாவின் நினைவில் கண்கள் நிறைந்து வழிந்தன. அண்ணனிடமும் மகீரனிடமும் தோன்றிய கோபம் கண்முனைவரைக் கொப்பளிக்க வைத்தது.

"அன்று பார்த்ததன்றிப் பிறகு எனக்கு எதுவும் தெரியாது மகளே"

"நான் அவ்வப்போது உங்களைப் பார்க்க வரட்டுமா?"

அவர் என்னைச் சேர்த்தணைத்துக் கொண்டார்.

"நீ வரவேண்டும். நேரம் கிடைக்கும் போதெல்லாம் வா. இப்போது திரும்பிப் போ. குடிலுக்குச் சென்று இளைப்பாறு"

போகவே தோன்றவில்லை. எதையெல்லாமோ தெரிந்து கொள்ள வேண்டியிருக்கிறது. எனக்கு வீடில்லை. மகீரனின் வீடு என்னுடையதல்ல. அறிமுகமற்றவர்கள் எப்போதாவது தங்கிக் கொள்ளும் சத்திரம் அது.

ஆனாலும் திரும்பி வந்தேன். வீட்டை அடைந்தபோது பயம் தோன்றியது. தாழிட்ட கதவைத் திறந்து உள்ளே நுழைந்தபோது அறையின் மூலையிலும் சுவற்றிலுமிருந்த படைக்கலன்கள் பல்லைக் காட்டி பயமுறுத்தின. பல நாட்கள் துடைத்து மினுக்கியபோதும் இரத்தக் கவிச்சி விட்டகலவில்லை. அது மூக்கைத் துளைத்து ஏறியபோது தலைசுற்றியது. நான் கீழே அமர்ந்துவிட்டேன். உரக்க அழவேண்டுமென்று தோன்றியபோதும் குரல் எழும்பவில்லை. கண்கள் மூடி சுவரில் சாய்ந்து நீண்ட நேரம் அமர்ந்திருக்க வேண்டும்.

மகீரனும் அண்ணனும் நண்பர்கள் என்றால் இதுவரை நடந்ததெல்லாம் யாருக்காகவோ நடத்தப்பட்ட விளையாட்டுகளே.

நிலம் பூத்து மலர்ந்த நாள்

பார்த்த நாள் முதல் மகீரன் சொன்ன ஒவ்வொன்றையும் நினைவிலிருத்த முயன்றேன். என்மீதான காதல்கூட வேறெதற்காகவோ திட்டமிட்டு உருவாக்கப்பட்டதுதான். வேள்பாரியின் அரண்மனையில் நடந்தது முதல் மகீரனுடன் இங்கே வந்ததுவரை ஒவ்வொன்றிற்கும் பின்னால் யாருடையதோ கடிவாளமிருக்கிறது. விளையாட்டின் ஒரு பகடைதான் நான். அது தீரும்போது எந்தப் பகடைகள் மிச்சமிருக்குமென்று தெரியவில்லை. அம்மாவைப்போல வாழ்விழந்தும் போகலாம்.

இருட்டு பரவியிருந்தது. உணவு செய்யப்படவில்லை. எதையும் உண்ணும் மனநிலையும் இல்லை. படுக்க முடியவில்லை. சுவற்றில் பேய்களின் நிழலாட்டம். எதிரிகளின் வளையத்துக்குள் பட்ட படைவீரனைப் போல சுற்றியிருக்கும் எல்லாவற்றையும் நான் பயத்துடன் நோக்கினேன். இடையில் சுவரில் பதிந்த நிலவொளியில் ஒளிரும் படைக்கருவிகள். கண்கள் மூடும்போது நிழல்கள் கையிலேந்திய வேல்களால் குத்திக் கிழிக்கின்றன.

இந்த இரவு அல்லது நான், இரண்டிலொன்று முடிவடைந்தால்...

பதினொன்று

அடுத்தநாள் காலையிலேயே அவ்வையைப் பார்க்க வேண்டுமென்று தோன்றியது. எந்த நேரமும் செல்லக்கூடிய ஓரிடம் இருப்பதுதான் இப்போது உயிரைப் பிடித்து வைத்திருக்கிறது. மதியம்வரை நேரத்தைக் கடத்தினேன். வெயில் சாயவும் புறப்பட்டு விட்டேன். அவ்வை வீட்டிலேயே இருந்தார். நரையின் சுருக்கங்களற்ற பளீர்ச் சிரிப்பு என்னை உள்ளே அழைத்தது.

"என்னம்மா, இப்போது வந்திருக்கிறாய்?"

"சும்மாதான்"

"நல்லது. துன்பமெல்லாம் நீங்கியதா?"

நான் பேசவில்லை. சுவர்களின் குறுக்காகச் செல்லும் மூங்கில் கழிகளைப் பார்த்தபடியே சும்மாயிருந்தேன்.

"ஆண்களுடனான வாழ்வில் துன்பம் கூடவேயிருக்கும். படைவீரனுடனென்றால் சொல்லவும் வேண்டாம். அந்தப் புரிதல் முன்பே உண்டானதே என் துணையானது. கொஞ்சம் அகன்று நின்றே நான் ஆண்களைப் பார்ப்பேன்"

''அவ்வையைக் குறித்து எனக்கொன்றும் தெரியாது. பாடல்கள் கேட்டிருக்கிறேன். சிலவற்றைப் பாடியும் இருக்கிறேன். அப்போதெல்லாம் எனக்குள் என்பதாகவே ஓர் அன்பு உள்ளே வந்து நிறைவதைப் பலமுறை உணர்ந்திருக்கிறேன்''

''அறிவதற்கு ஒன்றுமில்லை மகளே. வேறு எவரையும் போலவே வாழ்வோடு போராடி நடந்த நாட்களின் முடிவில் இங்கே வந்து சேர்ந்தேன் என்பதே உண்மை. நெடுமான் அஞ்சி எனக்கு உறைவிடம் தந்தான். மற்றெவரையும்விட என்னிடம் அதிக அன்பு காட்டினான். உனக்குத் தெரியுமா? நான் இங்கே வந்த முதல் நாள், பாவலர் முதல் இரவலர் வரை அரசனைக் காணப் பலரும் வந்திருந்தனர். ஒவ்வொருவரும் அவனை வாழ்த்திப் பாடல்கள் பாடினர். எல்லோருக்கும் கைநிறையப் பரிசில்களையும் அரசன் கொடுத்தான். நானும் அதியனைப் புகழந்து சில பாடல்கள் பாடினேன். மன்னனின் உள்ளம் குளிர்ந்ததாகத் தோன்றினாலும் என்னிடம் ஒரு நல்ல வார்த்தை சொல்லவோ, பரிசில்கள் தரவோ அவன் துணியவில்லை. என் வார்த்தைகளில் அறமும் திறமும் உண்டென்ற உறுதி உள்ளவளாய் இருந்தேன் நான். அதனாலேயே அன்று நான் மிகுந்த அவமானம் அடைந்ததாக உணர்ந்தேன்''

அவ்வையின் பாட்டைக் கேட்டு அரசன் இப்படி நடந்து கொள்வதா? என்னால் ஆச்சரியத்தை அடக்க முடியவில்லை. முழுமையாகக் கேட்க ஆவல் பொங்கியது.

''கம்பீரமான மொழிதான் என் வலிமை. சீவி மினுக்கவும், வெட்டி முறிக்கவும் அதனால் முடியும். அதன் மீதான உதாசீனத்தை நான் பொறுத்துக்கொள்ள மாட்டேன். கோபத்தினால் என் உடல் அதிர்ந்தது. வெளியேறுவதற்கு இடையில், வாயில் காவலனை நோக்கி நான் உரத்துச் சொன்னேன்.

'காவலனே, பொருள் தேடி வரும் இரவலரின் முன்னிலும் வாயிலை அடைக்காதவன் நீ. என்றாலும் என்ன? இப்போது நெடுமானஞ்சிக்கு

நீ யாரென்று தெரியாதா? நான் யாரென்று தெரியாதா? அறிவும் புகழும் உள்ளவர்கள் மறைந்ததனால் வறுமை வந்த உலகமல்ல இது. மரம் வெட்டும் மழுவுடன் காட்டை அடைபவர்களுக்கு இடர் வராதென்று அறிய மாட்டாயா? ஒரு மரமில்லையெனில் வேறு மரம். எத்திசைச் செலினும் அத்திசைச் சோறே'

என்று சொல்லிவிட்டு வெளியே நடந்தபோது, பின்னாலிருந்து ஓர் அழைப்பைக் கேட்டுத் திரும்பிப் பார்க்கிறேன். அரசன் புன்னகைக்கிறான். மகளே, ஒன்றும் புரியவில்லை அல்லவா? மற்றவர்க்கெல்லாம் வேண்டியதைக் கொடுத்தனுப்பிய நெடுமானஞ்சிக்கு நான் அரண்மனையிலேயே தங்கிவிட வேண்டுமென்று இருந்திருக்கிறது. எனவேதான் அப்படிச் செய்திருக்கிறான்''

அவ்வையின் வெள்ளந்தியான சிரிப்பைக் கண்டு எனக்கும் சிரிப்பு வந்தது.

''அரசன் பெருந் திறமுள்ளவன். இரக்கமுள்ளவனும்தான். ஒரு நாளில் எண்தேர் செய்யும் தச்சன் முப்பது நாட்களில் செய்த தேர்க்கால் போன்றவன் அதியமான் நெடுமானஞ்சி. சிறந்த தேருக்கு வழியைப் பற்றி யோசிக்கத் தேவையில்லை அல்லவா? ஒருமுறை அஞ்சி வேட்டையாடக் காட்டிற்குச் சென்றபோது அரிதான ஒரு நெல்லிக்கனி அவனுக்குக் கிடைத்திருக்கிறது. உயிர் மருந்து போன்ற சிறப்புடைய அதை வேறு யாருக்கும் கொடுக்காமல் என்னிடம் தந்தான். குழந்தையின் குரலுக்குத் தெளிவில்லை என்றாலும் அது உள்ளத்தில் இனிமை உண்டாக்குமெனில் அதற்குக் காரணம் அக்குழந்தையிடம் காணும் அன்பன்றி வேறென்ன? அதுபோலவே என் பாடல்களோடு அஞ்சி கனிவு காட்டினான்''

இந்த அவ்வை என்னவெல்லாம் சொல்கிறார்! சற்றுமுன் தன் சொற்களின் வலிமையில் பெருமிதம் கொண்டார். அரசனிடமிருந்து

ஒரு பரிசு கிடைத்ததைப் பற்றிச் சொல்லும்போது, தன் பாட்டுகளை வெறும் குழந்தைத்தனமென்று தரம் தாழ்த்துகிறார்!

நான் புன்னகைத்தேன். அதன் அர்த்தத்தை அவ்வையும் புரிந்து கொண்டாள்.

"அது அப்படித்தான் மகளே. நாம் செய்ததை யாராவது அவமதித்தால் கோபம் தோன்றும். மரியாதை செய்தால் அவ்வளவுக்கெல்லாம் எதுவும் செய்துவிடவில்லையே என்ற எளிமையும், பணிவும் தோன்றும். அஞ்சியிடமிருந்து கிடைத்த நட்பு வேறு யாரிடமிருந்தும் எனக்குக் கிடைக்கவில்லை. இங்கேயே வசிக்கத் தொடங்கியபோது மிக அதிகப் பொறுப்புகள் வந்துவிட்டன. ஒருபோதும் நான் இங்கிருந்து போய்விடக் கூடாதென்பதுதான் அரசனின் விழைவென்று தோன்றுகிறது"

"ஓர் அரசனைக் காணப் போனதுதான் என் வாழ்வைத் தாறுமாறாக்கியது"

கேட்பதற்கான பரபரப்பு அவ்வையிடம் தென்பட்டது. புறப்பட்டது முதல் நடந்தது எல்லாவற்றையும் நான் சொன்னேன். குரல் இடறிய போதெல்லாம் அவ்வை என் முதுகைத் தடவிக் கொடுத்தார். சொல்லி முடிக்கும்போது நான் அவருடைய மடியில் படுத்திருந்தேன். 'மகளே' என்ற அழைப்பிலிருந்த பிரியத்தை அவ்வையின் தழுவலில் நான் உணர்ந்தேன்.

அப்படிப் படுத்திருந்தபோது சின்னதொரு குறும்பு தோன்றியது.

"அவ்வை, அரசனிடம் உங்களுக்கு மிகுந்த அன்பு இருக்கிறதல்லவா?"

அவர் வெடித்து வெடித்துச் சிரித்தார்.

"அப்படியில்லை. ஒரு நண்பனைவிட உற்ற நண்பன். ஓர் உடன்பிறப்பைவிட உயர்ந்த உடன்பிறப்பு. அரசனுக்கு என்னிடமும் அப்படியே"

சற்று நிறுத்தியபின் மறுபடியும் தொடர்ந்தார்.

"எனினும் நீ கேட்டது போலவும் எனக்குத் தோன்றி இருக்கிறது தெரியுமா?"

கண்களைச் சுருக்கிச் சிரித்தபோது அவ்வை என்னைவிடச் சிறியவளானது போலத் தெரிந்தது.

"மூத்த மகன் எழினி பிறந்தபோது, போர்க்களத்திலிருந்து போர்க்கோலத்தில் அரசன் மகனைக் காண வந்தான். கையில் வேல். காலில் வீரக்கழல். உடலிலிருந்து வழியும் வியர்வை. கழுத்தில் குருதி வற்றாத புண். வெட்சிப் பூவும் வேங்கைப் பூவும் கருத்த முடியில் சூடி, புலியுடன் போராடிய யானையைப் போன்ற கம்பீரத்துடன், எதிரிகள் மேலுள்ள கோபம் வற்றாத கண்களுமாக மகன் மீதான அன்பை வெளிப்படுத்துவதற்காக வந்த அரசனின் அன்றைய வருகை இருக்கிறதே, அதைப் பார்த்தபோது எனக்கு நீ சொன்னவாறே தோன்றியது"

அப்போது அடக்க முடியாமல் சிரித்தது நான்தான்.

வீட்டை அடையும்போது நேரம் இருட்டியிருந்தது. தனித்திருக்கும்போது தேவையற்ற நினைவுகள் வந்து நிறைகிறது. உள்ளம் பேய்க் கனவுகளின் கூடாரமாகிறது. சுவற்றிலாடும் நிழல்களிலிருந்து ஓடி, வெளியே போக வேண்டும். வெளிச்சம் வேண்டும். தெளிவான ஓசைகள் வேண்டும். எனக்கு இப்போது இதெல்லாமாக இருப்பவர் அவ்வையே. விடிந்தவுடன் வெளியேறவும் அவ்வையினிடத்தில் செல்லவும் விரும்பினேன். என்னவொரு பெண்மணி அவர்! ஒவ்வொரு நிகழ்வையும் அறியும்போது அவர்மீதான மதிப்பும் மரியாதையும் கூடிக்கொண்டே வருகிறது. பெரும்படையும் மிகுந்த படைக்கருவிகளும் கொண்டவனாயிருந்த தொண்டைமானிடம் அதியமானின் தூதராகப் போனதைப் பற்றி அவ்வை சொல்லிக் கண்சிமிட்டியது நினைவில் வந்தது.

அங்கே சென்றபோது தொண்டைமானின் படைக்கலக் கொட்டிலைக் காண்பித்தான். அப்போது இருவரின் படைக்கலங்களைப் பற்றி அவர் ஒரு பாடல் பாடினாராம்.

''இவ்வே, பீலி அணிந்து, மாலை சூட்டிக்

கண்திரள் நோன்காழ் திருத்தி, நெய் அணிந்து,

கடியுடை வியன்நக ரவ்வே; அவ்வே,

பகைவர்க் குத்திக், கோடுநுதி சிதைந்து,

கொல்துறைக் குற்றில மாதோ; என்றும்

உண் டாயின் பதம் கொடுத்து,

இல் லாயின் உடன உண்ணும்

இல்லோர் ஒக்கல் தலைவன்,

அண்ணல்எம் கோமான், வைந்நுதி வேலே''

கேட்டால் வாழ்த்துப் பாடல். ஆனால் வஞ்சப் புகழ்ச்சியாகப் பாடப்பட்டதை அந்த அரசன் புரிந்து கொள்வானா?

அவ்வையிடம் விசாரித்தபோது அவர் வழக்கம்போல் புன்னகைத்தார்.

''அதன்பின் தொண்டைமான் போர் தொடங்குவானா? இதைக்கேட்ட அதியன் என்னைப் பரிசில்களால் மூடினான்''

நானும் புன்னகைத்தேன். இப்போது அந்தப் பாடலை உரக்கப் பாட ஆசையாயிருக்கிறது. படைக்கருவிகள் உள்ள, யாழோ பறையோ இல்லாத அறையிலமர்ந்து கையால் தாளமிட்டுப் பாடத் தொடங்கினேன். அப்போதுதான் வெளியே காலடியோசை கேட்டது. சட்டென வெளியே வந்து பார்த்தேன். உடல் வழியாக ஒரு மின்னல் பாய்ந்தது.

சந்தன்!

சற்று நேரத்திற்கு நான் மொழியற்றுப் போனேன்.

"இனி ஒருமுறை காண்போமென்று நினைக்கவில்லை. ஆனாலும் வரவேண்டியதாகி விட்டது. என்னைப் பார்த்து பயப்படாதே. என்னுடன் உலகனும் வந்திருக்கிறான்"

உலகன் பாதையருகிலேயே நின்றிருக்கிறான். உள்ளே வரச் சொல்லவில்லை. எனினும் சற்றுநேரம் கழித்து அவனும் முற்றத்திற்கு வந்தான்.

"நீ எங்களுடன் வரவேண்டும்"

சந்தன்தான் பேசினான்.

நான் அதிர்ந்து போனேன்.

"இப்போது இப்படித் தோன்ற என்ன காரணம்?"

"எப்படிச் சொல்வது என்று எனக்குத் தெரியவில்லை. போகும் வழியில் எல்லாவற்றையும் சொல்கிறேன்"

"அது முடியாது. என்னவென்று சொல். அதன்பிறகு முடிவு செய்யலாம் உடன் வருவது பற்றி"

"நினைத்ததெல்லாம் நடக்கவில்லை சித்திரை. யாரும் ஒருபோதும் நம்மீது இரக்கம் கொள்ள மாட்டார்கள் என்று தோன்றுகிறது"

"சொல், என்ன திடீரென்று?"

தெரிந்து கொள்வதற்கான அவசரம் உடைந்த மொழிகளாக வெளிவந்தது.

ஒன்றும் பேசாமல் அவர்கள் இருவரும் திண்ணையில் அமர்ந்தனர்.

"கொஞ்சம் தண்ணீர் வேண்டும்"

தண்ணீர் கொண்டு வருவதற்கிடையில் சந்தனே சொல்லத் தொடங்கினான்.

"நாங்கள் சேரநாட்டு முசிறிக்குத்தான் சென்றோம். வழிநடை நமக்கெப்போதும் ஒன்றுபோலத்தானே. வருத்தப்பாட்டுடன் நடந்து சென்ற எங்களால் அரசனைக் காண முடியவில்லை. என்ன செய்வதென்றும் தெரியவில்லை. அங்கே தங்கிவிட்டிருந்த ஒரு பாணன் எங்களின் துணை ஆனான். சற்று நாட்கள் தங்குவதற்கான ஓரிடத்தை அவன் ஏற்படுத்தித் தந்தான். அப்படிச்சில நாட்கள் சென்றன. அப்போதுதான் சற்றும் எதிர்பாராமல் மயிலனை நாங்கள் அங்கே பார்த்தோம்"

சந்தன் சற்று நிறுத்தி என்னைப் பார்த்தான். மேலும் பேசத் தயங்கினான்.

"நாங்கள் அங்கே அரசனைப் பார்க்கப் போனோம். அணுக்கச் சேவகர்கள் உள்ளே விடவில்லை. மயிலனின் ஆட்களாக இருந்ததனால் ஆகலாம். எங்களை உள்ளே விடவேண்டாமென்று மயிலன் சொல்லியிருக்கலாம்"

நான் ஒன்றும் பேசவில்லை. ஆச்சரியத்தைக்கூட வெளியே காட்டவில்லை.

"மயிலன் என்னைப் பார்த்ததும் நழுவி விடத்தான் பார்த்தான். நான் தடுத்து நிறுத்தினேன். அதுவரை நடந்தது அனைத்தையும் அவனிடம் சொன்னேன். அரசனைப் பார்க்க வாய்ப்பு ஏற்படுத்த வேண்டுமென்றும் கேட்டுப் பார்த்தேன். இருந்தாலும் அவன் ஒன்றும் பேசவில்லை. தக்க தருணம் பார்த்து அவன் என்னிடமிருந்து தப்பிவிடவே முயன்றான். அவன் எண்ணத்தைப் புரிந்துகொள்ளவே முடியவில்லை"

"என்ன ஒன்றும் பேசாமலிருக்கிறாய்? உனக்கும் எல்லாம் தெரியுமா?"

"இல்லை, அறியத் தொடங்கியிருக்கிறேன். அறிந்த எவையும் நன்மையும் சிறப்பும் உடையனவல்ல"

"இனி நான் சொல்வதும் அப்படிப்பட்டதுதான். மகீரனும் மயிலனும் நண்பர்கள்"

"அது சில நாட்கள் முன்புதான் நான் அறிந்தேன். மகீரன் போய்விட்டான்"

எப்படி அறிந்தாயென சந்தன் விசாரிக்கவில்லை. சொல்ல வந்ததை முழுமையாக்க அவசரம் காட்டினான். எதற்கும் அசராத என் நிலையைக் கண்டு உலகனுக்கு அருவெருப்பு தோன்றியிருக்க வேண்டும்.

"இங்கே வந்திருக்கவே கூடாது"

எனக்குக் கேட்கும்படியாக அவன் முணுமுணுத்தான்.

"என்னாலும் யாருடைய எண்ணத்தையும் புரிந்துகொள்ள முடியவில்லை. பெரிய சிடுக்குகளிலும் சதிகளிலும் மாட்டிக் கொண்டிருக்கிறோம் என்று மட்டும் புரிந்துகொள்ள முடிகிறது. அதைத் தவிர வேறொன்றும் தெரியவில்லை. மகீரன் எதுவும் சொல்லவில்லை. அப்புறம் நீங்கள் என்ன செய்தீர்கள்?"

"எல்லோரும் திரும்ப முடிவு செய்தனர். நாங்கள் தடுத்தோம். என்னவெல்லாம் நடந்ததென்றும் நடக்கிறதென்றும் அறியாமல் இனி திரும்புவது கிடையாது. முசிறியில் வேறென்ன செய்ய முடியுமென்றும் தெரியவில்லை. அங்கேயே தங்குகிறோம். உன்னையும் அழைத்துக் கொண்டு வருவதற்காகக் காத்திருக்கின்றனர் அவர்கள்"

சந்தனும் உலகனும் தமக்குள் பார்த்துக் கொண்டனர். வருவது வரட்டும் என்பதுபோல சந்தன்,

"இப்போது சொல்லப் போவதும் உனக்குத் தெரியுமா? மகீரன் அங்கே வேறொரு பெண்ணுடன் வாழ்கிறான். இனி அவன் இங்கே வந்தாலும் நீ என்ன செய்யப் போகிறாய்?"

பூமிக்குள் கால் நழுவுவதாக உணர்ந்தேன். ஒன்றும் பேச முடியவில்லை. சுவற்றில் சாய்ந்து கொண்டேன். மூங்கில் தூண்களொன்றில் இறுகப் பற்ற முயன்றேன். பிடி நழுவியது. தரையில் அமர்ந்தேன். மகீரனிடமிருந்து எதையும் எதிர்பார்க்கவில்லை. எனினும் இதைத் தாங்க முடியவில்லை. எனக்கு ஏன் கலக்கமென்று யோசிக்க இயலவில்லை. மகீரனைப் பற்றி இப்படியான செய்தியை அறிந்ததாலா? என் புற அழகன்றி அக அழகை அவன் ஒருபோதும் காணவில்லை என்று நினைத்தா? அல்லது சந்தனிடமிருந்தே அதைக் கேட்க நேர்ந்ததாலா? இப்போதுதான் தைரியமாக இருக்கவேண்டும்.

''என்னுடையது என்றிருந்த அனைத்தையும் துறந்து இறங்கியவள் நான். இனி திரும்பும் பேச்சுக்கே இடமில்லை. பரத்தைகளுடன் இரவைக் கழித்து வீட்டிற்குத் திரும்புகின்ற உழவரைப் பார்த்தோமல்லவா? அப்படி ஏதாவது நினைத்துக் கொள்ளலாம்''

''எங்களுடன் வரத் தயக்கமாக இருக்கலாம். எனினும் இங்கே இனிமேலான உன் வாழ்வைப் பற்றியும் நீ முடிவெடுக்க வேண்டும்''

''நான் எதைப் பற்றியும் முடிவெடுக்கத் தேவையில்லை. வாழ்வைப் பற்றிய தீர்மானம் எதுவும் நான் இங்கு வரும் முன்பு இருந்ததா? தனியாகப் புறப்படத்தானே துணிந்தேன். இந்த வருகையின் அர்த்தமும் எனக்குப் புரிகிறது. ஒருவகைப் பழிவாங்கல்தானே?''

''பழிவாங்கலா? என்ன சொல்கிறாய் நீ?''

''அன்று உங்களுக்குப் பிடிக்காத என் முடிவு தோல்வியடைந்ததில் உள்ள அகங்காரம். ஆனால் நான் தோற்கவில்லை. இந்த அன்பு நடிப்பு இங்கே வேண்டாம்''

என்னருகே பாயந்துவரத் துணிந்த உலகனைச் சந்தன் தடுத்தான்.

''இனி இங்கே இருக்கவில்லை. நாங்கள் போகிறோம்''

அவர்கள் சடாரென வெளியேறினர். திரும்ப அழைக்கத் தோன்றவில்லை. அவசரமாக உள்ளே சென்று படைக்கருவிகளுக்கு

இடையில் தேடினேன். எண்ணம் போலவே பொன் அணிகலன்கள் அங்கேயில்லை.

கதவைச் சாத்திவிட்டு வெளியேறினேன். என்னுடையதென்று கையில் எடுத்துக்கொள்ள அங்கே ஒன்றும் இருக்கவில்லை. இந்த வீடு முழுவதும் இனி வேறு ஒருவனுடையது. சுவரில் பதிந்த நிழல்களும், பேய்க்கனவுகளும்கூட என்னுடையதல்ல. உள்ளத்தில் திடீரென ஒரு தெளிவு. வெறும் கையின் பாரமின்மை. போய்ச்சேர வேண்டிய இடம் எதுவென்று முடிவு செய்து விட்டிருந்தேன்.

அவ்வையின் வீட்டை அடைந்தேன். என் வருகையின் சுகமின்மை அறிந்ததனால் ஆகலாம், அவர் வழக்கத்திற்கு மாறாக எழுந்து நின்றார். நான் அவர்முன் சென்று முட்டிக்கால் போட்டு அமர்ந்து அவருடைய இரு கால்களையும் நெஞ்சோடு கட்டிக் கொண்டேன். அவ்வை பின்னால் நகர முயன்றார்.

"நானும் அவ்வையுடனே இருந்து கொள்ளட்டுமா? அவ்வையின் பாட்டுகளைப் பாடியவாறே உடன் வரட்டுமா?"

"என்ன மகளே இது?"

நடந்தது அனைத்தையும் நான் விளக்கினேன்.

"சித்திரை, வேறொருத்தியின் உடனிருக்கும் மகீரனின் கொடுமையைவிட, உன் துன்பத்திற்கு வேறு பல காரணங்கள் உண்டு. நம்பிக்கையற்ற கணவனுடன் வாழ முடியாது என்பது எனக்கும் தெரியும். மகீரனின் ஒவ்வொரு செயலையும் என்னால் நினைவுபடுத்திப் பார்க்க முடிகிறது. எதுவும் தானாக நிகழவில்லை. நான் அறிந்ததையும், நீ சொல்வதையும் வைத்து ஒன்றை முடிவாகச் சொல்கிறேன். மகீரனும் மயிலனும் சேர்ந்து நடத்திய தீவிளையாட்டின் பகடைகள்தான் நீயும் உன் கூட்டத்தாரும். அறியாமல் எனினும் நானும் அதில் மாட்டிக் கொண்டிருக்கிறேன். இனி அதெல்லாம் முடிந்துவிட்டது. மகீரனுடன் வாழ வேண்டுமென்று நான் உன்னைக்

கட்டாயப்படுத்த மாட்டேன். அவர்களுடன் போக முடியாதெனில் வேண்டாம். இங்கே என்னுடனே இருந்துவிடு''

அவ்வப்போது தளும்பிய கண்ணீர் கன்னங்களில் வழிந்தது. நான் அவ்வையைக் கட்டியணைத்தேன்.

''மகீரன் திரும்பி வராமலிருக்க மாட்டான். அவனுடைய எதிர்காலம் என்னவென்று உறுதியாகிவிட்டது. ஓர் எண்ணம்கூடத் தோன்றுகிறது. பறம்புமலையில் நீங்கள் கண்ட சாமி உன் அண்ணனே ஆகலாம். இனி அதைப் பற்றியெல்லாம் சிந்திக்க வேண்டாம். உள்ளே போ''

''என் கண் தெளிவடைந்தது அவ்வையே. கணவனிருந்தும் இல்லறம் அற்றவள் நான். மகீரனைப் பற்றியோ, அண்ணனைப் பற்றியோ இனி எனக்கு எதுவும் தெரிய வேண்டாம். நான் எங்கேயும் போகப் போவதில்லை. என்னால் போகவும் முடியாது''

மூன்றாம் எழுத்து

மயிலன்

ஒன்று

சாமியல்ல, மயிலன்தான் நான். அப்பா வெட்டப்பட்டு துடிப்பதைப் பார்த்தும் ஓடியகன்ற கொடுமைக்காரன். வறுமையில் வாடி உழன்ற உறவினரிடமிருந்து வெளியேறியவன். குப்பைக் கீரையின் இளம் தளிர்களைப் பறித்து, உப்பில்லாமல் சமைத்த உணவை அம்மா பரிமாறியபோது புறங்கையால் உதறியவன். அனைத்தையும் செய்தது நான்தான்.

சிறுவயதில் வறுமையன்றி வேறொன்றும் அறிந்திருக்கவில்லை. உடலின் அகமும் புறமும் பாலை போல என்றும் சுட்டெரித்தது. வேனில் நெருப்பில் பழுத்து வாடிய கண்களுக்கு எதையும் பார்க்க முடியாதென்ற நிலை வந்தபோது, நான் ஊரைவிட்டு வெளியேறினேன்.

அந்தக் காடு நெருப்பில் எரிந்து கொண்டிருந்தது. பச்சை மரங்களுக்கு இடையில் விழுந்த காய்ந்த சருகுகளில் இருந்து தீ மரங்களின் மேல் பறந்து தாவியது. சுழற்றியடித்த காற்று நெருப்பு வளையங்களை, சுற்றிப் பரவவும், மேலே உயர்த்தவும் செய்து கொண்டிருந்தது. அடிவேர் வெந்த மரங்கள் எரிந்தெரிந்து நின்றது. பாதி வெந்த உடல்களுடன் புலிகளும் காட்டெருமைகளும் வெளியேறும் வழி பார்த்துப் பாய்ந்து கொண்டிருந்தன. தீ நாளங்கள்

மிதியடிகளான, அவற்றின் கால்கள் பாய்ந்து செல்வதற்கிடையில் குழைந்து விழுந்து துடித்தன.

சுற்றிலுமிருந்த பசுங்காடு பாலை நிலமானபோது புகை மூடிய ஒரு கல்லின் மீதமர்ந்து நான் அழுதேன். யாரிடமும் எதையும் சொல்லவில்லை. முடிந்த மட்டும் தூரமாகச் சென்றுவிட வேண்டும் என்ற உறுதியோடு இறங்கி வந்துவிட்டேன்.

கொடிய வேனல் காலமது. இலைகள் காய்ந்து, நிழலற்ற மரங்கள் எலும்புக் கூடுகள்போல எழுந்து நின்றன. செம்மண் பாதையின் புழுதி, காலடிகள் தொடுமுன் பறந்துயர்ந்தன. அப்படியும் ஓடினேன். தூரதூரமாக என்றல்லாது வேறு எதுவும் நினைவில் இல்லை. குன்றுகள் ஏறி இறங்கினேன். அவ்வப்போது மூச்சிரைத்தேன். கால்கள் இழுத்து முறுக்கிக் கொண்டன. கண்களில் இருட்டு பரவியது. தலை சுற்றுவதாகத் தோன்றியது. எங்கேயோ தளர்ந்து விழுந்தேன்.

வழிப்போக்கர்களில் யாரோ தண்ணீர் தந்தனர். யாரோடும் எதுவும் பேசவேயில்லை. இழைந்து இழைந்து நடந்தேன். தெரிந்தவர்களை எதிரில் பார்த்தால் புதர்க் காடுகளிலோ, மரக்கூட்டங்களின் பின்னாலோ ஒளிந்து கொண்டேன். மரப்பாலத்தில் அமர்ந்து வழுக்கி ஆற்றைக் கடந்தேன். இதுவரைப் பார்த்தேயிராத நாடுகளை அடைந்தபோது உற்சாகம் ஏறியது. தளர்வு தோன்றும்போது உணவுக்காக வழியோர வீடுகளின் முன் நின்று எதையாவது இரந்து பெற்றுக் கொள்ளவும் துணிந்தேன். அப்படியே நடந்து கொண்டிருந்தேன். ஆனால் அது நீடிக்கவில்லை. எல்லையற்ற பாலைவெளி முன்னால் நீண்டிருப்பதைப் பார்த்து அதிர்ந்து நிற்க வேண்டி வந்தது.

திரும்பிப் போகவும் இயலவில்லை. வறுமையன்றி வேறெதையும் தராத கூத்தையும் பாட்டையும் நான் வெறுத்தேன். பொருள் தேட வேண்டும். செல்வந்தன் ஆக வேண்டும். அதற்குப் பெரும் இடர்ப்பாடுகள் பலவும் இருக்கிறதென்பது அன்றே தெரிந்திருந்தது. ஆனாலும் மனம் தளரவில்லை. முன்னோக்கியே சென்றேன்.

சுட்டெரிக்கும் வெயிலும், சுழற்றியடித்த பாலைப் புயலும் தாங்குவதற்கு அப்பாற்பட்டதாய் இருந்தன. பறந்துயர்ந்த புழுதிப் புயல் கண்களால் எதையும் காண இயலாமல் செய்தது. கள்ளி முள்ளில் கிழிந்து தொடையில் இரத்தம் துளிர்த்தது. கூரான கற்களில் மிதித்து உள்ளங்கால்கள் கிழிந்தன. முன்னால் நடக்க முடியவில்லை. இளைப்பாற நிழலேதும் இல்லை. இறுதியில் கொப்பளிக்கும் நிலத்தில் வீழ்ந்தபோது மரணத்தை முன்னால் கண்டேன்.

அங்கேயே ஒடுங்கவில்லை. ஒரு மறவர் கூட்டம் என் உயிரைத் திரும்பத் தந்தனர்.

''நீ யார்? எங்கே போகிறாய்?''

அதிலொருவன் கேட்டான்.

நடந்தவற்றைச் சொன்னேன்.

''இனி நீ எங்கும் போகவேண்டாம். இங்கேயே தங்கிவிடு''

அப்படி மறவர்க் கூட்டத்தில் நானும் ஒருவனானேன். அம்பும் வில்லுமாகப் பாறைக் கூட்டங்களுக்கு இடையில் பதுங்கி இருப்பவர்களுடன் நானும் சேர்ந்துகொண்டேன். சோதி என்பவன்தான் எங்களின் தலைவன். கட்டுடலும், கருத்த சுருட்டை முடியும், புலிப் பார்வையுமாக சோதி எங்களிடையே வந்து நின்றால், சிறு சலனம்கூட எழாது. மிகுந்த பயமிருந்தபோதும், அதே அளவு மரியாதையும் அவர்மீது இருந்தது. நெருப்புக் கனலால் உடல் முழுவதும் குத்தும் பகலிலும், தோலின் பிளவுகளைத் குளிர் தைத்தேறும் இரவிலும் நாங்கள் ஒரேபோலக் காத்திருந்தோம். அங்கே வருபவர்கள் யாராக இருந்தாலும் ஒன்றாகவே கருத வேண்டுமென்பதே சோதியின் கட்டளை.

''ஒவ்வொருவரையும் நெருங்கி ஆராய்ந்தால் யாரையும் கொள்ளையிட முடியாது. எல்லோரிடமும் இரக்கம் தோன்றும். அது மட்டுமல்ல, ஒவ்வொருவரிடமும் எப்படி நடந்துகொள்ள

வேண்டுமென்று நமக்குள் தர்க்கம் ஏற்படும். மற்றவர்களுக்காக நமக்குள் சண்டை கூடாது. அன்பும், கனிவுமெல்லாம் மற்றவர்கள் மீதல்ல, நமக்குள்தான் இருக்க வேண்டும். மரணம்வரை ஒற்றுமையாக இருப்போம் என்று ஆணையிட்டுள்ளதை நாம் ஒவ்வொருவரும் மறந்துவிடக் கூடாது"

தலைவன் சொல்லுக்கு மறுபேச்சில்லை. மிக கவனமாக வரும் செல்வந்தர்கள் என்றாலும், அன்றாடம் காய்ச்சிகளாக வரும் இரவலர்களாயினும் அவர்களிடம் இருப்பதை நாங்கள் அபகரித்தோம். பயந்து நடுங்கிக் கையிலிருப்பதை எல்லாம் எங்கள்முன் இட்டு எங்களின் இரக்கத்திற்காக யாசித்து நிற்பவர் முதல் அனைவரிடமும் அனைத்தையும் பிடுங்கி விரட்டினோம். எதிர்ப்பவர்களைக் கொல்ல ஒரு தயக்கமும் நாங்கள் கொள்ளவில்லை. இரவின் கொடிய குளிரை அகற்ற வேலை செய்ய வேண்டுமென்று சோதி சொல்வார்.

ஒருமுறை ஓரிரவில் காய்ந்த செடிகளைப் பறித்து வேறு இடத்தில் நாங்கள் நட்டுக் கொண்டிருந்தோம். அவற்றை இருபுறமும் நட்டு, புதர்க்காடுகளின் இடையிலுள்ள பாதையெனத் தோன்றுமாறு செய்தோம். இதன் வழியாக நடப்பவர்கள் நேர்வழியைத் தவறவிட்டு எங்களருகே வந்து சேர்வார்கள்.

மூங்கில் கழியின் நுனியை மூன்றாகப் பிளந்து அதில் அழுத்தி வைக்கப்பட்ட மண்சட்டிகளில் எண்ணெய் ஊற்றி, பருத்தித் திரியிட்டு எரிய விட்டிருந்த பாண்டில் விளக்குகளை ஆங்காங்கே நட்டிருந்தோம். அதன் வழியாக ஒருவர் நடந்து வருகிறார். ஒரு தோளில் தொங்கும் காவடியின் ஒருபுறம் உறியில் சுரைக் குடுக்கையும் மறுபுறம் சிறுகலங்களும் தொங்கிக் கிடக்கின்றன.

ஓராள் உயரமுள்ள * முக்கோலை மறுதோளில் சாய்த்துப் பிடித்திருக்கிறார். கழுத்திலணிந்திருந்த மாலை முக்கோலுடன்

*முக்கோலை - வைணவத் துறவிகள் கையில் வைத்திருக்கும் கோல்

நிலம் பூத்து மலர்ந்த நாள்

பிணைந்து கிடக்கிறது.

"உடலின்பங்களைத் துறந்த துறவி. இவரிடம் எதுவும் இருக்காது"

எங்களில் ஒருவன் என்னிடம் சொன்னான்.

"இங்கிருந்து போய்விடு"

கடுமையான குரலில் மற்றொருவன் அலறினான்.

வந்தவர் எதற்கும் அசரவில்லை. பறித்து நடப்பட்ட செடிகளில் சிலவற்றை அவர் பிடுங்கியெறியத் தொடங்கினார்.

"என்ன செய்கிறாய்?"

சோதி அவனருகே பாய்ந்து சென்றான்.

"பட்டினி இருப்போர் பொருள் உள்ளவர்களிடமிருந்து வழிப்பறி செய்யலாம். ஆனாலும் ஏமாற்றுவது அறமல்ல"

துறவி தான் செய்வதைத் தொடர்ந்தார்.

பட்டென என் உள்ளம் இரைந்தது. நரம்புகள் முறுக்கேறின. அருகே ஓடிச் சென்று பிடுங்கிய முக்கோலினால் நான் அவரை அடித்து வீழ்த்தினேன்.

"மயிலா, வேண்டாம்!"

அந்நிமிடம் என்னைப் பார்த்து சோதியே அதிர்ந்து போனார்.

நான் அடங்கினேன். மற்றவர்கள் அவரைப் பிடித்து எழுப்பினர். உடலில் புரண்ட இரத்தத்துடன் நடந்து நகர்ந்து கொண்டிருந்த அவர் கடுங்கோபத்துடன் என்னைப் பார்த்தார். அந்தப் பார்வையின் கூர்மையில் நான் துளைக்கப்பட்டேன்.

தூரத்திலிருந்த கூடாரத்தை நோக்கி ஓடினேன். தரையில் விரித்திருந்த பாயில் கவிழ்ந்தேன்.

சற்று நேரத்தில் ஏதோ அசைவைக் கேட்டுத் திரும்பியபோது, சோதி நின்றிருந்தார்.

"போகட்டும் பரவாயில்லை. எல்லோரையும் ஒன்றாகக் கருதினால் போதுமென்று சொல்லியிருக்கவே, நீ இப்படிச் செய்தாய் என்று எனக்குத் தெரியும். எனினும் முடிந்தவரை துறவியரை ஒன்றும் செய்யாதே"

விரும்பத் தகாத செயல்கள் அதன்பிறகும் நிகழ்ந்தன. அப்படியான அத்துமீறல்களைக் கண்டு சோதி திட்டுவாரென்றோ, அடிப்பாரென்றோ பயந்தாலும் எதுவும் நடக்கவில்லை. மாறாக அப்போதெல்லாம் அவர் என்னிடம் கூடுதல் நெருக்கமே காண்பித்தார். வில்லில் அம்பு தொடுப்பது எப்படியென்றும், வாளும் கேடயமும் கொண்டு வெட்டுவதும் தடுப்பதும் எப்படியென்றும் அவர் பயிற்றுவித்தார். ஊர்ப்பகுதியிலிருந்து சிலவேளைகளில் கூட்டத்தைப் பிரிந்து வந்துவிடும் ஆடுமாடுகளின்மீது அம்பெய்தும், உடனிருப்பவர்களுக்குக் கற்பித்தும் என் திறனை வளர்த்துக் கொண்டேன். யாழ் மீட்டிய விரல்களுக்கும், பறை முழக்கிய கைகளுக்கும் படைக்கருவிகள் பழக்கப்படவில்லை என்று தோன்றினாலும் புதிதாகப் பயின்றதை விட்டுவிட நான் ஒப்புக் கொள்ளவில்லை.

கூட்டத்தோடு சேரும்போது நான் கூடுதலான திறமையைக் காண்பித்தேன். அடிக்கவும் கொல்லவும் கை கூசவில்லை. கொடுமைகள் செய்த போதும் தலைவனுக்கு என்மீது இருந்த அன்பு என் உற்சாகத்தைக் கூட்டியது. மறவர்களுடனான வாழ்வு கடந்த காலத்தை ஏறக்குறைய அழித்து விட்டிருந்தது. யாருடைய நடுகல்லின்மீதோ படைக்கருவிகளை உரைத்துக் கூர்மைப்படுத்தும் போது அல்லது வேறு ஏதேனும் செய்து கொண்டிருக்கும்போது என்னையறியாமல் ஒரு பாடல் மனதில் தோன்றினால், அம்பின் முனையால் அதைத் தொண்டைக்குழியிலேயே அழுத்திவிடுவேன்.

ஆனால் அந்த வாழ்வை நீண்டகாலம் தொடர முடியவில்லை. ஒருமுறை நானும் என் இரு நண்பர்களும் குளத்திலிருந்து தண்ணீருடன் திரும்பி வரும்போது ஒரு குதிரை வண்டியின் ஓசை கேட்டது. வழக்கம்போல் நாங்கள் ஓடி அருகே சென்றோம். எந்த நேரமும் கைகளில் வைத்திருக்கும் வேலினால் குதிரையின் காலை நோக்கி எறிந்தோம். அதன் குறி தவறிய போதும் குதிரைவண்டி நிற்கவே செய்தது. அதனுள்ளிருந்து ஒருவன் பின்வழியாகக் குதித்து இறங்கினான். ஆள் சாதாரணமானவன் அல்ல என்பதை ஒரே பார்வையில் புரிந்துகொண்டேன். கறுத்து உரமேறிய தோளிலிருந்த தாமரைமாலை முன்னால் சாயும்போது, அசைந்தாடியது. என்னுடன் இருந்த இருவரும் வழக்கம்போல் நெருங்கிச் சென்று வேலை அவருடைய கழுத்தின் இருபுறமுமாக அழுத்தினர். நொடிப்பொழுதில் வேல்களைத் தட்டித் தெறிக்கச் செய்து அவர் நிமிரவும், கூடவே குதிரை வண்டியிலிருந்து வெளியே குதித்த இரண்டு படைவீரர்கள் என் நண்பர்களை எதிர்கொண்டனர். நினைத்திராத நேரத்தின் பதிலடியால் அவர்களுக்கு ஓடுவதைத் தவிர வேறு வழியில்லாமல் போனது. நான் திகைத்து நின்றுவிட்டேன். பின்னர் நண்பர்களின் பின்னால் ஓடத் தொடங்கினாலும் முன்னால் நகர முடியவில்லை. படைவீரர்கள் என்னை அடித்து விழச் செய்திருந்தனர். அவர்களுள் ஒருவன் என்னைக் குத்தத் தொடங்கவும், உடனிருந்தவன் தடுத்தான்.

''கொல்லாதே. இளையவனாக இருக்கிறான்''

எழுந்திருக்க முயன்றபோது ஒரு படைவீரன் என் நெஞ்சில் அழுத்தி மிதித்தான். என்னால் அசைய முடியவில்லை.

''இவனைப் பிடித்துக் கட்டி வண்டியில் போடு''

வேறொரு படைவீரன் வண்டியிலிருந்து ஒரு கயிற்றைக் கொண்டு வந்தான். இருவரும் சேர்ந்து என் கைகால்களை இறுகக கட்டும்போது, நான் உதறவும் பற்களால் எதிர்கொள்ளவும் செய்தேன். ஒன்றும் நடக்கவில்லை. அவர்கள் என்னை வண்டிக்குள் போட்டு அதில்

அழுத்தி ஒரு மூங்கிலில் சேர்த்துக் கட்டினர். பின்னால் புழுதி கிளப்பிக்கொண்டு குதிரைவண்டி பாய்ந்தது.

''விடுங்கள். என்னை எங்கே கொண்டு போகிறீர்கள்?''

யாரும் எதையும் சொல்லவில்லை. கைகால்களை அசைக்கப் பார்த்தாலும் என்னால் எதுவும் இயலவில்லை.

''இந்தக் கட்டுகளை அவிழுங்கள். நீங்கள் சொல்வதை நான் செய்கிறேன்''

சிறிது நேரத்திற்குப் பிறகு நான் அவர்களிடம் சொன்னேன்.

அசைக்க முடியாத விதத்தில் படுத்திருப்பது சகிக்க முடியாததாக இருந்தது. இலக்குகள் ஏதுமின்றிப் புறப்பட்டதல்லவா? அப்புறம் வேறெங்கு போனால் என்ன?

''அவனுடைய கட்டுகளை அவிழுங்கள்''

வெளியே பார்த்துக்கொண்டு முன்னால் அமர்ந்திருந்த அவர் சொன்னார்.

படைவீரர்கள் கட்டுகளை அவிழ்த்தனர்.

''நீங்கள் எல்லாம் யார்? எந்த நாட்டுக்குப் போகிறீர்கள்?''

பதில் சொல்ல படைவீரர்கள் சற்றும் அவசரம் காட்டவில்லை. அவர்கள் முன்னால் அமர்ந்திருந்தவரைப் பார்த்தனர். அவருக்கு எதிர்ப்பில்லை என்பதை அறிந்து ஒரு படைவீரன் பேசினான்.

''ஏழிமலை மன்னனான நன்னனின் படைவீரர்கள் நாங்கள். முன்னால் இருப்பவர் பெரும்புலவரான பரணர்''

பரணர். அந்தப் பெயரைக் கேட்டிருக்கிறேன். சிறுவயதில் அம்மா பாடிக் கேட்ட சில பாடல்களின் இசை உள்ளத்தில் கடந்து சென்றதெனினும் நினைவுபடுத்த முடியவில்லை.

''கேட்டிருக்கிறேன்''

படைவீரர்கள் அதிர்ந்தனர். மறவர் கூட்டத்திலிருந்து ஒரு சிறுவனிடமிருந்து அந்த பதிலை அவர்கள் எதிர்பார்த்திருக்க மாட்டார்கள்.

''யார் நீ? உன் பெயர் என்ன? உண்மையைச் சொல்வாய் என்றால் நாங்கள் உனக்குத் துணையாக இருப்போம். இல்லையென்றால் உன் வாழ்வு நரகமாகும்''

''மிரட்டல் எதுவும் வேண்டாம். முன்னும் பின்னும் பார்ப்பதற்கில்லை எனக்கு. நரகங்கள் பல கண்டிருக்கிறேன். அதனால் சிறிதும் பயமில்லை எனக்கு''

பரணர் பெருஞ்சிரிப்பு சிரித்தபடி திரும்பிப் பார்த்தார்.

''அவனிடம் அப்படியெல்லாம் சொல்லாதீர்கள். எப்படியோ மறவர் கூட்டத்தில் சேர்ந்திருக்கலாம்''

நான் வெளியே பார்த்தபடி அமர்ந்திருந்தேன. பாலை நிலத்திலிருந்து வெளியேறியது முதல் உடலிலும் உள்ளத்திலும் ஒரு குளிர்மை பரவத் தொடங்கியிருந்தது. ஆனாலும் நிறைந்த பசுமையும் ஈரமும் கண்டபோது உற்சாகம் ஏதும் தோன்றவில்லை. பாலை நிலத்தோடு மிகவும் பொருந்திப் போயிருக்கலாம். நான் வெறுமனே சாய்ந்தமர்ந்தேன். உறக்கத்திலும் விழிப்பிலும் பாதி மயக்கத்திலுமாக, காடுகளும் மலைகளும் ஏறி இறங்கினோம். குதிரையுடையதும் எங்களுடையதும் தளர்வைப் போக்கிக் கொள்ள சில இடங்களில் வண்டியை நிறுத்திய போதெல்லாம், பரணருக்குக் கிடைத்த வரவேற்பைக் கண்டு ஆச்சரியப்பட்டு போனேன். ஆறுகளுக்கு அருகில் சென்றபோது பெரிய மரத்துண்டுகள் சேர்த்துக் கட்டிய படகுகள் காத்துக் கிடந்திருந்தன. குதிரை வண்டியை அதில் ஏற்றவும் இறக்கவும் பாடுபட வேண்டியிருக்கவில்லை. படகுக்காரர்களே அனைத்தையும் செய்தனர். வீடுகளுக்குச் சென்றபோது எங்கள் முன்னால் பரப்பப்பட்ட சுவையேறிய உணவுவகைகளை நான் ஆவலோடு உண்டேன். போகும் வழியில் ஒரு பாதையோர

ஆலயத்தில் இரவைக் கழித்தோம். அங்கேயும் பரணருக்கு பெரும் வரவேற்பு கொடுக்கப்பட்டதில் என்னுள் ஒரு பொறாமை தோன்றியது. படைவீரர்கள் என் உள்ளக்கிடக்கையை உணர்ந்திருக்க வேண்டும்.

"அரசன் அளவுக்குப் பீடும் பெருமையும் உடையவர் பெரும்புலவர். எங்களுடைய மன்னன் ஏழிமலை நன்னனின் நண்பர். எந்த ஊருக்குச் சென்றாலும் அரசர்களால் பாராட்டப்படுபவர். எனினும் எங்கு போனாலும் இறுதியில் ஏழிமலைக்குத் திரும்பி வருவார் பரணர்"

என் உள்ளத்தில் வேறொரு எண்ணம் தோன்றியது. இவர்களுடன் சென்றால் அரசனை அணுகச் சிரமமேதும் இருக்காது. பாலையில் வானத்தைப் பார்த்தபடி உட்கார்ந்திருந்த போதும் அரண்மனைதான் என்னுள் இருந்தது. சற்றும் சிரமமின்றி அது நிறைவேறப் போகிறது; நெடுநாள் கனவு ஒரு வடிவமெடுத்து முன்னால் வந்து நிற்கிறது! நான் ஓடிப் போகாமல் இருக்க, படைவீரர்கள் எச்சரிக்கையோடு இருப்பதைப் பார்த்து எனக்குள் சிரிப்பு பொங்கியது.

இரண்டு

வழியோர ஆலயத்திலிருந்து விடியலிலேயே புறப்பட்டோம். குளிர்காற்று. நிரப்பான பாதை. நேற்றைய களைப்பு நீங்கி, குதிரை பாயத் தொடங்கியது. வெயிலேறத் தொடங்கியிருந்தாலும் குளிர்காற்றின் வளையத்திற்குள் இருந்தோம் நாங்கள். பாதையோர மரங்கள் என்னவென்று தெரியவில்லை. அவற்றினூடாகப் பார்க்கும்போது வெண்மணல் பரப்பும் அங்கே பாய்ந்து வரும் அலைகளும் தெரிகிறது.

கடல்!

இதற்குமுன் பார்த்ததில்லை என்பதால் நான் உச்சத்தில் கூக்குரலிட்டேன்.

மரங்களின் இடைவெளிகளில் வண்டி கடற்கரை நோக்கி நகர்ந்தது. மணற்பரப்பை அடைந்தவுடன் இறங்கி நடந்தேன். பொடிமணலின்மீது நடந்தபோது பாலையில் நடந்து பதமான உள்ளங்கால்களில் கிளுகிளுப்பேறியது. ஈரமணலில் நண்டுகள் வரைந்த ஓவியங்கள். சிதறிய ஆமை ஓடுகள். மீன் பிடிக்கச் செல்லும் பரதவரின் தோணிகளும், காளை வண்டியில் வீடுகளை அடையும் உமணரின் உப்பளங்களும் எங்கேயென்று தேடினேன். ஒவ்வொன்றையும் கண்டடைந்தபோது உள்ளே என்னவெல்லாமோ

நிறைந்து வழிந்தது. முன்னர் கேட்ட பாடல்களை நினைவிலிருத்த முயன்றேன். அந்தப் பாடல்கள் வழியாக இந்தக் கரையில் நிறைய நடந்திருக்கிறேன். உப்பு வாசம் வீசும் காற்று என்னைத் தழுவிச் சென்றிருக்கிறது. உப்பளத்தைச் சுற்றியுள்ள வண்டல்மண் குவியலில் உறைந்திருந்த கூரிருள் என்னைத் தெரிந்து கொண்டது.

''யார் நீ? எப்படி மறவர் கூட்டத்தில் சேர்ந்தாய்?''

பரணர் அப்போதுதான் என்னைப் பற்றி முதல்முதலாக விசாரித்தார்.

''கடந்த காலம் நினைத்துப் பார்க்கவே இன்பமற்றது''

கடுமையாகச் சொல்ல வேண்டுமென்று விரும்பிய போதும் என் குரல் உடைந்திருந்தது. பாணர் குடிகளின் வறுமை முதல் மறவர்களின் கொடுமைகள்வரை எல்லாம் மனம் திறந்து சொன்னேன். பரணரின் உள்ளத்து உணர்வை நான் அதற்குள் அறிந்திருந்தேன். மறைத்து வைப்பதைவிட வெளிப்படையாகப் பேசுவதே நல்லதென்று தோன்றியது.

பதிலாக ஏதும் கேட்பதற்கு முன்னால் கடலின் அருகில் ஓடிச் சென்றேன். வெண்நுரை அடித்துச் சிதறும் பாறையில் அமர்ந்தபோது பார்வைக்கெட்டாத மறுகரைக்குக் கண்கள் பாய்ந்தன. இந்த உலகத்தின் எல்லை அதுவாக இருக்கலாம். அதற்கும் அப்பால் மறுபிறப்பின் மற்றொரு உலகமாகலாம். அங்கிருக்கும் வாழ்க்கை எப்படி இருக்கும்? வறுமை இருக்குமோ? அல்லது துன்பமின்றி வாழ்வதன் நிறைவா? கண்களை அகற்றாமல் பார்த்துக் கொண்டிருக்க, நேரம் போனதே தெரியவில்லை.

புறப்படுவதற்கான நேரம் நெருங்கவே பரணர் கீழேயிருந்து என்னை அழைத்தார். மேலும் ஒருமுறை அலைகளைப் பார்த்துவிட்டு பின்னால் திரும்பி நடந்தேன். சிறுசிறு செதில்கள் உள்ள மரத்தின் வெள்ளைப் பூக்களைப் பார்த்தபடி நடக்கையில், பலவிதமான புன்னைகளைப் பற்றி பரணர் சொல்லித் தந்தார். சிலவற்றின் பூக்கள்

பொன்னிறமானவை. சில தெளிவான பூங்கொத்துகளுள்ள ஞாழல்கள். ஆங்காங்கே விரிந்து நிற்கும் முண்டகங்கள். தாழம்பூக்கள், நீர்முள்ளிச் செடிகள். அவற்றில் ஒன்றின் முள் குத்தி கால் கிழிந்ததை நான் கவனத்தில் கொள்ளவில்லை.

மீண்டும் குதிரை வண்டியில் ஏறினோம். முன்னோக்கிச் செல்லும்போது, மரங்களின் இடைவெளிகளில் கடலையே பார்த்துக் கொண்டிருந்தேன். ஓயாத அலைகளின் அசைவை மீண்டும் பார்க்க விழைந்தேன். இடையிடையே கண்களைவிட்டு விலகியபோது மீண்டும் அங்கு சென்றுசேரக் காத்திருந்தேன்.

"நமக்குத் தவறவில்லை"

என்னைப் பார்த்துச் சிரித்துக்கொண்டு படைவீரர்களை நோக்கி பரணர் சொல்வதைக் கேட்டேன்.

கடற்கரை முடிந்து மீண்டும் காடும் மலையும் தொடங்கின. குதிரை வண்டியின் விரைவு குறைந்தது. தீநிறப் பூக்கள் பூத்து நிற்கும் காடு. செறிந்து காணப்பட்ட மூங்கில்கள். சிறு கண்களுள்ள பன்றிகளின் கூட்டம். கானவர்களின் சிறுகுடில்கள். வேலன் வெறியாட்டு நிகழ்த்தப்படும் சிறுநிலமும் அங்கேயிருக்கிறது. பல இடங்களிலுமாக ஆங்காங்கே நிறைய நடுகற்கள். போரில் மரணமடைந்த வீரர்களுடையதென்று பரணர் சொன்னார். நிறைந்து காணப்படும் கருங் கூவிள மலர்களுக்கு இடையில் சிறு கோவில்கள் பல இருந்தன.

"மலையைக் காக்கும் தேவர்களின் ஆலயங்கள் அவை. இவற்றை அழிக்க யாரும் துணிவதில்லை. இந்தக் கருங் கூவிளப்பூவைப் பறித்தாலே மன்னன் அவரின் உயிரெடுப்பான். நல்ல இடத்திற்குத்தான் நீ வந்திருக்கிறாய்"

படைவீரர்கள் சிரித்தனர். நான் எதுவும் பேசாமல் வெளியே வேடிக்கை பார்த்தபடி உட்கார்ந்திருந்தேன். வழிகள் பிரியும் இடங்களிலெல்லாம் அடுத்தடுத்த மரங்களில் சேர்த்து சரடு கட்டி

முறுக்கிய கைகாட்டிகள், முன்னர் வராதவர்களுக்கும் ஏழிமலைக்கான வரவை எளிமையாக்கும். ஏழிமலையை அடைய நீண்ட நேரம் ஆகவில்லை. நெடும் கற்கோட்டையையும், பெரிய கோட்டை வாசலையும் தூரத்திலிருந்தே பார்த்தேன். ஆட்களுடன் கருமுகில் வண்ணமுள்ள யானைகளும் காவல் நின்றன. நெருங்கிச்சென்றபோது ஆழமான கிடங்குகள். உள்ளே நுழைய யாரும் தடுக்கவில்லை. அந்த மலையுச்சியில் அவ்வளவு பெரிய நகரம் இருக்குமென்று சற்றும் எதிர்பார்க்கவில்லை. நகர வழிகளிலேயே காவலாளிகளான படைவீரர்கள் அதிகமிருந்தனர். வீரமுள்ள ஆண்களும் அழகான பெண்களும் நிறைந்த இடமென்பது ஒரே பார்வையிலேயே புரிந்தது. எங்கள் குதிரை வண்டியின் முன் காவலர்கள் வணங்கி வழி நகர்ந்தனர். அரசனின் அரண்மனை நெருங்கி வந்தது. பெருநிலத்தின் நடுவில் கொடித்தேர் வழி. அது சென்று சேருமிடத்தில் மணித்தூண்களுக்கிடையில் ஒரு நெடுநிலை மாடம். மன்னன் வசிப்பது அதன் நடுநிலையில் ஆக இருக்கலாம்.

வந்த போதிருந்தே பறைகளும் கொம்புகளும் பாடல்களுமாக ஓசைகள் கேட்டுக் கொண்டிருந்தன.

"இங்கே என்ன? விழவு நடைபெறுகிறதா?"

"அப்படியும் சொல்லலாம். பறைகளின் ஓசையடங்கிய நேரம் இங்கில்லை. பாணரையும் கூத்தரையும் என்றும் பார்க்கலாம். நிறையப் போர்களில் எதிரிகளின் தலையறுக்கத் தயக்கம் காட்டாத மன்னனுக்கு பாட்டும் கூத்துமே மிக விருப்பமானது. பெரும் கோபக்காரன் எனினும் பாணரிடமும் கூத்தரிடமும் திடீரென இரக்கம் கொள்வான். இங்கே எப்போதும் விழாக்கோலம்தான்"

நான் என் கூட்டத்தாரை நினைத்தேன். ஊரைவிட்டு வெளியேறி ஏதேனும் ஓர் அரசனைக் காணச் செல்லலாம் என்று பலமுறை சொல்லியிருக்கிறேன். யாரும் அதற்குத் தயாராகவில்லை. பட்டினியும்

பரிவட்டமுமாகக் காலந்தள்ளவே தலையில் எழுதியிருக்கிறது. நான் பற்களை நெறித்துக்கொண்டேன்.

பொருள் சேர்க்க வேண்டும். வாழ்க்கை வறுமையில் தொலைப்பதற்கானது அல்ல.

கூத்தும் பாட்டும் நன்றாகத் தெரியாது. தெரிந்து வைத்திருந்ததில் மிகுதியும் மறந்து போய்விட்டது. அரசனின் அன்பைப் பெற என்ன வழி? என் தலை புகைந்தது.

இடுப்பில் பலநிறத் தழையாடைகளும், தலையில் வாசம் கமழும் பூக்களும் மார்பில் பலவித மாலைகளும் கையில் குலுங்கும் வளையல்களும் அணிந்த இளங்கன்னியரையும் அவர்களுடன் சிரித்துக் குழைந்து வரும் இளங்காளையரையும் அமைதியாகப் பார்த்தபடியே வந்தேன். அப்போது உள்ளத்தில் ஏதோ ஒரு தெளிவு தோன்றியது. இடையில் யாரோ பாடிய குறிஞ்சிப் பண்ணை நான் அடையாளம் கண்டுகொண்டேன். விறலிகளின் ஆட்டம் நடந்து கொண்டிருக்கலாம்.

அரண்மனை அளவுள்ள ஒரு மாளிகையின்முன் பரணர் இறங்கினார்.

"குழப்பம் ஏற்படுத்துபவனல்ல என்று தோன்றுகிறது. எனினும் இவனில் ஒரு கண் வேண்டும்"

படைவீரர்கள் தலை அசைத்தனர்.

"பெரும்புலவரே, நான் எங்கேயும் போகமாட்டேன். கையில் வந்து சேர்ந்த செல்வத்தைக் காணாமலாக்கும் மடையனென்று என்னை நினைத்தீர்களா?"

என்னுள்ளே சொல்லியபடி நான் சிரித்தேன்.

சில நாட்கள் வெறுமனே கடந்து சென்றன. அந்நாட்களில் படைவீரர்களுடனே நான் தங்கினேன். நகரத்தில் சுற்றி நடந்து நேரம்

போக்கினேன். அசைவற்ற நாட்களை வெறுக்கத் தொடங்கினேன். பரணரின் ஏற்பாட்டில்தான் ஒரு வழியாக அரண்மனைப் பூந்தோட்டத்தைப் பராமரிக்கும் பணி கிடைத்தது. அதே தோட்டத்தில் மேலும் மூவர் பணியில் இருந்தனர். அல்லலின்றிக் கடந்து போவதற்கான வழி அதிலிருந்து கிடைக்குமென்று பெரும்புலவருக்குத் தோன்றியிருக்க வேண்டும். அரசனருகில் சென்று சேர்வதற்கான முதல்படி இது. இதிலிருந்து மேலேற வேண்டும். அதற்கு மிகவும் திட்டமிட்டு முன்னேற வேண்டும். உடன் பணி செய்பவர்கள் செய்வதுபோல, மாலையில் அதிகமாகக் கிடைக்கும் நறவைக் குடிப்பதற்கோ, விறலியருடன் கூத்தாடவோ நான் போகவில்லை. யாருடனும் அதிகமாக நெருங்கவோ, பேசவோ மாட்டேன். வேலையில் திறமை காட்டினேன் அல்லது அவ்வாறு நடித்தேன்.

அவ்வப்போது பரணர் வருவார். என்னைக் கடந்து செல்லும்போது வெறுமனே என் முதுகைத் தட்டுவார்.

"நீ பாணனல்லவா? பாடல்கள் தெரியாதா?"

"பாடுவதில் விருப்பமில்லை"

"அப்படியென்றால் அறிவைத் தேடு. எல்லோருக்கும் இரண்டு கண்கள் வெளியே உள்ளன. இது போதாது. உள்ளேயும் இரண்டு கண்கள் உள்ளவர்களுக்கே காட்சி இருப்பதாகச் சொல்ல முடியும்"

"அறிவைப் பெற வேண்டுமென்று விரும்புகிறேன்"

"நல்லது. அவ்வப்போது என் வசிப்பிடத்திற்கு வா"

அப்படிப் பெரும்புலவரின் வீட்டிற்குச் செல்லத் தொடங்கினேன்.

"இடமும் காலமும் அறிய வேண்டும். நன்மையையும் தீமையையும் அறிந்துகொள்ள வேண்டும். பல்வேறுவிதமான மக்களைப் பற்றியும், ஒவ்வொருவரின் அறத்தைப் பற்றியும் தெரிந்து கொள்வது அவசியம். நாம் வாழும் உலகைப் பற்றிப் புரிந்துகொள்ள வேண்டியதைப் புரிந்து கொள்ளாவிடில் நம் அறிவே பாழாகிவிடும்"

பரணர் சொல்லத் தொடங்கினார். வேலை முடிந்ததும் பெரும்புலவரின் வீட்டிற்குச் செல்வது வழக்கமானது. உயிரெழுத்தும், மெய்யெழுத்தும், சொல்லும் பொருளுமாக மொழியின் ஆழத்தையும் அகலத்தையும் அறியத் தொடங்கினேன். பரணர் அடிக்கடி அயல் தேசங்களுக்குப் போவார். அக்காலங்களில் கற்றுக் கொண்டவற்றை உருவிட்டுப் பார்ப்பேன். நெறியும் திறமும் என்னவென்றும், அறமும் முறையும் என்னவென்றும் குறிக்கப் பயன்படும் சங்கேதச் சொற்கள் மனப்பாடமாயின. ஒவ்வொன்றிற்கும் தெளிவாக பரணர் சொன்ன எடுத்துக்காட்டுகளை எல்லாம் நெஞ்சில் நிறைத்தேன். எனினும் நாடாள்வதன் அனைத்து சூட்சுமங்களையும் சொல்லித்தரும் அரசியலைத் தெரிந்துகொள்வதே என் விருப்பமாக இருந்தது. பரணரும் அதைப் புரிந்து கொண்டார்.

"அரசர்கள் தெரிந்து கொள்வதனைத்தும் நாம் அறிய வேண்டுமென்பதில்லை. மட்டுமல்ல, அரசியல் அறிந்துகொள்ளும் பருவமுமல்ல உனக்கு. எனினும் அதில் பொதுவாக அறிய வேண்டியவற்றைச் சொல்கிறேன்"

நான் தலையசைத்தேன். பெரும்புலவர் அன்போடு என் தலையைத் தடவிவிட்டார்.

"குழந்தை, மறவர் கூட்டத்திலிருந்து உன்னைக் கண்டெடுத்தேன். எனக்குத் தவறவில்லை என்பது நிச்சயம்"

அதற்கடுத்த நாள் அணுக்கச் சேவகர்களுள் ஒருவனாக மாற்றியமைக்கான அரசனின் ஆணை கிடைத்தது.

அப்படியாகக் கீழ் நிலையிலிருந்து மிக உயரத்தில் மேலே வந்து சேர்ந்திருக்கிறேன். உள்ளம் நிறைந்து வழிந்தது.

மூன்று

அரண்மனையின் உள்வாசல்கள் ஒன்றின் காவல் வேலைதான் எனக்குக் கிடைத்தது. அப்போதுதான் அரசனை ஒருமுறை காண முடிந்தது. பரணர் பயிற்றுவித்த அரசியலில் கேட்டது போன்ற எண்ணங்கள் உள்ளவன். சிற்றரசனாயினும் படையும், நாடும், செல்வமும், பரிவாரங்களும், நண்பர்களும், கோட்டையுமுள்ள பெரு மன்னனாக வாழ்ந்தான். கோபக்காரன் என்பது பார்த்தவுடன் தெரிகிறது. வணங்கி வழிவிட்டு நின்றேன். அரசன் என்னை ஒருமுறை பார்த்தான். கனன்ற கண்களில் சிறியதொரு அன்பின் கீற்று வெளிப்பட்டதோ? பரணர் என்னைப் பற்றி நிச்சயம் சொல்லியிருப்பார், அல்லது அப்படித் தோன்றுகிறதா?

அரசியலை அதிகமாகத் தெரிந்துகொள்ள என்ன வழி என்று தலையைப் பிய்த்துக் கொண்டிருந்தேன். காவல்காரன் என்ற நிலையிலிருந்து உயரவும், அரசனிடம் இன்னும் நெருங்கவும் அதொரு நல்ல வழி திறந்து விடுமென்று தோன்றியது. பெரும்புலவரின் ஓலைச் சுவடிகளை அவ்வப்போது பார்ப்பதுண்டு. அரசியல் பற்றிய நூல்கள் எதையும் காணவில்லை. ஆனாலும் அரண்மனையின் வேலையின் கூடவே பரணரைத் தேடிப் போவதும் தொடர்ந்தது.

எப்போதேனும் பரணருடன் கடற்கரைக்குப் போவேன். படைப் பாடல்களுக்குக் கடலின் தாளமிருக்கும். பரணரின் பாடல்களுக்கும், நன்னனின் வஞ்சினக் கூற்றுக்கும் கடலின் உற்சாகமே நெருங்கிக் கேட்கும் அலையோசைகள். தொடுவானத்திற்கு அப்பால் மறைந்திருக்கும் மறுகரை. பரணர் இல்லாத போதும் மலையிலிருந்து கடல் நோக்கி நிற்பதை வழக்கமாக்கினேன். சுற்றிலும் பார்க்க மயில்கள் ஆடும் மலையுச்சிகளைப் பார்க்கலாம். காளை வண்டியில் உப்பை ஏற்றி தூரமாகச் செல்லும் உமணரையும் ஒருபுறம் பார்க்கலாம். கடல் முத்தும் மலை மணியும் தரும் நாடு அது. சேர வேண்டிய இடத்திற்குத்தான் வந்து சேர்ந்திருக்கிறேன்.

ஒருமுறை அரண்மனைக்கு உள்ளிருக்கும் ஒரு வாயிலில் காவல் காத்து நின்றிருந்தேன். ஒரு கிழவன் என்னருகே வந்து நின்றான். மன்னனுடன் பலமுறை பார்த்திருக்கிறேன். அணுக்கச் சேவகர்களுள் ஒருவனாக இருந்ததால் நானும் நெருக்கம் காண்பித்தேன். பல நாட்கள் அது தொடர்ந்தது. ஒருமுறை கேட்க யாருமில்லை என்பதைச் சுற்றிலும் பார்த்து உறுதிப்படுத்திக்கொண்டு அவன் சொன்னான்.

''அரண்மனையில் விரைவில் ஒரு கலகம் நடக்கப் போகிறது. அரசனிடம் அதைப் பற்றிச் சொல்லப் பட்டிருக்கிறது. ஆனால் அவர் கேட்டதாகவே காட்டிக் கொள்ளவில்லை''

நான் அதிர்ந்து நின்றேன். இதை ஏன் என்னிடம் சொல்கிறான்? அதை நான் விசாரிக்கவும் செய்தேன்.

''அரசனின் உயிர், காவலர்களான உங்கள் கைகளில்தான் இருக்கிறது. உன்னிடம் மட்டுமல்ல, இன்னும் சில காவலர்களிடமும் நான் சொல்லப் போகிறேன்''

''என்னிடம் ஒப்படைத்த வேலையை நான் செய்கிறேனே''

''அது போதாது. எது தேவையென்று அறிந்து அதைச் செய்வதில்தான் உன் திறமையைக் காண்பிக்க வேண்டும்''

ஓரிரு நாட்களுக்குள் அரண்மனையிலுள்ள சிலரே மன்னனைக் கொல்லப் போகிறார்கள் என்றும், மிஞிலி என்ற ஒரு படைத்தலைவனே அதன் பின்னால் என்பதும்தான் அவன் சொன்ன செய்தியின் சுருக்கம்.

நான் மிகுந்த பரபரப்படைந்தேன். மிஞிலி அரசனின் நம்பிக்கைக்கு உரிய படைத்தலைவனே என்று நிறையக் கேட்டிருக்கிறேன். என்ன செய்வது? இதை அரசனிடம் சொல்லலாமா? அணுக்கச் சேவகர்களுள் ஒருவனே இதைச் சொல்கிறான். அன்று மாலையில் அவன் மீண்டும் என்னருகே வந்தான்.

"நான் சொல்வது போலச் செய். அரண்மனையிலுள்ள அனைவரையும் நம்ப முடியாது. நமக்கு மன்னனின் உயிர்தான் பெரியது. வேறு இரு காவலர்கள் உன் அருகில் வருவார்கள். அரசனின் மெய்க்காப்பாளர்கள். அவர்களுடன் சேர்ந்து மிஞிலியை ஒருகை பார்க்க வேண்டும்"

அவன் போய்விட்டான். என்ன செய்வதென்று அதிர்ச்சியுற்று நிற்பதற்கிடையில் இரண்டு காவலர்கள் அருகில் வந்தனர்.

"அந்தக் கிழவன் எல்லாம் சொல்லியிருக்கிறான் அல்லவா? நன்றாகத் தெரிந்து கொள். நாங்களும் அரசனின் மெய்க்காப்பாளர்களே. நாளைதான் நீ கேள்விப்பட்டதெல்லாம் நடக்கப் போகிறது. முன்னேற்பாடுகளுக்காக இன்று மிஞிலியும் அவனுடைய கூட்டாளிகளும் இந்த வழியாக வருவார்களென்ற செய்தி கிடைத்திருக்கிறது. இந்த வாசலைக் கடக்கும்போது நாம் அவர்களின் உயிரை எடுக்க வேண்டும்"

நான் ஒன்றும் பேசவில்லை. தலையை மட்டும் ஆட்டினேன். என்ன செய்வதென்று தெரியவில்லை. ஆனாலும் எதையாவது செய்தே ஆகவேண்டும். பெரும்புலவரைப் பார்க்க வேண்டுமென்றும் தோன்றியது. வேலை முடிந்து சென்றபோதும் பரணர்

அங்கேயிருக்கவில்லை. எறவானத்தில் சொருகி வைக்கப் பட்டிருந்த காய்ந்த பனையோலைகளை எடுத்துக் கொண்டு சட்டெனத் திரும்பிவிட்டேன். நான் தெரிந்து கொண்டதையெல்லாம் சிந்தாமல் சிதறாமல் அவற்றில் குறித்தேன். அரசனை எதிர்பார்த்து நிற்கத் தொடங்கினேன். அன்று அந்த வழியில் அரசன் வராததால் நேரில் சென்றே சொல்லலாம் என்று முடிவு செய்தேன். மெய்க் காப்பாளர்கள் அரசருடனே இருப்பதால் ஒரு பயம் தோன்றியது. ஆனாலும் வருவது வரட்டுமென்று முடிவெடுத்து அரசனின் அருகே சென்று ஓலைச் சுவடிகளை அவர்முன் வைத்து வணங்கி நின்றேன். காவலர்களின் கடுமையான பார்வையின் முன்னே நான் பயந்துவிடவில்லை. உடனிருப்பவன் ஒருவன் ஓலையையெடுத்து அரசனின் நேராக நீட்டினான். அதை வாசிக்கும் முன்பே அரசன,

"போகலாம்" என்றார்.

நான் வணங்கிப் பின்வாங்கினேன்.

அரண்மனையை விட்டு வெளியே வந்து இருளில் முன்னால் நகர்வதற்கிடையில், நாலைந்து பேர் என்னைச் சுற்றி வளைத்தனர். வாளை உறையிலிருந்து உருவி, நான் சுதாரித்தபடி நின்றேன். எனக்கு நேராக வந்த வெட்டுகளை அந்த இருளிலும் என்னால் தடுக்க முடிந்தது. வாளைச் சுழற்றி வளையத்தை முறித்துக்கொண்டு நான் முன்னால் தாவினேன். திருப்பிக் கொடுக்கப்பட்ட வெட்டுகள் அவர்கள்மீது விழவில்லையெனினும் அவர்கள் ஓடி மறைந்தனர்.

மறுநாள் காலையில் காவல் காத்துக் கொண்டிருந்த என்னருகே பரணர் வந்து நின்றார்.

"நீ நல்லது செய்தாய். பெரியதொரு இடரையே கடந்திருக்கிறோம்"

புன்னகைத்தபடியே வேறொன்றும் சொல்லாமல் பரணர் நகர்ந்து சென்றார்.

ஒன்றும் நடக்காததுபோல நாலைந்து நாட்கள் கடந்து சென்றபோது நான் அதிர்ந்தேன். யாரும் நல்ல வார்த்தை எதுவும் சொல்லவில்லை. காவலர்களும் கிழவனும் அரசனிடம் அணுக்கமாகவே தொடர்வதைக் கண்டபோது என் அதிர்ச்சி கூடியது. கூடவே மிகுந்த துயரமும் தோன்றியது.

அரசனைப் பார்க்க அவர் முன்னால் கடந்து போகும்போது ஒவ்வொருவரும் ஒவ்வொருவிதமாக நடந்து கொள்வார்கள். சிலர் ஒருமுறைகூடப் பார்க்கமாட்டார்கள். அவர்களைத் தடுத்து நிறுத்தி, ஒவ்வொன்றையும் தேடிப் பார்த்து உறுதிப்படுத்துவதாக நடிப்போம். திரையாகக் கொண்டுவருவதை அவிழ்த்துப் பார்ப்போம். அப்படிப் பட்டவர்கள் அதிகம் தவறு செய்பவர்கள் அல்ல என்பதை அறிவோம். நான் அங்கிருப்பதைக் கவனத்தில் கொள்ளாமல் கடந்து போவதில்தான் என் சாமர்த்தியம் இருக்கும். ஒளிந்தும் மறைந்தும் வருபவர்களால் பல வேளைகளிலும் சரியாக நடந்துகொள்ளத் தெரிவதில்லை என்பதே உண்மை. அவர்களைச் சற்று விளையாடவிட்டு அனுப்புவோம். தவறிழைப்பார்கள் என்று தோன்றாதவர்களே எங்களைப் படபடக்கச் செய்பவர்கள். பெரும் கவனத்தோடு கண்டறியப் படாவிட்டால் வேலையே முழுகிப் போய்விடும்.

அயல்நாடுகளில் இருந்து வரும் அனேகர் பாணரும் கூத்தருமாகவே இருப்பர். ஒருமுறை அப்படிப் படியேறி வந்த ஒருவனைப் பார்த்தபோது பெரும் சங்கடத்துக்கு உள்ளானேன். சிறு வயதில் எங்கோ பார்த்த ஞாபகம். காவலன் என்று அறியப்படாமல் இருக்க நான் வாயிலிலிருந்து அகன்றேன். அவன் அருகில் வந்தான். நான் பேசாமல் நின்றிருந்தேன்.

"உன்னை முன்னால் எங்கோ பார்த்தது போலிருக்கிறதே"

நினைவில் கொண்டு வருவதுபோல அவன் சற்று நிறுத்தினான்.

"மயிலன்தானே நீ?"

என் உள்ளம் நடுங்கியது. பேச்சே எழவில்லை. எங்கள் கூட்டத்தைச் சேர்ந்த ஒருவன் என்பது உறுதியானது.

"அரசனைப் பார்க்க வந்தாயென்றால் பார்த்துவிட்டுப் போ. எனக்கு வேலை இருக்கிறது"

என் கடுமையான வார்த்தைகள் அவன் வாயை அடைத்துவிட்டது. திரும்பும்போதும் என்னைப் பார்த்ததைக் கவனிக்கவில்லை என்று நான் நடித்து நின்றேன்.

"நானும் சொந்த ஊரைவிட்டு வெளியேறி ஊர்சுற்றி நடந்து கொண்டிருக்கிறேன். பல நாடுகளில் அலைந்துவிட்டேன். உயிரொடுங்கும்வரை இனியும் இப்படித்தான் இருக்குமோ என்னவோ?"

அதற்கும் நான் ஒன்றும் பேசவில்லை. அவன் நடுவில் ஒருமுறை திரும்பிப் பார்த்தபடி நடந்து அகன்றான்.

காவலாளிதான் நானென்று அவனுக்கு உறுதியாகத் தெரிந்துவிட்டது.

"இங்கே என் வேலை இதுதான் என்பதை யாரிடமும் சொல்லாதே"

பின்னாலிருந்து அழைத்துச் சொன்னேன் திரும்பி அழுத்தமாக ஒருமுறை பார்த்தபின்பு அவன் அவசரமாக மறைந்தான்.

மிக விரைவில் நான் அரசனின் அணுக்கச் சேவகன் ஆனேன். முன்னர் நடந்ததெல்லாம் என் திறமையை எடைபோடுவதற்காக அரசனின் நெருக்கமானவர்கள் செய்த வேடிக்கைகள் தானென்பது உறுதியானது. படைத் தலைவனான மிஞிலிக்கும் என்மீது அன்பு மிகுந்தது. அதன்பின் ஒருமுறை அரசியலில் ஒற்றாடல் என்னவென்று அறிந்தபோதுதான் அன்று நிகழ்ந்ததை முழுக்க அறிந்தேன்.

ஒற்றர்கள். அரண்மனை முழுக்க ஒற்றர்கள் இருக்கின்றனர். பூந்தோட்டக்காரர்கள் முதல் அரசனின் மெய்க்காப்பாளர்கள் வரை. யாரெல்லாம் ஒற்றர்கள் என்பது தங்களுக்குள்ளேயும் தெரியாது. ஒவ்வொருவர் செய்வதையும் அவர்கள் கண்டும் கேட்டும் உய்த்து உணருகின்றனர். அவற்றையெல்லாம் அரசருக்கு அறிவிக்கின்றனர். சாதாரணக் காவல்காரனான என்னை மெய்க்காப்பாளனாக ஆக்குவதற்கான தேர்வுக்குப் பின்னாலும் அரசனே இருந்திருக்கிறார். 'அரசியல் முழுக்கத் தெரிந்துகொள்ள வேண்டாம்' என்று பாணர் சொன்னதன் பொருளையும் அன்று நானறிந்தேன்.

குறைந்த நாட்களுக்கு உள்ளாகவே நான் வெறுமொரு மெய்க்காப்பாளன் மட்டுமல்ல என்ற நிலையை அடைந்தேன். கிடைத்த அறிவுச் செல்வத்தை அங்கேயமர்ந்து உருப்போட்டேன். தனியாக ஒரு வீட்டில் வசிக்கத் தொடங்கினேன். பரணர் மூலம் அரசனுக்கு என் மீதிருந்த அக்கறையைப் பலமுறை அறிந்துகொள்ள முடிந்தது. பாணனாகப் பிறந்தேன். மறவனாக வாழ்ந்தேன். பெரும்புலவரிடமிருந்து அறிவுச் செல்வம் பெற்றேன். அறிவும், வீரமும், விவேகமும் உள்ளவனை ஓர் அரசனும் கைவிட மாட்டார் என்ற தன்னம்பிக்கை தோன்றியது. அரசனுக்கு என்னிடம் பரிவுண்டாயிருந்ததா என்று நினைவில்லை. தன்னோடுதான் அரசனுக்குப் பரிவு. எனக்கு என்னிடமும்.

அரசனுடன் இணைந்து நானும் பல இடங்களுக்குப் போகத் தொடங்கினேன். பரிவாரங்களும் படைவீரர்களும் புடைசூழ வருவார்கள். பல வேளைகளில் மிஞிலியும் சில வேளைகளில் பரணரும் உடனிருப்பர். என்மீது பரணர் காட்டிய அன்பை, அரசனும் பகிர்ந்ததால் அவருடன் நெருக்கமாகப் பழக முடிந்தது. ஏழிமலை முதல் ஆனைமலை வரை தன் கைபலத்தினால் கீழடக்கிய நன்னனுக்குப் போரொழிந்த நாளே இல்லை. பழையனையும் பாண்டனையும் எப்போதோ தோற்கடித்த நன்னன், மீண்டும் மீண்டும் போருக்கு

இறங்கினான். வேற்றுமொழி பேசும் நாடுகளையும் கீழ்ப்படுத்தினான். போர்க்களக் குருதியின் வாசமே அரசனின் வேர்வைக்கும் உள்ளதென அக்காலத்தில் நான் உணர்ந்திருந்தேன். தேர்த்தட்டில் நிற்கும்போது காற்றடித்துப் பின்னால் வந்த வாசத்தை மூக்கினால் உறிஞ்சியெடுத்தேன்.

சில வேளைகளில் யானை மீதமர்ந்துதான் அரசனின் படையோட்டம் நடக்கும். போர்க்களத்தில் எதிரிகளைக் கொன்றொடுக்குவதிலும், அவர்களின் யானைகளின் கழுத்தறுப்பதிலும், குதிரைகளை அம்பெய்து வீழ்த்துவதிலும் இன்பம் காட்டும் மன்னன் அரண்மனையை அடையும்போது, கூத்திலும் பாட்டிலும் விருப்பமுடையவனாக இருப்பது எப்படியென்று ஆச்சரியப்பட்டிருக்கிறேன். போர்க்களக் காட்சிகளே என் உள்ளத்திலும் தங்கி நின்றன. உடல் முழுவதும் உதிரம் புரண்டு நிற்கும் படைவீரர்கள். துளைத்து ஏறும் படைக்கருவிகள். துடிக்கும் உடல்கள். அப்போதெல்லாம் நானும் களத்தில் இறங்கத் துடிப்பேன். வெட்டவும் வெட்டப்படவும் விரும்புவேன். எதிரிகளை வென்றுவிட்டோமென்று உறுதியானால் மன்னர் படைவீரர்களுடன் கூத்தாடுவார்.

ஒருமுறை கொடி பறக்கும் தேரில் மன்னன் புன்னாட்டுக்காரரை எதிர்த்துப் போரிடச் சென்றார். வழக்கம் போல நானும் உடன் சென்றேன். விரிந்த மார்பில் போர்க்கவசமும் பொன் அணிகலன்களும் அணிந்து தேர்த்தட்டில் நின்றிருந்த அரசனைக் காணும்போதே பயம் தோன்றும். உரலையொத்த காலடிகள் கொண்ட யானைகளின் மீதேறிப் பெரும்படை நன்னனைப் பின்தொடர்ந்தது. பலமிக்க குறுநில மன்னனின் வீரத்தின்முன் புன்னாடு நடுங்கி நின்றது. வெட்டியும் தடுத்தும் புன்னாட்டின் படைவீரர்கள் எதிர்த்தாலும் அவர்களால் எங்கள் நேர் நிற்க முடியவில்லை. வழக்கம்போல போர்க்களத்திலிருந்து மக்களின் வசிப்பிடங்களுக்குள் நாங்கள் இறங்கினோம். செல்வந்தர்களின் கால்நடைகளைக் கவர்ந்தோம். குதிர்களிலிருந்து படைவீரர்கள் நெல்லையும் தினையையும் பெரிய

மூட்டைகளாகக் கட்டிக் கொண்டனர். பொன், பணம் பறித்தோம். போகும் வழியில் வயல்களுக்குத் தீயிட்டோம். கவர்ந்தெடுத்த பொருட்களுடன் நாங்கள் ஏழிமலைக்குத் திரும்பி வந்தோம்.

புன்னாட்டு வீரர்கள் சும்மாயிருக்கவில்லை. அவர்கள் பல மன்னர்களிடமும் உதவி கேட்டு அழுது தொழுதனர். சேர நாட்டரசனின் உறவினனான நார்முடிச் சேரல் இதைக் கேள்விப்பட்டார். எங்கள் மன்னனின் போர்களைப் பற்றியறிந்து பொறாமையோடு இருந்தார் மூவேந்தர்களுள் அந்தப் பெருவீரன். நார்முடிச் சேரலின் கூட்டாளிகளுள் ஒருவனான ஆய் எயினன் புன்னாட்டை அடைந்தான். தானிருக்கும்போது புன்னாட்டினர் பயப்பட வேண்டாமென்று வஞ்சினம் கூறியதை நாங்களும் அறிந்தோம். அதையறிந்த எங்கள் மன்னன் மனதில் ஒரு சுணக்கம் தோன்றியிருக்க வேண்டும். ஆய் எயினன் பெருவீரன். சேர நாட்டரசனின் பின்துணையும் உண்டு. அத்துமீறிய விளையாட்டாகலாம் இனியுள்ள போர். அரசனின் வீரம் சற்று குறைந்திருப்பதாகவே எங்களுக்கெல்லாம் தோன்றியது. பரணர் அரசனுக்கு தைரியம் நல்க கூடவே இருக்கிறார். பாணரும் கூத்தரும் நன்னனின் பழைய போர்களைப் பற்றிப் பாடல்கள் புனைந்தனர். இனி நடக்கும் போரிலும் அந்த வீரத்திற்கு இழுக்கு ஏற்படாதென்று அவர்கள் பாடி ஆடினர்.

வீரம் செறிந்த ஒரு போர் நடக்குமென்ற எங்கள் எண்ணம் வீணாகவில்லை. பெரும்படையோடு ஆய் எயினன் பாழியை அடைந்து எங்கள் மன்னனைப் போருக்கழைத்தான். நாங்களும் அதை எதிர்பார்த்துக் கொண்டுதான் இருந்தோம். ஆனாலும் மன்னனிடம் ஏதோ ஒரு விருப்பமின்மை தோன்றியது. போர்க்கோலத்தில் அங்கு வந்து சேர்ந்த மிஞிலியால் அரசனின் அந்த நிலையைக் கண்டு பொறுக்க முடியவில்லை.

''எதிர் வருவது யாராக இருந்தாலும் அவர்களின் தலைகளை அறுத்து நான் போர்க்கள வேள்வி நடத்துவேன். அவர்களின் இரத்தத்தைப் பேய்களுக்குக் குடிக்கக் கொடுப்பேன்''

மிஞிலியும் படையும் பகைவர்களின் எதிரில் குதித்தனர். ஆய் எயினனின் படையும் வீரத்தோடு எதிர்கொண்டது. பாழி குருதிக் குளமானது. நேருக்கு நேரான போர் நீண்ட நாட்கள் நடந்தன. எயினனும் மிஞிலியும் ஒருவருக்கொருவர் மோதிக் கொண்டனர். மிஞிலியின் வஞ்சினம் வீணாகவில்லை. அவன் ஆய் எயினனின் தலையைக் கொய்தான். எயினன் போர்க்களத்தில் வீழ்ந்து இறந்தான்.

நண்பகல் நேரமது. வேர்வையும் இரத்தமும் புரண்ட எங்கள் போராளிகள் சோர்வை மறந்து மகிழ்ச்சிக் கூத்தாடினர். உச்சி வெயில்பட்டு எயினனின் உடல் படைக்களத்தில் கிடந்தது. போர்க்களத்தின் ஓசைகளுக்கும் மேல் வேறோர் அரவம் பரவுவதாகத் தோன்ற, நானும் பரணரும் மேலே பார்த்தோம். தங்களில் ஒருவன் பட்டுப்போனதுபோல் வானில் பறவைகள் வட்டமிட்டுப் பறக்கின்றன. அவற்றின் எண்ணிக்கை கூடிக் கொண்டேயிருந்தது. கொடிய வெயிலை மறைத்து அவை எயினனின் உடலின்மீது நிழல் பரப்பின. போர்வீரர்களே அதிசயித்து நின்று விட்டனர்.

"மக்களோடு மட்டுமல்ல, பறவைகளிடமும் கனிவுள்ளவனாக இருந்தான் ஆய் எயினன். எயினனுக்கு அவை நன்றி தெரிவிக்கின்றன. வெயில் ஏற்காமலிருக்க அவை இறகுகளால் நிழல் தந்து நிற்கின்றன" பரணர் அழகாகச் சொன்னார்.

நடந்தது அனைத்தையும் தெரிவிக்க அரசர் இளைப்பாறிக் கொண்டிருந்த பாசறைக்குள் பரணர் போனார். எயினனின் மரணத்தில் நன்னனும் துன்பம் அடைந்தார் எனவும், மிஞிலியைப் பார்க்கக்கூடப் போர்க்களத்திற்கு வராமல் மறைந்தே இருந்தார் எனவும் பெரும்புலவர் சொல்லிப் பின்னர் அறிந்துகொண்டேன். ஒன்றைச் சொன்னால் அதிலேயே நிலைத்து நின்றிருந்த, திடமிக்க நன்னனே எதிரிகளின் சிறந்த வீரனான படைத்தலைவனின் மரணத்தில் வருந்துகிறான். அரசனின் இரண்டு முகங்கள். பாட்டும் கூத்தும் கனிவும் பரணரும் ஒருபுறம். போரும் கொடுமையும் நானும் மறுபுறம். அப்படி

நினைத்தபோதே எனக்குள் ஓர் உற்சாகம் தோன்றியது. என் வேலையை நன்றாகச் செய்கிறேன் என்பதை நினைத்து நான் சிரித்தேன்.

போர்க்கோபம் கொண்டு நின்ற மிஞிலி இவை எவற்றையும் அறியவேயில்லை. மார்பிலணிந்த பூமாலையில் புரண்ட குருதி நிலத்தில் சொட்டச் சொட்ட வெண்ணிக்கூத்தில் மெய்மறந்து ஆடிக் கொண்டிருக்கிறான் அவன். பார்த்து நின்ற கைகால்கள் பரபரக்க நானும் உடன் சேர்ந்துகொண்டேன். பெரும்பறையின் தாளத்தோடு உயர்ந்த பொருநரின் பாடல்கள், போர்க்களத்தின் ஓசைகளோடு ஒன்று கலந்தன. சிதறிக் கிடக்கும் தலைகளும் உடலுறுப்புகளும் அவற்றிற்கிடையில் பாய்ந்தோடும் பேய்களும், நிணங்களிலிருந்து வழியும் குருதியின்மீது அவற்றிற்குள்ள ஆவலும் நிறைந்த அந்தப் போர்ப்பாடல்களில் மிஞிலி தன்னையே மறந்தான். மரணமடைந்த வீரர்களின் நெஞ்சைக் கொத்திக் கிழிக்கும் வல்லூறுகள், கழுகுகள். குருதிச் சேற்றில் புதைந்த தரையில் தாழ்ந்தும் எழுந்தும் பறந்து கொண்டிருக்கும் கருங்காக்கைகள். போர்க்களத்தில் பார்த்த ஒவ்வொன்றையும் பொருநர்கள் உரத்து உரத்துப் பாடுகின்றனர்.

"பேய்களே, போரில் கவிழ்ந்து வீழ்ந்தவர்களின் சிதறிய பற்களைப் பழைய அரிசியாக்கி, கொலைச் சோற்றினால் உணவு படையுங்கள். பிணங்களைத் தின்ன விரும்பும் நம் இறைவியை வாழ்த்துங்கள்"

களவேள்விக்கான தயாரிப்புகள் தொடங்கின. என்னுள்ளும் ஆவேசம் ஏறியது. சிறிதாகவேனும் உள்ளத்தில் துளிர்விடும் அன்பைத் துடைத்து அழிக்கவேண்டும். அருவருப்பற்ற கையால் எதையும் செய்யத் துணிய வேண்டும். போர்க்களத்தில் அறுந்து விழுந்த மூன்று தலைகளால் உருவாக்கப்பட்ட அடுப்பு. கூவள மரத்தின் விறகு. பெரிய கலத்தில் கொதிக்கும் இரத்தத்திலிருந்து வெந்த இறைச்சியும் குடலும் மேலேறி வருகின்றன. மேல் தோல் வெளியேறிய மண்டையோட்டில் வன்னிமரக் கம்பு கோர்த்த கரண்டியால் கிளறி, பக்குவப் படுத்திய

உருளையைக் கூளி கொற்றவைக்கு உயர்த்திக் காட்டியது. நான்மறை உணர்ந்த அந்தணர் வேள்விகள் நிகழ்த்தினர். மறைகள் அறிந்தவர்களுக்கு கொடுமைகள் என்பதையும் கனிவு என்பதையும் தரம் பிரித்தறிய இயலாது போலிருக்கிறது.

என் மூளையும் நுரைத்துப் பொங்கிக் கொண்டிருந்தது. சுற்றிலும் பேய்கள். பல்லைக் காட்டியும், பெருவயிற்றைக் காட்டியும் துள்ளி ஆடிக் கொண்டிருக்கும் அவற்றுடன் நானும் ஆடுகிறேன். சிதறிப் போன உலகம் கண்களில் விரிகிறது. மரணமடைந்த படைவீரர்களின் மனைவியர் ஓலமிட்டுக் கதறும் ஓசைகளே காதில் கேட்கிறது. உடைந்து கிடக்கும் யானைக்கொம்பு காலில் துளைத்து ஏறுகிறது. தலையற்ற முண்டங்கள் குருதியில் ஊறிய தரையிலிருந்து எழுந்து உடன் ஆடுகிறது. மயங்கிச் சரிந்துவிழும் நேரத்தில் படைவீரர்களுள் ஒருவன் என்னைத் தாங்கிப் பிடித்தது என் நினைவில் இருக்கிறது.

நான்கு

பாழிப் போரில் பெருவெற்றி பெற்றவுடன் நன்னனின் புகழ் வானளவு உயர்ந்தது. பெரும்புலவர் அதைப் பற்றி நிறையப் பாடல்கள் பாடினார். அரசனிடம் போலவே என்னோடும் பெரும்புலவர் காட்டிய அன்பும் நட்புமே பின்னரும் எனக்குத் துணையாய் அமைந்தது. தேர்ந்த அறிவாளியான பரணரால் என் உள்ளத்தைத் தெரிந்துகொள்ள முடியவில்லையே, அது எதனால்? என் உள்ளத்தின் களவுகள் என்றேனும் வெளியே வரும்போது பரணரின் நிலை என்னவாகும்? எப்படியோ வெகு விரைவிலேயே நான் அரசனின் ஆலோசகர்களுள் ஒருவனானேன். அறிவைப் பெற்றவனுக்கு தன் நாடும் அயல் நாடுகளும் தன்னுடையதாகவே ஆகிவிடுமென்று பல நூல்கள் வழியாக அறிந்திருக்கிறேன். அதனருகில் இப்போதுதான் செல்கிறேன். உள்ளே நிறையும் மர்மப் புன்னகை ஒரு வெடிச் சிரிப்பாக வெளிப்பட்டு விடுமோ என்று பயந்து அடக்கி வைத்தேன். நாட்டை ஆள்பவர்கள் அறிவுடையவர்களை அருகில் இருக்கச் செய்வது அரசியலின் மர்மம் தானென்று பரணர் சொல்லிக் கொடுத்ததை நினைத்தேன். அதையேதான் அரசனிடமும் அவர் சொல்லியிருக்க வேண்டும்.

நான் எப்போதும் எதற்கும் அரசனுடன் சென்றேன். பரணரின் வார்த்தைகளுக்கும் அவர் செவி சாய்த்திருந்தார். அதை

அறிந்திருந்ததால் நான் இருவர்க்கும் இடையில் நின்றேன். ஆனால் நீண்ட காலம் அவ்வாறு தொடர முடியவில்லை.

பாழிப்போர் முடிந்தபிறகு அரசனின் உள்ளத்தில் ஏதோ கலக்கம் ஏற்பட்டுள்ளதாகத் தோன்றியது. சேரமன்னன் எதிர்வினை ஆற்றுவான் என்ற பயமாயிருந்ததோ அது? அல்லது சிற்றரசன் என்ற நிலையிலிருந்து மூவேந்தரைப் போல ஆவதற்கான அவசரமோ?

அக்காலத்தில் ஒருமுறை அரசனுடன் ஆனைமலைக்குப் போவதற்கான சூழல் அமைந்தது. படைவீரர்களும் பரணரும் உடனிருந்தனர். பூழிநாட்டைச் சுற்றிய பயணத்தில் சிறு வயதில் கண்ட காட்சிகளைத் தேடினேன். பாலை நிலங்களில் மறவர்களைத் தேடினேன். ஆனைமலையைக் கவர்வதற்காக அரசன் இவ்வழி வந்திருக்க மாட்டான். நீண்டுயர்ந்து நின்ற மலையின் மறுபுறம், செங்குத்தான ஏற்ற இறக்கங்களும் செறிவான காடுகளுமுள்ள இடங்களின் புதிய வழிகளைக் கண்டடைந்திருக்க வேண்டும். போரின் வழிகள் அயர்ச்சி தருபவை. அதைக் கடந்தால் எளிதாகத் தோன்றும். எனினும் தன்னுடையதல்லாத நாடு கைவிட்டுப் போகாமல் காப்பாற்றப்பட வேண்டுமென்றால் இடர்ப்பாடுகள் அதைவிட அதிகம் பட வேண்டியுள்ளதே.

அரசனுக்கு இது வழக்கமான பயணம்தான். நாட்டின் ஒவ்வொரு மூலையைப் பற்றிய தெளிவும் வேண்டும். மக்களின் கோரிக்கைகளை நிறைவேற்ற வேண்டும். குறைகளைக் களைய வேண்டும். எதிரிகளின் இயக்கங்களை அறிந்து செய்ய வேண்டியவற்றை மேற்கொள்ள வேண்டும். ஆனைமலைக்குப் போக விரும்புவதற்குப் பின்னால் இன்னுமொரு காரணமும் உண்டு. அங்கே மிக அருமையானதொரு மாந்தோப்பு இருக்கிறது. தன் காவல்மரங்களைக் காப்பதில் நன்னன் எந்த விட்டுக் கொடுத்தலுமில்லாதவன். நிறைய காவலர்களும் அங்கிருந்தனர். அந்தத் தோப்பிலிருந்து யாராவது ஒரு கிளையேனும் உடைத்துவிட்டால் மரணம் உறுதி.

அங்கே சென்றடைந்த அரசன் வழக்கம்போல விண்ணப்பங்களுக்குத் தீர்வு சொல்லும் அவசரத்திலிருந்தான். அதற்கிடையில் மாந்தோப்பின் காவலர்கள் அங்கு வந்தார்கள். அங்கே சென்று தன் காவல் மரங்களைக் கண்டு பெருமிதம் கொள்வது எப்போதுமுள்ள பழக்கம்தான். காவல்காரர்களுடன் மன்னன் மாந்தோப்பிற்குப் போனான். உடன் பரிவாரங்களும், நானும், பரணரும் சென்றோம். ஒரு காவல்காரன் அரசனைக் காண்பதற்காகக் காத்து நிற்கிறான். அரசனைப் பார்த்தவுடன் எதையோ சொல்ல வாய் திறந்தான். மற்ற காவலர்கள் தங்கள் பார்வைகளால் அவனை விலக்குவதை அரசன் பார்த்துவிட்டான். காவல்காரன் நாவடக்கி நின்றபோது, அரசன் அவனிடம் எதுவாக இருந்தாலும் சொல்லும்படிக் கட்டளையிட்டான். தயங்கித் தயங்கி அவன் பேசத் தொடங்கினான்.

தோட்டத்து மாமரத்திலிருந்து விழுந்த ஒரு மாம்பழத்தை ஆற்றில் நீந்தி விளையாடிக் கொண்டிருந்த ஒரு சிறுமி தின்றுவிட்டாள் என்பதுதான் குற்றச்சாட்டு. அச்சிறுமியைத் தன்முன் கொண்டு வரும்படி அப்போதே ஆணையிட்டான் அரசன். நீண்ட நேரத்திற்குப் பிறகு அச்சிறுமியும் அவளது உறவினரும் அங்கே வந்து சேர்ந்தனர். பெருஞ் செல்வர்கள் என்பதைப் பார்த்தவுடன் தெரிகிறது. பயத்தால் நடுங்கியபடி வந்த அவர்களைப் பார்த்தும் அரசனின் கோபம் அதிகரிக்கவே செய்தது.

''தெரியாமல் பிழை செய்தோம். மன்னிக்க வேண்டும்''

அவர்கள் அழுது தொழுதனர். ஒன்றுமறியாமல் அந்தச் சிறுமி திகைத்து நிற்கிறாள்.

''குற்றம் செய்தவர்களுக்கு மன்னிப்பு கிடையாது, அது செல்வந்தர் எனினும் இரவலர் எனினும்''

''ஏதுமறியாத சிறு குழந்தையல்லவா? அதிலென்ன செல்வந்தனும், இரவலனும்?''

அந்தக் குதர்க்கமான பேச்சு அரசனுக்குச் சற்றும் பிடிக்கவில்லை.

"இந்தத் தோட்டத்திலிருந்து யார் எதைத் திருடினாலும் உயிரெடுப்பதே தண்டனை. அதற்கு மாற்று எதுவுமில்லை"

சிறுமியின் உறவினர்கள் நடுநடுங்கிப் போனார்கள். அரசனின் கால்களில் வீழ்ந்து அழுதனர்.

"நாங்கள் வேறு எந்தத் தண்டனையையும் ஏற்றுக் கொள்கிறோம். இந்தத் தண்டனை வேண்டாம் அரசே"

"முறை அறிந்தவர்கள் பதில் சொல்லுங்கள்"

அரசன் எங்களைப் பார்த்தான். பரணர் எதையோ சொல்ல வெம்புகிறார். மற்ற ஆலோசகர்கள் என்ன சொல்வதென்று அறியாது திணறுகின்றனர்.

"இவள் எடைக்குப் பொற்சிலை செய்து தருகிறோம். அத்துடன் ஒன்பது யானைகளையும் காணிக்கை ஆக்குகிறோம்"

சிறுமியின் உறவினர்கள் புலம்பிக் கொண்டேயிருந்தனர்.

"மன்னனின் பொருள் திருடப்பட்டால் மரணமென்பதே சட்டம். வேறொன்றும் அதற்கு ஈடாகாது"

மற்றவர்களுக்கு முன் நான் இடைமறித்தேன். அரசனுக்கு என் அறிவின் திறனைத் தெரிவிப்பதற்கான தருணமிது. அதை வீணடிக்கக் கூடாது. பெரும்புலவர் அதைக் கேட்டு நடுங்கினார்.

"நீ என்ன சொல்கிறாய்? இவள் ஒரு சிறுமியல்லவா? தெரியாமல் அல்லவா செய்தாள்? வேறு ஏதாவது தண்டனை கொடுத்தால் மட்டுமே போதுமென்று நான் சொல்வேன்"

"அரச முறைகள் சொல்லித் தந்தது தாங்களல்லவா? குற்றம் செய்தது யாராக இருப்பினும் ஒன்றெனவே கருத வேண்டும் என்று சொல்லிக் கொடுத்ததும் நீங்கள் அல்லவா?"

"இது தெரியாமல் செய்ததுதானே? குற்றமென்று சொல்ல முடியாது. அது மட்டுமல்ல, இவள் சிறு குழந்தை. பெண்கொலை செய்வது அரசர்க்கு அழிவையே தரும்"

"குற்றம் செய்தவர் யாரென்றாலும், குற்றத்தை ஆராய்ந்து நடுநிலையான தீர்ப்பு சொல்ல வேண்டும். தாங்கள் சொல்லித் தந்த அரசியலில் அப்படித்தானே சொல்லப்பட்டிருக்கிறது"

"அப்படியே ஆகட்டும்"

அரசன் தலையசைத்து ஆணை பிறப்பித்தான்.

"தெரியாமல் செய்த ஒரு குற்றத்திற்காக ஏதுமறியாத ஒரு பெண் குழந்தையைக் கொல்வதா? ஓலைச்சுவடிகளில் சொல்லியிருப்பதற்கு அப்பாலும் சிலதெல்லாம் இருக்கிறது"

பரணர் சொல்லிக் கொண்டேயிருந்தார்.

"ஓலைகளில் மட்டுமல்ல, மன்னர்களின் பெருமைகளைக் கேட்டறிந்த பல்வேறு கதைகளும் அப்படித்தான் சொல்கிறது. எல்லாளன் என்ற சோழ மன்னனைப் பற்றித் தாங்கள் கேட்டிருப்பீர்கள் என்று நினைக்கிறேன். தெரியாமல் செய்த தவறாகவே இருப்பினும் பெற்ற மகனையே கொன்றானே அந்த மன்னன்"

அரசன் கவனமாகக் கேட்டுக் கொண்டிருப்பதை உறுதி செய்தபடி நான் தொடர்ந்தேன்.

"நீதி வேண்டுவோருக்காக எல்லாளன் அரண்மனை முற்றத்தில் தொங்க விட்டிருந்த காண்டாமணியை ஒருமுறை ஒரு பசு முழக்கியது. அரசனின் மகன் தேரோட்டிச் சென்றபோது ஒரு பசுங்கன்றின்மீது தேர்ச்சக்கரம் ஏறி அது இறந்துவிட்டது. தாய்ப்பசுவின் துயரத்தை ஏற்றுக்கொண்டு தன் மகன்மீது தேரையோட்ட அந்த மன்னன் உத்தரவிட்டான். யாரும் அதைச் செய்யத் துணியாதபோது மன்னனே தன் மகன்மீது தேரையோட்டிக் கொன்றானே! அம்மன்னனின் பெருமையே அவன் செய்த அச்செயல் அல்லவா?"

என் வார்த்தைகள் மிகச் சரியாகச் சென்று சேர்ந்தது. அதற்குமேல் அரசனுக்கு எந்தத் தர்க்கமும் ஏற்படவில்லை.

"குற்றம் செய்தவர்கள் அனைவரையும் ஒன்றாகவே கருதுவான் என்பதே நன்னனின் பெருமை. அது அப்படியே நிலைநிற்க வேண்டும். இந்தச் சிறுமியைக் கொல்ல நான் உத்தரவிடுகிறேன்"

அவளுடைய உறவினர்கள் வாய்விட்டுக் கதறினர். பரணர் தலைகுனிந்து அமர்ந்துவிட்டார்.

அன்றேதான் பெரும்புலவர் நாட்டைவிட்டு வெளியேறி இருக்க வேண்டும். அரசனிடம்கூட விடைபெற்றுக் கொள்ளவில்லை என்றறிந்தேன். திரும்ப ஏழிமலை வந்து சேர்ந்தபோது, பரணரின் அணுக்கச் சேவகர்களுள் ஒருவன் நாலைந்து ஓலைச் சுவடிகளைக் கொண்டுவந்து என்னிடம் தந்தான். சடுதியில் நான் அவற்றை அவிழ்த்துப் பார்த்தேன். ஓர் அந்தணன் வடமொழியில் எழுதியவற்றை யாரோ மொழிமாற்றம் செய்திருக்கிறார்கள். அடுக்கு தவறி மேலேயிருந்த சுவடியின் தலைப்பைப் பார்த்தேன். ஒற்றாடல்!

அறிந்துகொள்ள வேண்டிய அரசியலைத் தந்தருளினாரா? அல்லது ஒற்றனென்று திட்டினாரா? எதுவாக இருப்பினும் விரும்பியது கிடைத்ததே என்பதன்றி வேறெதையும் நான் சிந்திக்கவேயில்லை.

பெரும்புலவரும் போனதோடு அரசன் என் கட்டுப்பாட்டுக்குள் வந்துவிட்டதாக ஓர் எண்ணம். பரணர் எனக்கு அறிவு தந்தவர்தான். எனினும் அப்படியொருவர் உடனிருப்பது எப்போதும் நல்லதல்ல. பெரும்புலவருக்கு வேறு அரசர்களும் இருக்கிறார்களே. பரணர் போனதில் அரசனுக்குத் துயரமிருக்கிறது என்பது உறுதியானது. எங்கேயும் எப்போதும் மன்னனுக்குப் பின்துணையாக நின்று அந்தக் குறையை உணராமலிருக்கும்படி நான் பார்த்துக் கொண்டேன். வேறு எதையும் சிந்திக்காமல் மனம் திறந்து பேசும் பெரும்புலவருக்கு ஈடாகாது, தற்பெருமையுள்ள என் வார்த்தைகள் என்பது எனக்கே தெரிந்திருந்தது. ஆனாலும் என் உள்ளத்தில் அதிக மதிப்பும்

மரியாதையும் அரசனுக்கு உண்டு என்ற தோற்றத்தை உருவாக்க முடிந்தது.

அந்த நிலையும் நீண்டு நிற்கவில்லை. அரசன் எதைப் பற்றி பயந்தாரோ அதுவே நிகழ்ந்துவிட்டது. எயினனின் கொலைக்கு எதிர்வினையாற்ற சேரமன்னன் பெரும்படையுடன் ஏழிமலையை வளைத்தான். மிஞிலி வழக்கம்போல் போர்க்கோலம் பூண்டு போர்க்களம் புகுந்தான். அவனால் சேரமன்னனை எதிர்த்துப் போரிட முடியாதென்று அரசனுக்கு நன்றாகத் தெரிந்திருந்தது. எதிர்கொள்ளப் போகும் தோல்வியின் கனம் முகத்திலேறிய நன்னனை எந்தப் பாடல்களிலும் யாரும் கேட்டிருக்க முடியாது. ஆனால் நானதை அப்போது நேரில் கண்டேன். மிஞிலி கொல்லப்பட்டான் என்பதை அறிந்தவுடன் மன்னன் யார் சொல்லையும் கருத்தில் கொள்ளாத நிலையை அடைந்தான். பெரும் கோபமுடையவன் என்பதை அறிந்திருந்ததால் ஆலோசகர்கள் யாரும் அருகே செல்லவே துணியவில்லை. மரணத்திற்குச் சற்று முன்னரன்றி வேறெப்போதும் காணமுடியாத ஒரு நிழலை மன்னனின் முகத்தில் கண்டேன். போர்க்களத்துக்குப் புறப்பட்ட மன்னனை வருவது வரட்டுமென்று நான் தடுத்தேன்.

''இந்தப் போரிலிருந்து பின்வாங்குவதே நல்லது. சேரமன்னனை எதிர்த்து நிற்க இப்போது நம்மால் முடியாது'' மன்னன் அதைக் கேட்டதாகவே காட்டிக்கொள்ளவில்லை. முன் நோக்கியே நடந்தார். நான் பின்தொடர்ந்தேன்.

''நான் சொல்வதைக் கேட்கக் கனிவு காட்டுங்கள். இப்போது தங்களைத் தடுக்க வேண்டியது என் கடமை. நல்ல காலத்தில் மட்டுமில்லையே உங்களின் மீதான மரியாதையைக் காண்பிக்க வேண்டியது''

''பரணர் இருந்திருந்தால்...''

பதிலாக இப்படியொரு முணுமுணுப்பைத்தான் கேட்டேன்.

"சொல்வது தவறென்றால் மன்னிக்கவும். பரணரிடமிருந்து அறிவு பெற்றவன்தான் நான். போரிடத் தயாராகும் ஆட்டுக்கிடாய் எதிரிலிருக்கும் ஆட்டை இடித்து விழவைக்கும் முன்பு கால்களைப் பின்னுக்கு இழுப்பதுபோல்தான் ஊக்கமுள்ள அரசன் போரைத் தாமதிப்பது. அதில் வெட்கமுற ஏதுமில்லை"

அரசன் உதட்டைச் சுழித்தான். அச்சுழிப்பில்தான் அரசனுக்கு என்னைப் பற்றிய அப்போதைய உள்ளுணர்வு முழுவதுமாக வெளிப்பட்டது.

"நீ மிகவும் சிறியவன். ஏட்டறிவு மட்டும் போதாது. நாட்டைத் தெரிந்துகொள்ள வேண்டும். அயல்நாடுகளையும் நேரில் சென்று அறிய வேண்டும். பரணரின் பெருமை அதில்தான் உள்ளது. இப்போது இங்கே இருந்திருந்தால், எனக்காகச் சேர மன்னனிடம் பெரும்புலவரைத் தூதாக அனுப்பியிருப்பேன். அவரின் வார்த்தைகளைச் செவியுறாமல் இருக்க மூவேந்தர்களாலும் முடியாது"

நான் மறுபேச்சின்றி நின்றேன்.

"இப்போது போருக்குச் சென்று, திரும்பி வருவேனென்ற எந்த நம்பிக்கையும் எனக்கில்லை. புறமுதுகிடுவதல்ல, போரில் வீரமரணம் அடைவதே மன்னனின் பெருமிதம்"

மன்னன் படைவீரர்கள் சூழ நடந்து சென்றார். உடன்செல்ல முயன்ற என்னைத் தடுத்துவிட்டார். ஆனால் அந்தப் புறப்பாடு போர்க்களம் நோக்கியதல்ல. கிழக்கிலுள்ள காடுகளில் எங்கேயோ மன்னன் மறைந்து வாழ்கிறார் என்று அரண்மனையில் யார்யாரோ ரகசியமாகப் பேசிக் கொள்வதைப் பின்னால் அறிந்துகொண்டேன்.

நான் நினைத்தது போலானவர் அல்ல அரசன். என்னைவிட நன்றாக அரசியல் அறிந்தவர்!

பின்னர் அந்த நாட்டில் வசிப்பதான முட்டாள்தனத்தை நானும் செய்யவில்லை.

ஐந்து

ஏழிமலையில் இருந்து புறப்பட்டபோது, அங்கே இருந்தவற்றையெல்லாம் ஒரு மூட்டையாகக் கட்டிக் கையிலெடுத்துக் கொண்டேன். அன்றாடத் தேவைக்கானது கிடைத்திருந்தது. கொஞ்சம் மிச்சம் பிடிக்கவும் முடிந்தது. அரசனுக்கு அணுக்கமானவன் என்பதால் மிகுதியாக ஏதேனும் கிடைக்குமென்று கருதினேன். அதை உருவாக்கிக் கொள்வதற்குள் அரசன் நாட்டைவிட்டு ஓடிவிட்டான்.

படைவீரர்களால் வளைக்கப்பட்ட நாட்டிலிருந்து வெளியேறுவது அவ்வளவு எளிதாக இருக்கவில்லை. ஒரு பாணனிடமிருந்து கிடைத்த யாழையும் பறையையும் ஒரு தோளிலும், மூட்டையை மறுதோளிலும் சுமந்தபடி மலையிறங்கி வந்தேன். தடுத்த சில வீரர்களிடம் ஊர்சுற்றி என்று சொன்னேன். அவர்களுக்குத் தேவை அரசனே. அதனால் மிக எளிதாக அந்த நாட்டைவிட்டு வெளியேற முடிந்தது.

ஏழிமலையை ஒருமுறை திரும்பிக்கூடப் பார்க்கவில்லையே என்று நீண்டதூரப் பயணத்திற்குப் பின்னரே தோன்றியது. எங்கே போகவேண்டுமென்று தெரியவில்லை. அக்கம்பக்கமிருக்கும் பல நாடுகளில் அலைந்தேன். கடற்கரையோடு விருப்பமிருந்தது. அதனால் சில நாட்கள் பரதவர்களோடும், உமணரோடும் தங்கினேன். அவர்களுள் சிலர் நன்னனின் அரண்மனையில் எனக்கான

இடமெதுவென்று அறிந்திருந்தனர். அதனால் பாடுகளின்றிக் கழிந்தது. அப்படிக் காலந்தள்ளிக் கொண்டிருக்கும்போதுதான் நாடு சுற்றி வந்த ஒருபாணன் மூலம் நன்னன் கொல்லப்பட்ட செய்தியை அறிந்தேன்.

நான் பரபரப்படைந்தேன். நன்னனின் அணுக்கச் சேவகன் என்றறிந்தால் நின்று பிழைக்க முடியாது. சேர மன்னனின் ஒற்றர்கள் நாடு முழுவதும் இருப்பார்கள். நன்னனின் கூட்டாளி என்றறிந்தால் அயல் நாட்டவர்களும் நெருங்க விடமாட்டார்கள். அவர்களுக்கெதிராக, போரில் நான் செய்த கொடுமைகளுக்கான தண்டனையாக என் உயிரையே கொடுக்க வேண்டியிருக்கும். தூர தேசங்கள் எங்கேயாவது செல்வதுதான் நல்லது.

இலக்கற்ற பயணமாயிருந்தது அது. பறையையும் யாழையும் சுமந்தபடி பாணனாகப் பல நாடுகளுக்கும் சென்றேன். என்னுடையதல்லாத ஏதோ ஒன்று என்னைவிட்டுப் பெயர்ந்து போவதுபோலத் தோன்றியதைக் கண்டுகொள்ளவே இல்லை. ஏதாவது குடில்களிலிருந்து அன்னம் பெற்றேன். பாதையோர ஆலயங்களிலும் மரநிழலிலுமாக உறங்கினேன். அப்படி நாட்களைக் கழித்தேன். பிறகு கடற்கரையை ஒட்டி நடக்கத் தொடங்கினேன். ஆற்றங்கரைகளிலும் அலைந்து திரிந்தேன். இடையில் எப்போதோ பொருட்களை விற்றுவிட்டுத் திரும்பிப் போகும் வணிகர்களின் படகுகள் ஒன்றில் எனக்கும் இடம் கிடைத்தது. அது என்னைக் குட்ட நாட்டிற்குக் கொண்டு சேர்த்தது.

எங்களின் முன்னோர் இங்கிருந்து போனவர்களென்று கேள்விப் பட்டிருக்கிறேன். தழைத்துச் செழித்திருக்கும் பசுமையினூடாக நீர்வளம் நிறைந்த நாடு. குளங்களும், ஓடைகளும், ஆறுகளும், கழிமுகங்களும் நிறைந்த நிலங்கள். மீன் பிடிக்கச் செல்லும் பரதவர் அங்கே அதிகமிருந்தனர். அவர்களின் சிறுகுடில்கள் நிறைந்து காணப்பட்டன. சில இடங்களில் ஓரிரு பெரிய வீடுகள் வணிகர்களுடையதாக இருக்கலாம். ஒற்றை மரத்தைக் குடைந்து உருவாக்கப்பட்ட

தோணிகளில், அண்மையிலுள்ள புறங்காட்டிற்கும், சேய்மையிலுள்ள முசிறிக்கும் மிளகுப் பொதிகளோடு வணிகர்கள் போகின்றனர். நிறைய பொன் பொருளோடு திரும்பி வருவார்கள். கிழக்காக நடந்தேன். நீர்ப் பிரதேசங்கள் குறைந்துகொண்டே வந்தன. குன்றுப் பகுதிகளில் பெரிய மரங்கள் முழுவதும் மிளகுக் கொடிகள் படர்ந்திருக்கின்றன. முத்துபோல உருண்டு பச்சை நிறத்தில் மிளகுக் குலைகள். தாழ்வான நிலங்கள் நீர்வளமும் மேடான பகுதிகள் மரச்செறிவும் கொண்டு ஒரு நாடாக மாறியிருந்தன. இங்கே எங்கிருக்கும் பாணக்குடிகள்? உறவினர் யாரேனும் அங்கே வசித்துக் கொண்டிருப்பார்களா? யாரையும் பார்க்க வேண்டுமென்றெல்லாம் தோன்றவில்லை. பொன் விளையும் பூமி என்றாலும் பாணன் ஆடிப்பாடியே அலைவான். எனினும் அங்கே சில நாட்கள் தங்கலாம் என்று நினைத்து பிறகு வேண்டாமென்று முடிவெடுத்தேன். சேரர்களின் நாட்டில் தங்குவது அழிவானால் என்ன செய்வது?

குட்ட நாட்டைவிட்டு தென்கிழக்கு வழிகளினூடே முன்னால் சென்றேன். பரிசிலில் பம்பையாற்றைக் குறுக்காகக் கடந்தேன். குன்றுகள் ஏறி இறங்கினேன். காட்டு வழிகளில் நடந்து அலுத்துப் போனது. மரங்களிலிருந்து பழங்களைப் பறித்துத் தின்றும், பொய்கைகளிலிருந்து நீர் குடித்தும் சோர்வைப் போக்கினேன். மயில்களும் குரங்குகளும் நிறைந்த காடு. அதன் உட்பகுதிகளில் புலிகளும் இருக்கலாம் என்று தோன்றியது. யானைகளின் பிளிறல்கள் பலமுறை கேட்டன. அவற்றைப் பிடிப்பதற்கான * வாரிக்குழிகளும் சுற்றும் இருக்கலாம். ஒற்றை யானைதானே நான். என்னைப் பிடிப்பதற்கான குழி எங்கே தயாராக இருக்கும்? கால் தடம்புரளக் கூடாது. தனியாக விழுந்து ஒடுங்கினாலும், வேறொன்றில் தடுக்கி விழுந்துவிடக் கூடாது. தலையை நிமிர்த்திக் கொண்டேன். உற்சாகமாக முன்னால் நடந்தேன். காட்டைக் கடந்தேன். சில நாட்களுக்குள் பொதிய மலையை அடைந்தேன்.

* வாரிக்குழி - யானை பிடிக்கும் குழி

ஆய் எயினனின் நாடு இது. பறவைகள் இறகு விரித்த நிழலில், போர்க்களத்தில் விழுந்து கிடந்த எயினனின் உடல் மனதில் எழுந்தது. சிறிதுநேரம் மரக்கூட்டத்தில் இருந்த பறவைகளையே பார்த்து நின்றேன். அவற்றின் சலசலப்பிற்குள் எயினன் என்ற பெயர் கேட்கிறதா? அவனுடைய எதிரி இதோ வந்து சேர்ந்திருக்கிறான் என்று அவை தங்களுக்குள் சொல்லிக் கொள்ளுமோ? பறவைகளே, மயிலனுக்கு நண்பர்களோ எதிரிகளோ இல்லை. ஆட்களிடையே அவர்களுள் ஒருவனாகத் தோன்றச் செய்யும்போதும் அவன் தனித்திருக்கவே விரும்புகிறான்.

ஆட்கள் அதிகமற்ற தெருக்கள். நேரம் உச்சிப் பொழுதானபோதும் உருகிவிடாத பனி ஆங்காங்கே தங்கி நிற்கிறது. உடலைத் தழுவும் மெல்லிய குளிர். அது உள்ளத்தையும் தழுவுவதை அறிந்து தெருவோரத்தில் சிறுபொழுது கண்மூடி இருந்தேன். ஏதோ இரைச்சல் கேட்டு திடுக்கிட்டுக் கண்விழித்தேன். சிதறியோடும் ஆட்களைப் பார்த்து எவ்வளவு முடியுமோ அவ்வளவு ஒதுங்கி நின்றேன். ஏதோ யானை மிரண்டிருக்கிறது. ஒரு பாணக்கூட்டத்திற்குப் பரிசிலாகக் கிடைத்தது அது. யானை தங்களுடையதெனினும் வறுமையைப் போக்க முடியாமல் போனதால் அதன்பின்னால் அவர்கள் நடந்து வருகின்றனர். நெருங்க விடாமல் அது ஆங்காங்கே பதுங்கி நிற்கவும் செய்கிறது. தங்களுடைய உடமைகள் தங்களுக்கே கட்டுப்படு வதில்லை எனில் என்ன செய்வது! நான் நினைத்து நினைத்துச் சிரித்தேன்.

பொதிய மலையில் தங்கியபோது அரசனோடு நெருங்க பயமோ தயக்கமோ தோன்றியது. எயினனின் நாடு இது. பறவைகள்கூட என்னை ஒற்றிக் கொடுக்கலாம். ஆய் வேளிடமிருந்தும் மற்ற நாட்டுத் தலைவர்களிடமிருந்தும் அகன்று, அயல் நாடுகளுக்கான பெருவழி கடந்து செல்லும் ஒரு கிராமப்புறத்தில்தான் அக்காலத்தில் தங்கினேன். அங்கேதான் ஒரு சந்திப்பு நிகழ்ந்தது.

ஒரு பாதையோர ஆலயத்தில் இளைப்பாறிக் கொண்டிருந்தேன். மூட்டையைத் தலைக்கு வைத்துக்கொண்டு சற்றுநேரம்

படுத்திருப்பேன். சோர்வு அதிகமிருந்ததால் உறங்கிவிட்டேன். கூரான ஏதோ ஒன்றினால் குத்தப்பட்டு விழித்தேன். அலறிப் புரண்டு எழுந்தேன். எதிரில் ஒரு படைவீரன். அடக்க முடியாத கோபத்தோடு நான் அவனருகே சீறி நெருங்கினேன். கன்னத்தில் ஓர் அறையும் கொடுத்தேன். அப்படி பதிலடி கொடுப்பேனென்று அவன் எண்ணியிருக்க மாட்டான். கையிலிருந்த வில்லினால் திருப்பி அடித்தபோது நான் தடுத்தேன். கைகள் கோர்த்து மல்யுத்தம் தொடங்கினோம்.

"எதற்காக என்னைத் தாக்கினாய்?"

நான் குரல் உயர்த்தினேன்.

"தொட்டு எழுப்பியபோது ஏன் எழுந்திருக்கவில்லை? இது படைவீரர்கள் இளைப்பாறுவதற்கான இடம்"

"பாவப்பட்டவர்களிடம் இரக்கம் கொண்டவராக இருக்க வேண்டும் படைவீரன். நீங்களே கொடுமை செய்தால் அரசனுக்குத்தான் அதற்கான கேடு வரும்"

"இரவலர்கூட விவாதம் செய்யத் துணிந்தாயிற்றா? இதற்கு வாயினால் அல்ல பதில் சொல்ல வேண்டியது"

கையை உதறிவிட்டு அவன் ஓங்கி அடித்தான். நான் தரையில் விழுந்தேன்.

"வாயினால் சொல்ல வேண்டியதை வாயினால் மட்டும்தான் பதிலாகச் சொல்ல வேண்டும்"

விழுந்து கிடந்தபோதும் நான் விட்டுக் கொடுக்கவில்லை.

"கையுரம் உள்ளவனுக்கு அதுதான் பலம். செல்வந்தனுக்குச் செல்வமே"

"அறிவில்லாதவனில் சேரும் பலமும் பொருளும், அறிவுள்ள வனுக்கு வரும் வறுமையைவிட அழிவுள்ளதாகும்"

அவன் சற்று நிறுத்தினான். தரையில் படுத்திருந்த என்னைக் கைப்பிடித்து எழச் செய்தான். உதறிவிடப் பார்த்தாலும் நடக்கவில்லை. மொத்தத்தில் அதிர்ச்சி அளித்தபடி அவன் என் உடலில் ஒட்டிய மண்ணைத் துடைத்துவிட்டான்.

"வா, நான் உன்னிடம் சிலவற்றைப் பேச வேண்டும்"

நான் தயங்கி நின்றேன். அவன் என் கைப்பிடித்து இழுத்து ஆலயத்தின் வெளியே இறங்கினான். கோபம் சற்று தணிந்திருந்ததால் நான் உடனே அவனருகில் சென்றேன்.

"வெறுமொரு இரவலன் அல்ல என்று தெரிகிறது. யார் எவரென்று தெரிந்தால் நன்றாக இருக்கும்"

அவன் பேசத் தொடங்கினான்.

"இப்படி சண்டை போட்ட பிறகுமா?"

உடல் முழுவதும் வலி. நான் அதைப் பல்லைக் கடித்து அழுத்தினேன்.

"ஒளிந்து வாழ்பவன்தானே?"

நான் நடுங்கிப் போனேன்.

"இல்லை. அன்றாட உணவிற்காக நாடுசுற்றி நடப்பவன். இரவலன்தான்"

"அது மட்டுமில்லை என்றெனக்குத் தெரியும். என்னைப் பற்றி நான் சொல்கிறேன். நான் மகீரன். சேர நாட்டிலிருந்து வருகிறேன். இங்கே ஆய் வேளைக் காணவே வந்தேன்"

நான் பேசாமல் நின்றேன்.

"சொல்ல விருப்பமில்லை என்றால் வேண்டாம். அது போகட்டும். நீங்கள் என்னுடன் வருகிறீர்களா?"

எதைச் சொல்லவும் நான் மீண்டும் தயங்கினேன். அவன் என்னையே பார்த்துக்கொண்டு நிற்கிறான். இரவலனாக நடிப்பதான

இந்த அலைவுறல் சலிப்பேற்படுத்துகிறது. இவன் யாராக இருந்தாலென்ன? கைவிட்டுப் போவதற்கு எதுவுமில்லாதவனுக்கு எது கிடைத்தாலும் லாபம்தான். இவனை நெருங்கி அறிந்தபிறகு என்னைப் பற்றிக் கூடுதல் சொல்லிக் கொள்ளலாம்.

நான் பேசாமல் நிற்பதைப் பார்த்துச் சலித்து அவன் கோவிலுக்குள்ளேயே ஏறிப் போனான். நான் பின்னால் சென்றேன்.

''நீங்கள் எங்கே போகிறீர்களோ அங்கே நானும் வருகிறேன்''

என் முடிவு அதுவாகவே இருக்குமென்று உறுதியாயிருந்தது போல மகீரன் சிரித்தான்.

''இன்று இளைப்பாறுங்கள். நாளை நாம் ஒன்றாகச் செல்லலாம்''

மறுநாள் நாங்கள் புறப்பட்டோம். மகீரனைத் தவிர நான்கு குதிரை வீரர்களும் இருந்தனர். ஒரு வீரனின் பின்னால் நானும் ஏறிக்கொண்டேன். சமவெளிகளைக் குதிரைகள் ஓடிக் கடந்தன. பெரிய படகுகளில் ஆற்றைக் கடந்தோம். இருளடையத் தொடங்கியிருந்த போது நாங்கள் ஒரு மறவர்க் கூட்டத்தை அடைந்தோம். சட்டென நினைவுகள் என்னை விழுங்கின. நீண்ட நாட்களாகச் சேர்த்த அறிவெல்லாம் உதிர்ந்து விழுவதாகத் தோன்றியது. குழந்தைப் பருவத்தில் கண்டும் உணர்ந்தும் அறிந்த கொடுமைகள் உள்ளத்தில் தலையுயர்த்தின.

''ஆச்சரியமாக இருக்கிறதல்லவா?''

''சிறிதும் இல்லை''

பதில் கேட்டு மகீரன் உரக்கச் சிரித்தான்.

''அப்படியென்றால் நான் சிலவற்றைச் சொல்கிறேன்''

சுற்றும் யாருமில்லையென்பதை உறுதிப்படுத்திக் கொண்டு அவன் பேசத் தொடங்கினான்.

"நம் சந்திப்பு நிகழ்ந்தபோதே நமக்குள் ஒத்துப் போகுமென்று எனக்குத் தோன்றியது. அறிவும், திறமையும், புத்தி கூர்மையும் வேண்டிய வேலை இது. தவறினால் உயிர்கூடப் போய்விடும். செய்ய வேண்டியதைத் திறமையாகச் செய்தால், தன்னையே போர்த்தி மூடுமளவுக்குப் பொன்னும் பொருளும் கிடைக்கவும் செய்யும்"

மகீரன் சொல்ல வருவது என்னவென்று தெரிந்திருந்தும் ஒன்றுமறியாதவனைப் போல நான் நின்றேன்.

"சேரநாட்டுப் படைவீரர்கள் நாங்கள் என்று முன்பே சொன்னேன் அல்லவா? அது முழுக்க உண்மையல்ல. தகடூர் மன்னனான அதியமான் நெடுமானஞ்சியின் படைத்தலைவர்களுள் ஒருவன் நான். மறவர் கூட்டத்திலும் சேருவேன். அரசனுக்காக மறைவாகச் செய்ய வேண்டிய வேலைகள் சில இருக்கின்றன. உங்களால் அது முடியுமா என்பதுதான் எனக்குத் தெரிய வேண்டியிருக்கிறது"

"சுற்றி வளைக்க வேண்டாம். ஒற்றுவேலை அல்லவா? நீங்கள் யாருக்காக ஒற்றுவேலை செய்கிறீர்கள்? சேரநாட்டுக்காகவா? தகடூருக்காகவா? அல்லது இருபுறமும் நின்று தங்களுக்குள் ஒற்றிக் கொடுக்கிறீர்களா?"

"அதையெல்லாம் வெளிப்படையாகப் பேசக்கூடாது என்பது உங்களுக்குத் தெரியுமல்லவா? சொல்வதும் உண்மையாக இருக்க வேண்டுமென்பதில்லை. ஆனாலும் உள்ளதை உள்ளபடிச் சொல்கிறேன். நாம் சேர நாட்டிற்காகத்தான் வேலை செய்ய வேண்டியிருக்கிறது. இன்னும் சொல்லப் போனால் மூவேந்தருக் காகவும். சேர நாட்டுக்குத் தலைவலி தரும் இரண்டு நாடுகள் இருக்கின்றன. அதியமான் நெடுமானஞ்சி வாழும் தகடூரும், ஆய் வேள்பாரியின் பறம்புமலையும்தான் அவை. அந்நாடுகளின் சிற்றரசர்களைக் கீழடக்குவது அவ்வளவு எளிதல்ல. அதற்கு ஒற்றுவேலைதான் சரிப்பட்டு வரும்"

"அரசியலை ஆதியோடு அந்தம் அறிந்தவன் நான். சொல்வது நன்றாகவே புரியும்"

"அது நம்முடைய வாக்குவாதத்தின் ஊடாகவே அறிய முடிந்ததே"

மகீரன் புன்னகைத்தான்.

"என்ன செய்ய வேண்டுமென்று நான் சொல்கிறேன். வெகு சீக்கிரமே நீங்கள் பறம்புமலைக்குச் செல்ல வேண்டும். தகடூருக்கு நான் போய்க் கொள்கிறேன். ஒன்று மட்டும் நிச்சயம். அரசன் சொல்லும் வழியிலேயே எல்லாவற்றையும் நடைமுறைப்படுத்த வேண்டும். நாம் இந்த விளையாட்டின் கருக்கள் என்பதை மட்டும் நினைவில் கொள்ளுங்கள்"

"அதுவும் நன்றாகத் தெரியும்"

"இனியாவது நீங்கள் யாரென்று சொல்லுங்கள்"

"நான் சொல்வது உண்மையில்லாவிட்டால்?"

"நம்பிக்கை காட்டாத ஒற்றர்களின் கதி என்ன ஆகுமென்று நான் சொல்லித்தான் நீங்கள் அறிய வேண்டுமா?"

நான் வெளிப்படையாகச் சிரித்தேன். சிறு வயதில் ஊரைவிட்டு வெளியேறியது முதல் ஏழிமலையில் நடந்தது வரை எல்லாவற்றையும் சொன்னேன். ஒளித்து வைத்தது எதுவும் ஒருநாள் வெளியே வருமென்றும், ஏதேதோ நேரங்களில் அறியாமலேயே ஒற்றர்களின் கண்ணில் பட்டிருப்போமென்றும் தெரிந்ததனாலேயே மனந்திறந்து பேசுவது நல்லதென்று எனக்கும் தோன்றியது.

மகீரனும் மற்ற இருவரும் அன்றே வஞ்சி நகருக்குச் சென்றனர். அப்படியே தகடூருக்கும் போய்விட்டு மெதுவாகவே திரும்புவேனென்று சொல்லியிருந்தான். நான் அந்த மறவர் கூட்டத்துடனே தங்கியிருந்தேன். கொள்ளையடிக்க வேண்டிய தேவையில்லாமல் இருந்தது. அப்படியே வேண்டியிருப்பினும் எனக்கு

அந்த மனநிலை இப்போது இல்லை. அந்த நாட்களின் நானல்லவே இன்றைய நான்! எப்படி இருப்பினும் மிகவும் நன்றாகவே அம்மறவர்கள் என்னைப் போற்றினர். நான் வேறெங்கும் போகவில்லை. சிறிது நாட்கள் அப்படியே கடந்து சென்றன.

மகீரன் திரும்பி வரவில்லை. உடன் சென்றவர்கள் வந்தனர்.

''எல்லாம் திட்டமிட்டபடியே நடக்குமென்று தோன்றுகிறது. மூவேந்தருக்கு உட்பட்ட மன்னர்களுள் சிலர் வரும் நாட்களொன்றில் ஒன்று கூடுகின்றனர். அன்று அங்கே போகவேண்டும். அடுத்து என்ன செய்ய வேண்டுமென்று மகீரன் அப்போது சொல்வார்''

நான் தலை குலுக்கினேன். பயம் தோன்றவில்லை. பதிலுக்கு ஓர் அறைகூவலை ஏற்றுக் கொள்வதன் கர்வமும் உற்சாகமுமே என் மனதில் இருந்தது. தொடர்ந்த ஒருநாளில் படைவீரர்களுடன் நானும் புறப்பட்டேன். அடைய வேண்டிய இடத்தைச் சென்றுசேர ஒரு பகல் வேண்டிவந்தது. சேரநாட்டின் எல்லை அது. ஒரு குன்றின் மீதிருந்த கூடாரத்தின் அருகே சென்றோம். வீரர்களின் கனதத காவல். உடன் வந்தவர்களில் ஒருவன் கூடாரத்தின் பின்புற இருளை நோக்கிச் சென்று மகீரனையும் அழைத்துக்கொண்டு வந்தான்.

''உள்ளே மூவேந்தர்களின் சந்திப்பு நடைபெறுகிறது. அது முடிந்தால் நாம் செய்ய வேண்டியது என்னவென்று முழுமையாகத் தெரியும்''

மகீரன் சொன்னான். நாங்கள் அங்கேயே நின்றோம். சந்திப்பு முடிந்தவுடன் மகீரன் மீண்டும் கூடாரத்தின் பின்னால் போனான். அவன் திரும்பி வருவதற்கு நீண்ட நேரம் காத்திருக்க வேண்டியிருந்தது. தொடர்ந்து என்ன செய்ய வேண்டுமென்று சுருக்கமாகச் சொல்லித் தரவும் செய்தான். அதற்கிடையே ஒரு முதியவள் கூடாரத்திற்கு வெளியே வந்தாள். மகீரன் என்னை அழைத்துக்கொண்டு அவரருகே சென்றான்.

"அதுதான் அவ்வை. தெரிந்து கொள்வது நல்லதுதான். அதியமான் நெடுமானஞ்சியின் அரண்மனையில் வசிக்கிறார். அரசனிடம் மிக நெருக்கமுடையவர். அஞ்சியைப் பற்றி நிறைய பாடல்கள் பாடியிருக்கிறார்''

நடப்பதற்கிடையில் மகீரன் சொல்லி முடித்தான்.

''உங்களுடைய இறந்த காலம் பற்றியெல்லாம் பந்தி வைக்காதீர்கள்''

நாங்கள் அவ்வையின் அருகே சென்றோம். மகீரன் என்னை அறிமுகப்படுத்தினான்.

''இவன் என் நண்பன் அவ்வை. அறிவும் திறமையும் உள்ளவன். இருந்தும் அலைந்து திரியவே விதிக்கப்பட்டவன்''

அவ்வையார் கனிவோடு சிரித்தார். சுருக்கங்கள் மறைந்த கன்னங்கள் அப்போது அதிக இளமையாயின.

''அது அப்படித்தான். அறிவும் செல்வமும் ஒன்று சேராது''

''பாணக்குடியில் பிறந்தவன். உறவினர் அனைவரும் தாய் நாட்டிலேயே இருக்கின்றனர். இரவலன்போல் நடப்பதைப் பார்த்தபோது என்னுடன் அழைத்துக்கொண்டேன்''

''அது நல்லது. இரவலரோடும் கனிவுள்ளவன்தானே நம் மன்னன். பாணர் குடியென்றால் சொல்லவும் தேவையில்லை''

''நானும் அப்படியே நினைத்தேன் அவ்வையே. ஆனாலும் பறம்பு மலைக்குப் போக வேண்டுமென்று இவன் சொல்கிறான்''

''வேள்பாரியும் கனிவுள்ளவனே. இரவலர்க்கும் குன்றளவு உயரமுள்ள கொம்பன் யானைகளையும் மிகுந்த பரிசில்களையும் அளித்துப் புகழ் பெற்றவன்தான் பாரியென்று நானும் பாடியிருக்கிறேன். இப்போது செல்வம் மங்கி விட்டதென்றும் கேள்விப்பட்டேன்''

''செல்வத்தின் மீதல்ல, அறிவின்மீதே என் விருப்பம''

நான் இடைமறித்தேன். அவ்வை அன்போடு என்னைப் பார்த்தார்.

''அப்படித்தான் இருக்க வேண்டும். எனினும் அதற்காக ஏன் பறம்பு மலைக்குச் செல்ல வேண்டும்?''

''அங்கேதானே பெரும் பாவலரான கபிலர் வசிக்கிறார். அவர் பாட்டிற்குத்தான் புகழ் பெற்றவர் எனினும் அனைத்து அறிவுத் துறைகளையும் கற்றுத் தேர்ந்தவர் என்று கேள்விப்பட்டேன். ஒருமுறை பார்க்க வேண்டுமென்று விரும்புகிறேன். அவரிடமிருந்து நிறையக் கற்றுக்கொள்ள விரும்புகிறேன்''

மகீரன் ஆச்சரியத்தில் மூழ்கினான்.

''நீ சொன்னது சரிதான். கபிலரைப் பார். நல்லதே நடக்கும்''

அவ்வை கைகளை என் தலைமேல் வைத்தார்.

திரும்பி வரும்போது மகீரன் என் முதுகில் தட்டிச் சிரித்தான்.

''அரசரின் தூதராகவும் செல்லக் கூடியவரே அவ்வை. இங்கே வந்ததும் அம்முறையில்தான். அதனாலேயே ஒரு சந்திப்பு நன்றாக இருக்கும் என்று நான் சொன்னேன். ஆனால் நீ அதற்கும் மேலே போய்விட்டாயே!''

''நீங்கள் சொல்லித் தந்ததைத்தானே நான் சொன்னேன்?''

''பறம்பு மலைக்குப் போக வேண்டுமென்றும், கபிலரைப் பார்க்க வேண்டுமென்றும் சொன்னது நான்தான். எனினும் அதற்கான காரணங்களாக நீ அவ்வையிடம் ஒவ்வொன்றாக வரிசைப் படுத்தியதைக் கேட்டபோது ஆவி அணைந்து போனேன். இந்த வேலைக்கு வேண்டிய திறமை உனக்கிருக்கிறது.

மகீரன் என்னைக் கட்டியணைத்தான். தாமதமின்றி நான் பறம்பு மலைக்குப் புறப்பட்டேன்.

ஆறு

ஆய் வேள்பாரியிடம் நெருங்குவதற்கான வழி கபிலரிடம் நட்பு கொள்வதே. எனினும் என்ன சொல்லி நெருங்குவதென்று தெரியவில்லை. மயிலன் என்ற பெயரில் செல்லாதிருப்பதே நல்லது. நன்னனின் நாட்டில் பார்த்தவர்கள் யாரேனும் இங்கேயும் இருக்க வாய்ப்புண்டு. மன்னனிடம் நெருக்கமாக இருந்ததால் ஒற்றர்கள் வழியாகவும் அறிய வாய்ப்பிருக்கிறது. வேறொன்றுமிருக்கிறது. பரணருடன் நெருங்கிய நட்பு பூண்டவர் கபிலர். என்றாவது ஒருநாள் அவர்கள் இருவரும் சந்தித்துக் கொண்டால் என் களவுகளெல்லாம் வெளிப்பட வாய்ப்பிருக்கிறது. பார்வையில் எனக்கு நல்ல மாற்றம் வந்திருக்கிறதென்று நம்புகிறேன். முடியும் தாடியும் நன்றாக வளர்ந்திருக்கிறது. ஆனாலும் பெயரையும் மாற்ற வேண்டும். நடப்பதற்கிடையில் அதையே யோசித்துக் கொண்டு சென்றேன். திடீரென ஒரு பெயர் மனதில் தோன்றியது. சாமி.

"சாமீ..."

நான் என்னையே அழைத்துப் பார்த்தேன். போவதற்கிடையில் மற்றெல்லோரையும் ஏமாற்றுவதாக எண்ணி பலமுறை நான் அந்தப்

பெயரைச் சொல்லி அழைத்தேன். என்னையே ஏமாற்ற நாட்களாகலாம். அதுவரை கவனத்தோடிருக்க வேண்டும்.

பறம்பு மலையை அடைந்தவுடன் கபிலரைச் சென்று கண்டேன். உரிமையாளன் என்று தோன்றும்படியான மிடுக்குடன் உட்கார்ந்திருந்த அவரைக் கண்டு சற்று தயங்கி நின்றேன். சேர நாட்டிலிருந்து வந்தவன் என்பதைத் தெரிவித்தேன். அறிவைத் தேடி வந்திருப்பதாகவும் தெரிவித்தேன். எழுத்தும் வாசிப்பும் முதல் அரசியல் வரை கொஞ்சமெல்லாம் தெரிந்திருப்பதாக உணர்ந்து கபிலர்க்கு என்மீது மதிப்பு தோன்றியிருக்க வேண்டும். சிறிது நாட்கள் தங்குவதற்கு இடம் தரவேண்டுமென்று கெஞ்சினேன். பெரும்புலவருக்கு அரசனிடம் நெருக்கம் இருந்ததால் எல்லாம் எளிதாக முடிந்தது. கபிலரோடு நெருங்க வேறு பல வழிகளும் இருந்தன. அவருடைய பல பாடல்களை நான் ஓலைச்சுவடிகளில் எழுதினேன். எழுதவும் வாசிக்கவும் குழந்தைகள் வருவார்கள். ஆரம்பக் கல்வி தொடங்க வேண்டியவர்களுக்கு நானே சொல்லிக் கொடுக்கத் தொடங்கினேன். ஓலைச் சுவடிகளைத் தூசிதட்டி வைப்பதிலும், தெரிந்துகொள்ள வேண்டியவற்றை ஆராய்ந்து அறிவதிலும் உள்ள விருப்பத்தைக் காண்பித்ததால் பெரும்புலவருக்கு என்மீது அன்பு பெருகிப் பெருகி வந்தது.

அரண்மனையில் என்றும் பாட்டும் கூத்தும் நடந்தன. ஒருமுறை அதன் ஓசை கூடிக்கூடி வந்தபோது, நான் சலிப்பைக் காட்டினேன்.

"இங்கே எப்போதும் இதுதான் நடந்து கொண்டிருக்குமா? கூத்தும் பாட்டும் எப்போதுமிருந்தால் அதில் என்ன இன்பம் இருக்கப் போகிறது?"

கபிலர் சிரித்தார்.

''வேள்பாரி அப்படிப்பட்டவனே. போர்த்திறம் மிக்கவன். வீரனெனினும் போரினோடல்ல, கூத்தினோடுதான் கூடுதல் விருப்பம் கொண்டவன். யார் வந்து இரந்தாலும் தன்னாலானதைக் கொடுப்பான். இரவலர்களிடமும் பாணர்களிடமும் காட்டும் அன்பே அதைவிடப் பெரியதென்று சிலசமயம் தோன்றும். ஆட்டமும் பாட்டுமெல்லாம் அதற்கு ஒரு நிமித்தம் மட்டுமே''

''ஆமாம். தாங்கள் அரசியலின் மறுகரை கண்டவரல்லவா? இப்படிக் கொடுத்துக் கொடுத்து அழிவதென்பது அரசர்களுக்கு அறமாகுமா?''

''அப்படிச் சிந்தித்தால்... இல்லை சாமீ... எனினும் அதன் சிறு பங்கைப் பெற்றிருக்கும் என்னால் இல்லையென்று எப்படிச் சொல்ல முடியும்?''

''அதுபோல இல்லையே அனைவரும். மரியாதை செய்ய வேண்டியவற்றிற்கு மரியாதை கொடுக்க வேண்டும். தன்னிடமிருப்பதை அறிந்து பிறருக்கு தானம் செய்ய வேண்டும்''

கபிலர் பேசவில்லை.

''நீங்கள் அரசனிடம் சொல்லக் கூடாதா? அவருக்கு மிக நெருக்கமானவர் அல்லவா?''

''சொல்லியிருக்கிறேன். கேட்டால் ஒரு புன்னகையே பதில்''

''இது இந்த நாட்டின் அழிவில்தான் சென்று முடியுமென்ற பயம் தோன்றுகிறது''

கபிலர் சற்று நடுங்கினாரா? நான் யாரென்று அவர் உள்ளம் கேட்குமோ?

''சாமீ... எனக்கும் அப்படியொரு பயம் இருக்கிறது. முன்னூறு ஊர்களைக் கொண்ட நாடு இது. இந்த மலையும் இந்த நகரமுமே

இப்போது எஞ்சியிருக்கிறது''

பயந்ததுபோல் எதுவுமில்லை. நினைத்தது நடக்கும் என்ற ஒரு நம்பிக்கை தென்பட்டது. அன்று அதன்பிறகு அதைப்பற்றி எதுவும் பேசவில்லை. அடுத்த படியைக் கவனமாக ஏற வேண்டும். அதை எப்படிக் கண்டடைவது என்றறியாமல் சில நாட்களைக கடத்தினேன். அதற்கிடையில் மகீரனின் ஒரு கூட்டாளி என்னைப் பார்க்க வந்தான். நடந்தது எல்லாவற்றையும் அவனுக்கு அறிவித்தேன்.

''நாம் பாதி வழியைக் கடந்திருக்கிறோம். நல்லது. முன்னால் செல்ல இனி தாமதிக்க வேண்டாம் என்றே மகீரன் சொல்லி அனுப்பியிருக்கிறார்''

''அப்படியே செய்வோம். ஓர் உறுதி வேண்டும். எனக்கு ஏதாவது நேர்ந்தால் காப்பாற்ற ஆள் வேண்டும்''

''அது நிச்சயம் கிடைக்கும். சேர நாட்டினுடையது மட்டுமல்ல, மூவேந்தரின் கூட்டுப்படையே பறம்புமலையைச் சூழ்ந்திருக்கிறது. உங்களுக்கு உதவுவது மட்டுமல்ல அதன் இலக்கு. பெரியதொரு வலைப்பின்னலின் கண்ணிகளை இணைக்கும் சரடுதான் நீங்கள். வேண்டிய நேரத்தில் வந்து சேர்ந்து கொள்வேன்''

அவன் போய்விட்டான். அவன் சொன்னது முழுவதும் எனக்குப் புரிந்துவிட்டது. இனி தாமதிக்க வேண்டாம். தக்க தருணம் பார்த்து கபிலரிடம் சொல்லி விடலாம்.

பாட்டும் கூத்தின் வேகமும் உச்சத்தில் உயர்ந்த ஓர் அந்திப் பொழுதில் நான் கபிலரைக் காணச் சென்றேன்.

''நான் சொல்வதை நீங்கள் பொறுமையாகக் கேட்க வேண்டும்''

''ஏனிந்த முன்னுரை? சொல்''

''கேட்கும்போது தங்களுக்குக் கோபம் தோன்றலாம். ஆனால் நன்றாக யோசித்தால் நான் சொல்வதில் உண்மை உண்டென்று உறுதியாகும்''

''நீ சொல்''

''பாட்டும் ஆட்டமுமாக இந்த நாடு அழியுமென்று என் உள்ளுணர்வு சொல்கிறது''

''அது நீ எப்போதும் சொல்வதுதானே. இப்போது என்ன நேர்ந்தது?''

''மூவேந்தரும் சேர்ந்து இந்த நாட்டை நோக்கிப் படையெடுக்க வாய்ப்பிருக்கிறது''

''அதை எப்படி நீ அறிந்தாய்?''

''சேர நாட்டிலிருந்து வந்த ஒருவன் எனக்குத் தெரிவித்தான்''

''அதை எதற்கு உன்னிடம் தெரிவிக்க வேண்டும்? அதையெல்லாம் பார்த்துக்கொள்ள அரசர்க்கு அவருடைய ஆட்கள் இருக்கிறார்கள்''

''நானும் அவர்களுள் ஒருவனே. அவர்களுடையது மட்டுமல்ல, தங்களுடைய ஆளும்தான். வேள்பாரியைக் காப்பாற்ற வேண்டும். அதற்கு உங்கள் துணை வேண்டும்''

''சாமீ... நீ யார்?''

கபிலர் கோபத்தில் துடித்தார்.

''ஒற்றனல்லவா? இது சதிச்செயல்''

''ஒற்றன் என்றும் சொல்லலாம். ஆனால் சதிகாரனல்ல. வேள் பாரியிடமும் உங்களிடமும் எனக்கு மிக்க மதிப்புண்டு''

''கடந்துசெல் இங்கிருந்து! இல்லை, வேண்டாம். உன்னைக் கைவிலங்கிட்டு சிறையில் அடைக்கவோ கொல்லவோ செய்ய வேண்டும். என்ன வேண்டுமென்று அரசன் தீர்மானிக்கட்டும்''

''அரசியல் அறிந்த தாங்கள் இப்படி வகை தொகையின்றிப் பேசாதீர்கள். நானோ நீங்களோ உடனில்லாவிட்டாலும் மூவேந்தர் நினைத்ததைச் செய்துவிடுவார்கள்''

''இல்லை, வேள் பாரியை யாராலும் தோல்வியுறச் செய்ய இயலாது''

''அது உங்களுடைய வெற்று எண்ணம் மட்டுமே. வீரனான பழைய வேள்பாரி இன்றில்லை. ஊர்களையெல்லாம் தானம் கொடுத்து இழந்து, வீரமற்றவனாக இருப்பவன் என்பது அவர்களுக்கு நன்றாகத் தெரியும்''

கபிலர் காவலர்களில் ஒருவனைக் கைதட்டி அழைக்கப் போனார்.

''தாங்கள் மீண்டும் வகைதொகையின்றி நடந்து கொள்கிறீர்கள். மூவேந்தர்கள் இந்த நாட்டை வளைத்துவிட்டார்கள். என்னை இந்நாட்டு அரசரால்கூட ஒன்றும் செய்ய இயலாது. ஒருவேளை என்னை அங்கே கொண்டு போவதற்குள் வேள் பாரியை அவர்கள் கொன்று விடுவார்கள். அரசனின் உயிரையாவது நாம் காப்பாற்றியாக வேண்டும். அதற்கு நீங்கள் என்னுடன் நிற்க வேண்டும். நின்றே ஆக வேண்டும்''

அழுத்தமான குரலில் உறுதியாகச் சொன்னதைக் கேட்டபோது, கபிலர் தலையில் கைவைத்துத் தரையில் உட்கார்ந்துவிட்டார்.

''நீங்கள் ஏன் பதட்டமாகிறீர்கள்? நாமிருவரும் சேர்ந்து சிலவற்றைச் செய்தால் மன்னனின் உயிரையாவது காப்பாற்ற முடியும். தாமதித்தால் அதுவும் முடியாமல் போகலாம். உங்களுக்குத் தெரியுமல்லவா?

மூவேந்தரின் படையின் முன்னால் வேள் பாரியால் எதிர்த்து நிற்க முடியாது. படையோட்டம் முடிந்த நாடுகளைப் பற்றித் தாங்களே பாடியிருக்கிறீர்களே? அதனால் ஏற்பட்ட கெடுதிகளைப் பற்றி நான் சொல்லித் தெரிய வேண்டுமா? வேள் பாரியைக் கொல்வதையும், நாட்டைச் சுட்டுப் பொசுக்குவதையும் நாம் பார்த்து நிற்க வேண்டுமா?''

ஒரே மூச்சில் நான் சொல்லி முடித்தேன்.

''வேண்டியதற்கும் மேலாகத் திறமுடையவன்தான் நீ. அறிவுள்ளவன் என்று தோன்றியது. மேலும் அறிந்து கொள்ளத்தான் வந்திருக்கிறாய் என்றும் நினைத்தேன். கொலையானையை கடவிற்கு அனுப்பும்போது பறையறைந்து தெரிவிப்பார்கள். அப்படிப்பட்ட ஓசைகள் எதுவுமின்றி நீ வந்து சேர்ந்தபோது, ஒற்றனென்று அறியாமல் நான் உன்னைச் சேர்த்துக் கொண்டேன். உற்ற நண்பனான வேள் பாரியை என்னை அறியாமலேயே ஒற்றிக் கொடுத்திருக்கிறேன்''

''தாங்கள் சொன்னது பாதி சரி. பாதி தவறு. முடியுமென்றால் இரத்தம் சிந்தாமல் நாட்டைக் கைப்பற்ற வேண்டும் என்கின்றனர் மூவேந்தர்கள். அது முடியாமல் போனால் அவர்கள் எதற்கும் தயங்கமாட்டார்கள். நாம் உடன் இருந்தாலும் இல்லையென்றாலும் நடக்க வேண்டியதெல்லாம் நடக்கும். உடனிருந்தால் அரசனின் உயிரையும் நாட்டையும் காக்கலாம். அதற்கான வழியைத்தான் சொல்கிறேன். அது ஒற்றுக் கொடுத்தல் அல்ல''

''நான் என்ன செய்ய வேண்டுமென்று நீ சொல்கிறாய்?''

''முழுவதும் எனக்குத் தெரியாது. தெரிந்தவரை சொல்கிறேன். நீங்கள் சில பாடல்களில் பாடியதேதான் அவர்கள் வழியும். பாட்டும் கூத்துமாக வந்து இரந்தால் பாரி எதையும் கொடுப்பானென்று தங்களுக்குத் தெரியும். அதுதான் அவர்களுடையதுமான வழியும்''

''இதெல்லாம் அவர்களாகவே செய்யக் கூடியதல்லவா? என் துணை எதற்கு?''

''தாங்கள் அறிவுள்ளவர். இன்றுள்ள புலவர்களுள் மூத்தவர். அப்படி ஒருவரை அவர்கள் தங்களுடன் வேண்டுகின்றனர். பெருமையை விரும்புபவர்களே மன்னர்கள். வள்ளலாகப் புகழ்பெறற பாரியை இல்லாமல் ஆக்குவது அவர்களுக்கு அவப்பெயரை உண்டாக்கும். தங்களின் செய்தியினூடாக அப்படி ஏற்படக் கூடாதென்று அவர்கள் நினைக்கின்றனர். பாரியின் இந்த நண்பனே உடனிருக்க வேண்டுமென்று நினைக்க இவையெல்லாமும் காரணங்கள் ஆகலாம். பெரும்புலவரின் சொற்களுக்கு மிகுந்த மதிப்பிருக்கிறது. மட்டுமல்ல, நீங்கள் அந்தணர். அந்தணரையன்றி வேறு யாரையும் வணங்காதவனே சேர நாட்டரசனான செல்வக் கடுங்கோ வாழியாதன். தங்களின் மதிப்பு குறையாமலேதான் இதையெல்லாம் செய்ய வேண்டுமென்று மன்னன் விரும்புகிறான்''

கபிலர் பேசாமல் கேட்டபடி நீண்ட யோசனையில் ஆழ்ந்தார். பின்னர் ஏதோ தீர்க்கமான முடிவெடுத்தவர்போல் சொன்னார்.

''எனக்கு மிகவும் பிடித்தமான இந்த நாட்டுக்கு அழிவுண்டாகக் கூடாது. வேள் பாரியின் உயிர்போக இடமளிக்கக் கூடாது. அதனால் நான் உங்களுடன் நிற்கிறேன்''

நான் கபிலரின் கால்களைத் தொட்டு வணங்கினேன்.

''இங்கே என்றும் பாணர்களும் கூத்தர்களும் வருகிறார்கள் அல்லவா? அவர்களுடன் யாருமறியாமல் மூவேந்தர்களின் ஆட்கள் சிலரும் கலந்துவிடுவார்கள். அதற்கான நாள் எதுவென்று அவர்களே தேர்ந்தெடுப்பார்கள்''

விடைபெறும் முன் நான் மேலும் ஒன்றைச் சொன்னேன்.

''இது வேள்பாரியோ வேறு யாருமோ அறியக் கூடுமென்றால் சொன்னவற்றிற்கு எதிராகத்தான் நடக்கும். நாட்டைக் கைப்பற்றுதல் என்பது எப்படியும் நிகழும். பெயரும் பெருமையுமெல்லாம் அப்புறம்தான். தொடர்ந்து என்ன செய்ய வேண்டுமென்பதை நான் அறிந்து வருகிறேன்''

மகீரனின் கூட்டாளிகளில் யாராவது வந்துசேர நான் அவசரம் காட்டினேன். வெகு சீக்கிரத்திலேயே ஒருவன் வந்து சேர்ந்தான். கபிலரின் சுவடு மாற்றம் அறிந்தபோது அதை வேண்டியவரிடம் தெரிவிக்க அவன் பரபரப்பானான். வேள் பாரியின் அரண்மனையின் சில படைவீரர்களையும் சுவடு மாற்ற முடிந்ததென்று அவனிடமிருந்து அறிந்துகொண்டேன். அவன் மேலும் ஒருமுறை வெளியே சென்று வந்தபின், நான் மீண்டும் கபிலரிடம் சென்றேன்.

''இனியெல்லாம் உடனடியாகவே நடக்கும். நீங்கள் பாரியைப் பார்க்கப் போகும்போது அரண்மனையின் சூழலை மீண்டும் ஒருமுறை உறுதிப்படுத்துங்கள்''

கபிலர் 'உம்' கொட்ட மட்டுமே செய்தார். சற்று நேரத்தில் வழக்கம்போல் அரசனைப் பார்க்கப் போனார்.

அங்கே உட்கார்ந்திருக்கும்போதுதான் வெளியே காலடியோசைகள் கேட்டன. யாரென்று பார்க்கவில்லை. எப்போதும் போன்ற பார்வையாளர்களாக இருக்கலாம் என்று எண்ணினேன்.

அரசனைப் பார்த்துவிட்டு கபிலர் சற்று நேரத்தில் திரும்பி வந்தார்.

''வெளியே சிலர் காத்திருக்கின்றனர். பாணரும் கூத்தரும் போலிருக்கிறது. அவர்களைப் பேசி அனுப்பிவிட்டு வருகிறேன்''

வெளியே சென்ற கபிலர் திரும்பி வருவதற்குள் செய்ய வேண்டியவை எவையென்ற ஒரு வடிவத்திற்கு நான்

வந்துவிட்டேன்.

"என் நண்பரான பரணர் சொல்லி, பார்க்க வந்திருக்கிறார்கள். விருந்தகத்திற்குப் போகச் சொல்லிவிட்டேன்"

"அது நல்லதாயிற்று. அவர்கள் நமக்கு வேண்டும்"

"அது முடியாது. அவர்களைச் சதிச் செயலுக்குள் கொண்டுவர முடியாது. பரணர்தான் அவர்களை என்னிடம் அனுப்பியிருக்கிறார்"

"அதனால் என்ன? இனிக் காத்திருக்க நேரமில்லை. அவர்கள் கொஞ்ச நாட்கள் இங்கே தங்கட்டும். அதற்குள் எல்லாம் யோசித்து முடிவெடுக்கலாம்"

கபிலர் ஏதோ சொல்ல வருவதற்குள் நான் வெளியேறிவிட்டேன். பாணரும் கூத்தரும் சென்றிருக்கவில்லை. இருட்டாக இருந்ததால் சரியாகப் பார்க்கவுமில்லை. அவர்களைப் பார்க்காமல் நான் சட்டென்று போய்விட்டேன். சற்று தூரத்தில் மகீரனின் கூட்டாளிகள் காத்துக் கொண்டிருந்தனர்.

ஏழு

வேள் பாரியைக் காண்பதற்கான நேரமும் காலமும் தீர்மானிக்கப் பட்டது. மகீரனின் கூட்டாளிகள் சொன்னது போலவே கபிலரிடம் சொல்லி உறுதிப்படுத்தினேன். எதுவும் நிகழலாம் என்பதான தீவிளையாட்டு இது. எல்லாம் தீரும்போது என்னவெல்லாம் மிஞ்சியிருக்கும் என்று தெரியவில்லை. நெஞ்சு படபடவென்று அடித்துக் கொண்டது. நெய்தல் பறையின் தாளம் உள்ளே முழங்கிக் கொண்டிருக்கலாம். செய்ய வேண்டியவற்றை எல்லாம் நான் மேலும் ஒருமுறை யோசித்து வைத்துக் கொண்டேன்.

பாணரும் கூத்தரும் வந்து சேர்வதற்குள் நான் அரண்மனையை அடைந்தேன். மகீரனின் ஆட்கள் சுவடு மாற்றிய படைவீரர்கள் இருந்ததால் உள்ளே நுழையவும் அவர்களுக்கிடையில் நிற்கவும் முடிந்தது. புகழுரைகளின் ஆரவாரங்களுக்கு இடையில் வேள்பாரி வருகிறார். மன்னன் அரச கட்டிலில் அமர்வது வரை எல்லோரும் எழுந்து நின்றனர்.

'இனி அடுத்தமுறை நீங்கள் அங்கே உட்கார மாட்டீர்களே!' உள்ளே மெல்லிய துயர் தோன்றியதை நான் புறந்தள்ளினேன்.

விண்ணப்பம் அளிப்பதற்கென்று சிலரும், இரவலர்கள் சிலரும்,

தனித்தனியாக ஒரு சில பாணர்களும் வந்து பாரியைக் கண்டனர். ஒவ்வொருவரின் தேவைகளுக்கேற்பத் தீர்வுகளைச் சொன்னார் அரசன். கபிலரின் மெய்க்காப்பாளர்களுள் ஒருவனான பேங்கனுடன் பாணர்கள் கூத்தர்களின் ஒரு குழு வந்ததோடு நான் மேலும் கவனம் கூர்ந்து நின்றேன். சொல்லி வைத்ததைப்போல் மற்றவர்கள் அந்தந்த இடங்களில் இருப்பதை உறுதி செய்தேன்.

பேங்கனுடன் உள்ளே வந்தவர்களை நான் ஒருமுறையே பார்த்தேன். என் தலை சுழன்றது. அப்பாவும் அம்மாவும். கூட இருப்பது உடன்பிறப்புகள அல்லவா? முன்னால் பெரும்பாணனும் இருக்கிறார். கபிலரின் வீட்டில் இவர்களைப் பார்க்காமல் இருந்துவிட்டேனே! இந்தக் குருதியில் இவர்களும் விழுந்துவிட்டனரே! இவர்களுக்கு எதுவும் அழிவு வராமலிருந்தால் போதுமானது. கண்கள் நிறைந்தன. நான் கைகளால் முகத்தை மூடிக்கொண்டேன். அவர்கள் பார்த்து விடாதபடி மற்ற படைவீரர்களின் பின்னால் ஒதுங்கினேன். மீண்டும் அங்கே பார்க்க முடியவில்லை. தெரியாமல் என்றாலும் என் உறவுகளைத்தான் இந்த விளையாட்டின் பகடைகள் ஆக்கியிருக்கிறேன். கையை விட்டு நழுவிய பட்டத்தின் அறுந்த கயிற்றைப் பிடித்துக்கொண்டு மலக்க மலக்க நான் நின்றேன்.

பாட்டும் ஆட்டமுமெல்லாம் ஒருவாறு முடிந்தது. பரிசிலாக என்ன வேண்டுமென்று அரசன் கேட்டான். சொல்லி வைத்ததுபோல பாணர்களின் இடையிலிருந்து மூவேந்தர் குலத்தைச் சேர்ந்த மூன்றுபேர் முன்னால் வந்து நாடு வேண்டுமென்று கேட்டனர். வேறு வழியின்றி மன்னன் அதற்கு ஒத்துக் கொள்வான் என்றே எண்ணினேன். ஆனால் அப்படி நிகழவில்லை. எங்களை அதிர்ச்சிக்குள்ளாக்கி வேள்பாரி வாளை உருவிக்கொண்டு எங்கள்முன் குதிக்கவே செய்தான். செய்வதறியாமல் நானும் நொடிப்பொழுது நின்றுவிட்டேன். பின்னர் கையிலிருந்த வாளுமாகப் பின்னால் சென்று,

என் முழு பலத்தையும் திரட்டி அரசனின் கழுத்தில் வெட்டினேன். மன்னனின் மெய்க்காப்பாளர்கள் என்னை வளைத்துக் கொள்வதற்குள் ஓடி முன்னால் சென்றுவிட்டேன். யார்யாரோ என்னைப் பின்தொடர்கின்றனர் என்பதை அறிந்து ஆட்களைத் தள்ளிவிட்டபடி நான் முன்னேறினேன். பின் தொடர்ந்தவர்கள் என்னை நோக்கி வாளோங்கினர் எனினும் நான் நழுவிச் சென்று கொண்டிருந்தேன். என் முன்னால் நின்ற யாருக்கோ வெட்டு விழுந்திருந்தது. அருகிலுள்ள கூட்டத்துக்குள் நான் ஒளிந்துகொள்ள முயன்றேன். பின்னர் தட்டுத் தடுமாறி வெளியே வந்தபோதுதான் வெட்டுப்பட்டு விழுந்தவரைப் பார்த்தேன்.

அப்பா! நான் அதிர்ந்து நின்றுவிட்டேன். உரக்கக் கூக்குரல் இட்டதாகவே தோன்றியது. இல்லை. குரல் வெளியே வரவேயில்லை. கல்தூண் போல அசைவற்று நிற்கிறேன். யாரோ பின் தொடர்வதாக உணர்ந்தபோது அப்பாவைத் தாண்டி ஓடினேன். வெளியே காத்துக் கொண்டிருந்த கூட்டாளிகளுடன் சென்று சேர்ந்தபோதும் திரும்பிப் பார்த்துக் கொண்டிருந்தேன். திரும்பிச் செல்ல முடியாத நிலையில் அவர்களுடன் போகவே செய்தேன். நான் கூக்குரலிட்டு அழுதேன். இதுவரையிலான வாழ்வில் எப்போதாவதுதான் இப்படி நேர்ந்திருக்கிறது. அப்பா...! அப்பா...! போகும் வழி முழுக்க நான் புலம்பிக் கொண்டேயிருந்தேன்.

குதிரைகளுடன் எங்களின் மற்ற கூட்டாளிகளும் காத்திருக்கின்றனர்.

''என் உறவினர்களே அங்கு வந்த பாணர்களும் கூத்தர்களும். அவர்களையும் வெளியே அழைத்து வரவேண்டும்''

நான் அவர்களிடம் சொன்னேன்.

''முன்னரே தீர்மானித்ததை மீறி எங்களால் வேறெதுவும் செய்ய இயலாது''

மீண்டும் கெஞ்சிப் பார்த்தேன். அவர்கள் ஒத்து வரவில்லை.

"அவர்களும் வந்தால்தான் நானும் வருவேன்"

"முட்டாள்தனமாகப் பேசாதே. இங்கே இன்னும் சற்று நேரம் நின்றிருந்தால் உன் உயிர்தான் போகும். குற்றம் செய்யாதவர்கள் என்பதால் அவர்களுக்கு எந்தப் பிரச்னையும் ஏற்படாது. உன் உறவினர்கள் என்பதைப் பாரியின் படைவீரர்கள் தெரிந்து கொண்டால் அவர்களும் கொல்லப்படுவார்கள்"

இவர்கள் ஒத்து வரமாட்டார்கள். வேறொரு வழியும் முன்னால் இல்லை. அவர்களுடன் சேர்ந்து பறம்பு மலையிலிருந்து இறங்கும்போதும் அழுகையை அடக்க நான் கண்களையும் வாயையும் பொத்திக் கொண்டேன்.

நாங்கள் மறவர் கூட்டத்திலேயே சென்று சேர்ந்தோம். மகீரனும் அங்கிருந்தான்.

"எல்லாம் எதிர்பார்த்ததுபோலவே நடந்தன"

மகீரன் என் முதுகைத் தட்டியபோதும் நான் கைகளை முகத்தில் வைத்துத் தேம்பினேன்.

மறுபடியும் மறவர் கூட்டத்திற்கே திரும்பி வந்திருக்கிறேன். அங்கேயே இருக்க வேண்டிய சூழல். மகீரன் அப்போதும் வஞ்சியிலும் தகடூரிலுமாகச் சுற்றிக் கொண்டிருக்கிறான். பறம்பு மலையிலிருந்து வந்த கூட்டாளிகளிடமிருந்து அப்பா இறந்ததும், உறவினரான மற்றவர்கள் அங்கிருந்து வெளியேறி விட்டதையும் அறிந்தேன். நரம்புகளில் ஏறிய மரத்தலில் இருந்து என்னால் வெளியேற முடியவில்லை. இனம் புரியாத பயமும், துயரும் என்னைச் சூழ்ந்துகொண்டன.

அப்பா உடனில்லாத உறவினர்கள் நாடலைகிறார்கள். வெட்டப்பட்டுக் கிடந்த அப்பாவின் பார்வை என்னைப் பின் தொடர்கிறது.

"என் ஆட்கள் தனித்திருக்கிறார்கள். ஒன்றுமறியாதவர்கள் அவர்கள். அப்பாவைக் கொல்லத் துணை நின்ற நான் அவர்களின் துயரை அதிகரிக்கவே செய்திருக்கிறேன். அம்மாவுக்கோ உடன்பிறப்புகளுக்கோ ஒன்றும் செய்ய முடிந்ததில்லை. அவர்களுடன் போகவும் முடியாது. என் நிலையறிந்து ஓர் உடன்பிறப்பாகவே நீ அவர்களைப் பார்த்துக்கொள்ள வேண்டும்"

மகீரன் திரும்பி வந்தபோது நான் அவனிடம் கெஞ்சினேன்.

"ஒவ்வொருவரின் தலையெழுத்தையும் அவர்களே எழுதிக் கொள்கின்றனர். போகட்டும். நீ அமைதியாயிரு. அவர்களுக்கு வேண்டியதை நானே செய்து கொடுக்கிறேன். அவர்கள் எங்கே போயிருந்தாலும் பின்தொடர்ந்து கண்டுபிடிக்கிறேன். நானே வேண்டியதைச் செய்கிறேன். நீ வேதனைப்படாதே"

மகீரன் வந்துப் போய்க் கொண்டிருந்தான். என் கூட்டத்தாரைக் கண்டுவிட்டதாகவும், அவர்கள் பெரிய துயர்கள் ஒன்றுமில்லாமல் வசிப்பதாகவும் அவனிடமிருந்து அறிந்துகொண்டேன். ஒருமுறை வஞ்சியிலிருந்து வந்த மகீரன் பெருஞ்சிரிப்போடு அருகே வந்தான்.

"நீ அறிந்தாயா? கபிலர் இப்போது சேர நாட்டரசனின் வலங்கையாக இருக்கிறார். நான் சென்றிருந்தபோது கண்ட காட்சி என்ன தெரியுமா? அரசன் கபிலரின் கையைத் தடவி விட்டபடி உட்கார்ந்திருக்கிறார். 'இந்த உள்ளங்கை ஏன் இவ்வளவு குளிர்ந்திருக்கிறது?' என்று ஆராய்கிறார். 'கடுகு தாளித்த கறிக்குழம்புடன் சோறுண்பதன்றி மற்றொரு தொழிலும் அறியாத என் கைகளுக்கு, யானையைக் கண்ணி வைத்துப் பிடித்தும், அம்பெய்தும், பரிசில்கள் வழங்கியும் பெற்றுக்கொண்ட அரசனின் கைகளின் மகத்துவம் இருக்காது' என்பதே புலவரின் பதில்! இன்னும் நிறைய புகழ் பரப்பும் பாடல்கள் உள்ளன. அதையெல்லாம் கேட்டு, ஒரு குன்றின் மீதிருந்து பார்த்தால் காணுமிடம் வரையுள்ள நிலம்வரை, மன்னர் கபிலருக்குக் கொடுத்துவிட்டார். இப்படியல்லவா இருக்க

வேண்டும் மொழியாள்வோர்?''

மகீரனின் கேலிப்பேச்சில் உடன் சேர்ந்துகொண்டாலும், உள்ளத்தால் விலகியே நின்றேன்.

''ஆனாலும் என்ன, ஒரு நாட்டையே அரசனுக்குப் பெற்றுத் தந்த நாம் இப்போதும் இந்த மறவர்க் கூட்டத்தில்தானே இருக்கிறோம்?''

''நமக்கும் ஒரு காலம் வரும். அதற்கு இன்னும் கொஞ்ச நாட்கள் காத்திருக்க வேண்டும். அவ்வளவுதான். அதுவரை நீ இங்கேயே தங்குவதுதான் நல்லது. பறம்புமலையில் செய்ததுபோலத் தகடூரிலும், வஞ்சியிலுமாக இன்னும் பல செயல்கள் செய்து தீர்க்க வேண்டியுள்ளது. அவற்றையெல்லாம் முடிப்பதுவரை என்னாலும் இங்கே வர முடியாது''

மகீரன் மீண்டும் போய்விட்டான். நான் மறவர் கூட்டத்திலேயே தொடர்ந்தாலும் அந்த வாழ்க்கை மிகுந்த சலிப்பைத் தரத் தொடங்கியது. யாரிடமும் நெருங்க முடியவில்லை. கொள்ளையிலும் கொலையிலும் பங்கேற்பது என்னால் முடியாது. எதையெல்லாமோ அடைய வேண்டுமென்று புறப்பட்டேன். கூத்தும், பாட்டும், அறிவும், முறைமையும், கொள்ளையும், கொலையுமென எல்லாம் சேர்ந்து உள்ளம் கொதித்துக் குழம்புகிறது. கனிவும் கொடுமையும் சுற்றிப் பிணைகிறது. இரைகளைக் கடித்துக் கிழித்த ஒரு வேட்டை நாயைப் போலச் செத்து ஒடுங்குவேன் என்று தோன்ற ஆரம்பித்தது. எங்கேயாவது ஓடிவிட வேண்டும். மகீரனைப் பார்த்து, செய்த வேலைக்கான கூலி வாங்க வேண்டும். இல்லையென்றால் காலம் தள்ள முடியாது.

மகீரன் வந்து சில நாட்களாயின. ஏன் பார்க்க முடியவில்லையென எனக்கு ஒரு பரிதவிப்பு தோன்றியது. உறவுகளைப் பற்றி அறிய முடியவில்லை. அதிக நேரம் தனித்திருக்கத் தொடங்கினேன். மறவர் கூட்டத்தினரும் எப்போதும் என்னைத் தனிமைப்படுத்துவதை

உணர்ந்தேன். ஒருநாள் மகீரனின் நெருங்கிய நண்பர்களுள் ஒருவனிடம் வருவது வரட்டுமெனத் துணிந்து விசாரித்தேன்.

"மகீரன் எங்கிருக்கிறான்? விபரமொன்றும் அறிய முடிவதில்லையே?"

அவன் தப்பிச் செல்லப் பார்த்தான். நான் விடவில்லை. பதுங்கி நின்ற அவனைப் பிடித்து நிறுத்தினேன். கடைசியில் தயங்கித் தயங்கி அவன் சொன்னான்.

"கோபித்துக் கொள்ளாதீர்கள். உங்கள் சகோதரியுடன் அவன் நெருக்கத்தில் இருக்கிறான். ஒன்றாக வசிப்பதாகவே கேள்விப் பட்டோம்"

நான் மரத்துப்போய் நின்றேன். இதற்காகவா அவன் அவர்களைக் காப்பாற்றுகிறேன் என்று போனான்? அவன் என்னையும் என் உறவுகளையும் ஏமாற்றுகிறானா? ஒற்றன்தானே! நம்ப முடியாது.

சற்று நேரம் உள்ளம் கலங்கி நின்றது. ஆழ்ந்த யோசனையில் என்னால் அதில் குறையேதும் காண முடியவில்லை. இந்நாள் வரைக்குமான பழக்கத்தில் என்னிடம் அதிக மதிப்பும் மரியாதையுமே காண்பிக்கிறான் அவன். என் சகோதரியைக் களவில் ஏமாற்றாமல், குடும்பம் நடத்தத்தானே செய்கிறான்.

"இதற்கு நான் ஏன் கோபப்பட வேண்டும்? மகீரன் அறிவும் திறமையும் உடையவன். என்னிடம் சொல்லியிருந்தால் நானும் அவர்கள் பக்கமே நின்றிருப்பேன். அவர்கள் இப்போது எங்கிருக்கிறார்கள்?"

அதற்கும் அவன் தெளிவான பதிலைச் சொல்லவில்லை.

"தெரியவில்லை. தகடூரிலோ முசிறியிலோ இருக்கலாம். மற்ற நண்பர்களிடமிருந்து தெரிந்து கொண்டதுதான். மகீரன் யாரிடமும் எதையும் மனம் திறந்து பேசமாட்டான்"

"ஆகட்டும், உனக்காவது என்னிடம் சொல்லத் தோன்றியதே? அதென்ன முசிறியில்?"

"சேர நாட்டரசன் கொஞ்ச நாட்களாக அங்கிருக்கிறார். மகீரன் அங்கிருப்பான் என்பது உறுதியில்லை. தகடூரிலும் இருக்கலாம்"

"இங்கே எனக்கும் சலிப்பாக இருக்கிறது. நானும் போகிறேன்"

"எங்கே?"

"அதைச் சொல்ல முடியவில்லை. எங்கேயாவது போக வேண்டும்"

அதன்பிறகு அங்கே நிற்கவில்லை. இறங்கி நடந்தேன். மறவர் கூட்டாளிகள் தடுக்கப் பார்த்தனர். அன்பினாலா அல்லது என்னை நம்ப முடியாதென்று தோன்றியதனாலா என்பது தெரியவில்லை.

"போக வேண்டுமென்றால் போகலாம். எங்கேயென்று சொன்னால் நாங்கள் அழைத்துக்கொண்டு போகிறோம்"

"வேண்டாம். நான் தனியாகவே போய்க் கொள்கிறேன், சிறு வயதிலேயே மறவர் கூட்டத்தில் வாழ்ந்தவன் நான். உங்களுள் ஒருவனை ஒற்றிக் கொடுக்கமாட்டேன்"

"அதைச் சொல்லவில்லை. இங்கேயிருந்து வெளியேறுவது சிரமமானது. அதனாலேயே உடன் வருகிறேன் என்றேன். எங்கே போகிறீர்கள் என்று சொல்லவும் வேண்டும்"

"முடியுமென்றால் இந்தப் பாலை நிலத்தின் வெளியே கொண்டு சென்றால் போதும். அதன்பிறகு நான் சென்றுவிடுவேன். முசிறிக்குப் போகலாமென்றிருக்கிறேன்"

பாலையைக் கடந்து சென்றவுடன் உள்ளேயொரு குளிர்மை. முசிறியை நினைத்தபோது ஒரு கடல் உள்ளே நிறைந்தது. அங்கே வந்து சேரும் மரக்கலங்கள் ஒன்றில் ஏதேனும் அயல்நாடுகளுக்குச் சென்றுவிடலாமா என்றுகூடத் தோன்றியது. எந்த அவசரமுமற்ற

வழிநடைப் பயணம். ஏழிமலை விட்டு வெளியேறிய பிறகு நாடுகள் நடந்து சுற்றியதன் தொடர்ச்சியே இந்தப் பயணம்.

சமவெளிகள் அதிகம் காணப்பட்டன. மரங்களில் நிறையப் பூக்கள். கிளிகள் ஒளிந்து விளையாடுவதற்கு இடையில் குழந்தைகள் போலக் கொஞ்சுகின்றன. இளவேனில் காலமது. ஆற்றங்கரையில் இருக்கிறது முசிறி நகரம். நகரத் தெருக்களில் நடந்து கொண்டிருப்பவர்களைப் பார்த்தபோது, எப்படியும் காலம் தள்ள வழி கிடைக்குமென்று தோன்றியது.

மகீரன் இங்கிருப்பான் என்ற நம்பிக்கையெல்லாம் இல்லை. ஒருவேளை தகடூரிலும் இருக்கலாம். ஆனாலும் இங்கேயும் வருகிறான் என்றல்லவா அவனுடைய நண்பர்கள் சொன்னார்கள். மகீரனைப் பார்க்கும்வரை இங்கேயே தங்க வேண்டும். அப்புறம் என்ன செய்யலாமென்று அப்போது தீர்மானிக்கலாம்.

அரசன் தங்குமிடத்திற்கு இப்போது போகவேண்டாம். கபிலர் இங்கேயிருக்கிறாரா? சேர அரசனின் நெருக்கத்துக்கு உரியவர் என்றல்லவா அறிந்தேன். என்றாவது ஒருநாள் சந்தித்துக் கொள்ள நேருமல்லவா? பார்த்தால் என்ன பேசுவது? பல்வேறு வகைகளில் சொல்லிப் புரியவைத்து ஏதோ ஒருவிதமாகச் சம்மதிக்க வைத்து என்னுடன் நிற்க வைக்கப்பட்ட கபிலர் இப்போது உள்ளே இருக்கிறார். அதற்குக் காரணமான நான் இதோ வெளியே நிற்கிறேன். நினைத்துப் பார்க்கும்போது உள்ளம் குமுறுகிறது. மனக்கலக்கம் அதிகரிக்க, கடற்கரை நோக்கி நடந்தேன். கடலலைகளைப் பார்த்துக் கொண்டேயிருந்தால் உள்ளத்தின் அலைகள் கொஞ்சம் அடங்கும்.

கடற்கரை முழுக்க மக்கள் நிறைந்திருந்தனர். பரதவரின் படகுகள் கரையிலும் கடலிலுமாகப் பரவியிருந்தன. சுறாமீன் பிடிக்க பெருங்கடலில் போய்வரும் திறமுள்ள மீனவர்கள். அவர்கள் வீசும் வலைகள் பெரிய பறவைகளைப் போல இறகு விரித்து உயர்ந்து பின்

நீரினை நோக்கித் தாழவும் செய்தன. கடற்கரையிலேயே மீன்களைக் காய வைத்திருக்கிறார்கள். உப்பு கொடுத்து நெல் பெறும் உமணரின் உப்பளங்களும் இருக்கின்றன. அவர்கள் தவிரப் பிறர் அயல்நாட்டினர். பல நிறத்தினர். பல மொழியினர். அவர்கள் அனைவரும் இங்கே ஏதேனும் ஓரிடத்தில் அருகருகே கூடாரம் அமைத்து வசிப்பவர்களாக இருக்கலாம். நீண்ட காலம் இங்கே தங்கும் அவர்களுக்கு உரிமையான தெருக்களும் உண்டு. யவனர்களுக்கு இங்கே ஓர் ஆலயமும் இருக்கிறதாம். அவர்களின் செயல்களைப் பார்த்துக்கொண்டே நிற்கத் தோன்றும். கடலின் அருகிலும் உட்புறமுமாக அலைகளில் ஆடும் மரக்கலங்கள். அவற்றில் ஒன்றிலேறி இதுவரைப் பார்த்தேயிராத ஏதாவது ஒரு தேசத்திற்குப் போக வேண்டுமென்று மீண்டும் தோன்றியது. அலைகளினூடே நீத்திச் செல்லும் மரக்கலத்தில் பாய்மரத்தின் கீழே நின்று, சுற்றியுள்ள கடலைப் பார்க்கும் ஒருவனாக என்னையே பார்த்துக்கொண்டு, அந்தக் கரையில் நீண்ட நேரம் நின்றிருந்தேன்.

எட்டு

மன்னன் தங்குமிடத்தில் என்னவெல்லாம் நடக்கிறதென்று தெரிந்துகொள்ள விரும்புகிறேன். அரசாட்சியின் உள்ளறைகளை அறிவதற்கான ஆவல் தீரவில்லை. ஆனாலும் அங்கே இப்போது என்னால் போக முடியாது. மகீரன் என்னுடனில்லாமல் நான் மட்டும் போய் செய்வதற்கும் ஒன்றுமில்லை. என்னை நேருக்கு நேராக அறிந்தவர்கள் யாரும் இந்த நாட்டில் இல்லையென்று தோன்றுகிறது. அதை நினைத்தபோது மனதில் ஒரு பாரமின்மை ஏற்பட்டது. எனினும் கொஞ்ச நாட்களாக மகீரனைக் காணாததால் ஒரு மன வெம்பல். ஒருவேளை தகடூரில் இருப்பான். அவன் வரும்வரை இங்கே காலம் கடத்த வேண்டும்.

நான் நீண்ட நேரம் கடற்கரையிலேயே சுற்றினேன். மீனவர்களின் வீடுகளிலிருந்து ஏதாவது உணவு கிடைக்கும். இருப்பதில் ஒரு பங்கு தருவதற்கு ஒருபோதும் யாரும் தயங்கவில்லை. இரவானால் ஏதேனும் பாறையின்மீது விளக்கு மரத்தின் வெளிச்சம் பார்த்துக் கிடப்பேன். கடலின் இரைச்சல் கேட்க முடியும். கப்பல்கள் நெருங்கும்போது ஆட்களின் பேச்சொலி கேட்கலாம். விழா நாட்களில் மீனவப் பெண்கள் குரவைக் கூத்தாடுவதின் ஓசையையும் கேட்கலாம். இருளான இடத்தில் இருக்கும்போதும் எனக்கு வெளிச்சம் வேண்டும்.

தனித்திருக்கும்போதும் ஆளரவம் கேட்க வேண்டும். சில வேளைகளில் பகலில் நகரத்தின் காட்சிகளைப் பார்த்தபடி நடப்பேன். பெரிய மிளகு மூட்டைகளைச் சுமந்தபடி கப்பலின் அருகே வேகமாகப் பாய்ந்து செல்லும் யவனரைப் பார்க்கும்போது ஆச்சரியமாக இருக்கும். குட்ட நாட்டிலிருந்தே மிளகு அதிகமாகக் கொண்டுவரப் படுகிறதென்பது பழைய வழிப்பயணத்தின்போதே அறிந்திருந்தேன். படகுகளில் மிளகை நிறைத்து புறங்கடலில் நங்கூரம் இட்டிருக்கும் கப்பல்களுக்குக் கொண்டு செல்கிறார்கள் அயல் நாட்டினர். திரும்பி வரும் படகுகளில் பொன்னும் பொருளும் இருக்கலாம். காரமான இந்தக் கறுப்பு விதையில் இவர்களுக்கு அப்படியென்ன ஈடுபாடு?

அரசனின் வசிப்பிடத்தினருகே சுற்றி அலைவதையும் நான் வழக்கமாக்கி இருந்தேன். மகீரன் வந்துவிட்டானா என்பதை அறிய வேறுவழியில்லை. ஒருநாள் அந்தப் பக்கமிருந்த ஒரு தெருவின் வழியாக நான் நடந்து வந்து கொண்டிருந்தேன். எதிரே வரும் ஒருவனைப் பார்த்து நின்றுவிட்டேன். அதை அவனும் உணர்ந்திருக்க வேண்டும். நெருங்கிவர யாரெனச் சட்டென்று புரிந்தது. குழந்தைப் பருவத்தின் உயிர்த்தோழன் சந்தன்! நின்று திரும்பச் சுதாரிப்பதற்குள் அவன் அருகில் ஓடி வந்தான். 'மயிலா' என்று உரக்கக் கூவியபோது அப்படியே பதுங்கி நகர்ந்து சென்றுவிடத்தான் நினைத்தேன்.

''உன்னை நான் எங்கேயெல்லாம் தேடிக் கொண்டிருக்கிறேன்!''

அவன் என்னைக் கட்டிப் பிடித்தான். அவன் என்னை நன்றாகவே புரிந்து கொண்டிருப்பதனால் பரிச்சயமற்றவனாக நடிக்க முடியவில்லை.

''நீ எப்படி இங்கே வந்தாய்?''

அதிர்ச்சி என்னையறியாமல் வெளியே வந்தது.

''உன்னைத் தேடித்தான் வந்தேன்''

"நான் இங்கிருப்பது எப்படித் தெரியும்?"

"ஏனோ தெரியவில்லை. நீ இங்கிருப்பாய் எனத் தோன்றியது"

தாய் நாட்டிலிருந்து புறப்பட்டதையும், ஏழிமலைக்கும் பறம்புமலைக்கும் சென்றதையும், சித்திரை போனபிறகு முசிறிக்கு வந்ததையும் சந்தன் விவரித்தான். 'உம்' கொட்டிக் கேட்டுக் கொண்டிருப்பதைத் தவிர பதில் பேச முடியாமல் இருந்தேன். உறவினர்கள் அனைவரும் உடனிருக்கிறார்கள் என்று கேட்டபோது ஓடி ஒளிந்துகொள்ள ஓர் இடமில்லையே என்ற வருத்தம் மிகுந்தது. அதை வெளியே காட்டிக் கொள்ளவில்லை.

"மயிலா, நீ எதையெல்லாமோ மறைக்கிறாய் என்று எனக்குத் தெரியும். உன் உறவினர்கள் என்று அறிந்து இங்கே அரசனைப் பார்க்க விடாமல் எங்களைத் தடுத்துவிட்டனர்"

"அதெப்படி? என்னை இங்கே யாருக்கும் தெரியாதே"

"உன் பேரைச் சொல்லித்தான் தடுத்தார்கள். அரசனைப் பார்க்க நீதான் ஒரு வழி கண்டுபிடித்துத் தரவேண்டும். நாம் நம் உறவினர்களிடம் செல்லலாம்"

என் முழங்கையை முறுக்கிய சந்தனின் கைகளிலிருந்து நான் என்னை விடுவிக்கப் பார்த்தேன்.

"நாம் அப்புறம் சந்திக்கலாம்"

"இல்லை, இப்போது விட்டுவிட்டால் உன்னைப் பிறகு எப்போதும் காண முடியாமல் போகலாம்"

முழு பலத்தையும் கொண்டு ஓடத் தொடங்கினேன். அவன் பின் தொடர்ந்தான்.

"என்னை நெருங்காதே. நான் யாரையும் பார்க்க விரும்பவில்லை"

ஓடுவதற்கிடையில் உரக்கக் கூவினேன்.

சந்தன் மீண்டும் பிடித்துவிட்டான். இருவருக்குமான சண்டையில் அவன் கீழே விழுந்துவிட்டான். அங்கே வேடிக்கை பார்க்க வந்தவர்களின் இடையில் நுழைந்து வெளியேறி ஏதேதோ குறுக்கு வழிகளினூடே ஓடி, சந்தனிடமிருந்து தப்பித்து ஒரு பெருமரத்தின் பின்னால் ஒளிந்து கொண்டேன்.

என்னவெல்லாம் நடக்கிறது இங்கே? என் பேரைச் சொல்லி அவர்களைத் தடுத்தது எது?

உறவினர்கள் அனைவரையும் வலைக்குள் யார் சிக்க வைத்தது? என்னையும் அவர்களையும் யாரோ பின்தொடர்கின்றனர். அதிர்ச்சி, துன்பம் இவற்றோடு இப்போது பயமும் சூழ்ந்து கொண்டது. மகீரனைப் பற்றி எதுவும் தெரிந்துகொள்ளவும் முடியவில்லை. முடிந்தவரை யார் கண்ணிலும் படாமலிருக்க வேண்டும். கூடவே அறிந்து கொள்ள வேண்டியவற்றைக் கண்டறியவும் வேண்டும்.

கொஞ்ச நாட்களைக் கடற்கரையிலேயே கழித்தேன். அங்கிருந்த யவனர்களுடன் சற்று நெருங்கவும் முடிந்தது. மொழியைப் புரிந்துகொள்ள முடியாவிட்டாலும், அவர்களின் நாடுகளைப் பற்றியும் பழக்க வழக்கங்கள் பற்றியும் ஏறக்குறைய தெரிந்து கொள்ளவும் முடிந்தது. மரக்கலத்தில் ஏறி அயல்நாடுகளுக்குப் போக வேண்டுமென்ற பேராசை அதிகரித்துக் கொண்டே வந்தது.

காத்திருப்பின் முடிவில் மகீரனைப் பார்த்தேன். தெருவோரத்தில் எதிரெதிரே கண்டபோது நாங்கள் பாதையோரம் ஒதுங்கினோம். என்னைத் தேடி வருவதாகவே அவன் சொன்னான். என்ன இருந்தாலும் இப்போது என்ன நடக்கிறது என்பதை அறிந்து கொள்வதற்கான ஒரு வாய்ப்பு அமைந்ததே. சலிப்பேற்படுத்தும் இந்தக் கடற்புற வாழ்க்கையில் இருந்தும் விடுபடலாம். நான் மகீரனுடன் செல்லத் தயாரானபோது அவன் தடுத்தான்.

''இங்கேயும் நான் தனியாகச் செய்ய வேண்டிய வேலைகள் சில இருக்கின்றன. நீ என்னுடன் தங்க வேண்டாம். அதற்காக நான் வேறு ஏற்பாடுகள் செய்து தருகிறேன்''

''சித்திரை உன்னுடன் வந்திருக்கிறாளா?''

''இல்லை, அவள் தகடூரில் இருக்கிறாள்''

''உடனே தெரிந்துகொள்ள வேண்டிய சில சங்கதிகள் இருக்கின்றன. அரசனைக் காண்பதிலிருந்து நம்முடைய உறவினர்களைத் தடுப்பது யார்?''

மகீரன் அதிர்ச்சியடைந்தான். அதைப் பார்த்தபோது எனக்கும் கோபம் பொத்துக்கொண்டு வந்தது.

''அதற்குக் காரணம் நீதானா?''

''இல்லை. அவர்கள் இங்கேதான் வந்தார்களென்று தெரியும். எனினும் பார்த்துக் கொள்ளவில்லை. அரசனின் காவலர்களில் நெருக்கமான சிலர் இருக்கிறார்கள். அவர்களிடமிருந்து தெரிந்துகொள்ள முயற்சிக்கிறேன்''

கூடிய சீக்கிரமே கடற்கரைக்கு அருகில் ஓரிடத்தில் மகீரன் ஒரு வீட்டை ஏற்பாடு செய்து தந்தான். அலைகளின் இரைச்சல் கேட்கும்போது உள்ளே கடலேற்றமும் கடலிறக்கமும் மாறிமாறி வந்தன. கண் மூடினால் மரக்கலங்கள், பலப்பல மொழிகள் . தூக்கத்தில் பலமுறை கடல் நடுவே தனித்திருந்தேன்.

பின்னொரு நாள் மகீரன் வந்து சொன்னான்.

''கபிலரே நம்முடைய ஆட்களை விலக்குவதன் பின்னால் இருப்பதாகத் தோன்றுகிறது. காவலர்கள் தெளிவாக எதையும் சொல்லவில்லை. ஆனாலும் அரசனோடு நெருக்கமுள்ள யாருடைய கைகளோ இதன்பின் இருக்கிறது என்பது நிச்சயம்''

"கபிலர் முசிறியில்தான் இருக்கிறாரா?"

"ஆமாம். இங்கேதான் இருக்கிறார். நான் நேரில் சென்று பேசியதுமில்லை. எனக்கு அவ்வளவு பரிச்சயமுமில்லை. ஆனாலும் இங்கே அரசனுடன் பார்த்திருக்கிறேன்"

கபிலரை நேரில் ஒருமுறை பார்க்கத் தோன்றியது. மகீரன் அவருடைய வசிப்பிடத்தைக் காட்டவும் செய்தான். காத்திருக்கத் தோன்றவில்லை. தடதடவென்று உள்ளே நுழைந்தேன்.

தரையிலமர்ந்து ஓலையில் ஏதோ எழுதிக் கொண்டிருந்தார். சேர மன்னனின் பெருமைகளைப் பற்றிய புதிய பாடல்களாக இருக்கலாம். என்னைப் பார்த்ததும் துடித்து எழுந்துவிடுவார் என்று எண்ணினேன். அப்படியெதுவும் நடக்கவில்லை. விழித்த கண்களால் ஒருமுறை பார்த்தார்.

"நீ இங்கு வருவாயென்று எனக்குத் தெரியும்"

"ஆமாம், வரவேண்டியதாயிற்று"

"என்ன வேண்டும்?"

"சிலவற்றைத் தெரிந்துகொள்ள வேண்டியிருக்கிறது"

கபிலர் நெற்றி சுளித்தார்.

"மன்னரைக் காண்பதிலிருந்து என் உறவினரைத் தடுப்பது யார்?"

"ஓ... உன் உறவினர் அல்லவா? நீ அதைச் சொல்லவில்லையே?"

"அன்று எனக்குத் தெரியாது. தெரிவதற்குள் காலம் கடந்திருந்தது. நீங்கள் எப்படி அறிந்தீர்கள்?"

"நான் சேர நாட்டிற்கு வந்து சும்மா இருக்கவில்லை. பறம்பு மலையில் என்ன நடந்ததென்று பலரிடமும் விசாரித்தேன். அங்கேயிருந்த உன் கூட்டாளிகளிடம் இருந்தே சிலவற்றைத் தெரிந்துகொண்டேன். பலரும் சொன்னதை ஒன்றிணைத்துப்

பார்த்தபோது நடந்தது என்னவென்று ஓரளவுக்குப் புரிந்தது''

"அதிருக்கட்டும். எனக்கு பதில் கிடைக்கவில்லை"

"ஆமாம், நானேதான் தடுத்தேன்"

"ஏன்?"

"பறம்பு மலையில் நீங்கள் செய்தது என்னவென்று எனக்குத் தெரியுமே. இங்கே வந்ததற்கும் அப்படி சில இலக்குகள் இருக்குமென்று தெரியும். அது மட்டுமன்றி சதிகாரனான உன் உறவினர்கள் வேறு. இங்கேயும் ஏதாவது சதிச்செயல் நடத்துவதற்குத்தான் வந்தார்களெனில் தடுக்கத்தானே வேண்டும்?"

"சதிகாரனா? நானா? இந்த விளையாட்டில் சதிகாரன் என்று ஒருவன் இருந்தால் அது நீங்கள்தான்"

"நீ சாமி என்ற பெயரில் என்னிடம் வந்து சேர்ந்தது முதல் கேட்ட ஒவ்வொரு செய்தியும் சதிச்செயலே. என்னை அச்சதிச்செயலில் ஒரு பகடையாக்கியவனும் நீதான். அப்புறம், என்னையே சதிகாரன் என்கிறாயா?"

"தங்களிடம் வந்து சொல்லி உங்களை இழுத்துவிட்டது நான்தான். ஆனால் பாரியின் அழிவை நீங்கள்தான் விரும்பினீர்கள்"

"நானா? என்னை யாரென்று நீ நினைத்தாய்? கடந்து செல் வெளியே"

"மிரட்டாதீர்கள். எனக்கும் சில சொல்லியாக வேண்டியிருக்கிறது"

"நான் கேட்க விரும்பவில்லை"

"கேட்டுத்தான் ஆக வேண்டும். நான் ஒற்றன்தான். ஒற்றர்கள் எப்படி நடந்து கொள்வார்கள் என்றும், ஒற்றாடல் என்னவென்றும் நன்றாக அறிந்திருக்கும் தங்களுக்கு அதைப்பற்றிச் சொல்லித்தரத் தேவையில்லை. ஏற்றுக்கொண்ட வேலையை நன்றாகச் செய்வது

என்றல்லாமல் ஒற்றன் எதையும் தன்னிச்சையாகத் தீர்மானிக்க முடியாது. அரசனின், அரசனுக்கு நெருக்கமானவர்களின் கைகளின் கயிறுகள் அசையும்போது ஆடும் தோல்பாவையே அவன். அவனுக்கு அவர்களின் மீதுதான் கடமை இருக்கிறது. ஆனால் நீங்கள் அப்படியில்லை. வேள்பாரி உங்களை அளவுக்கதிகமாக நம்பினார். வேண்டியதையெல்லாம் அளவுக்கதிகம் உங்களுக்குத் தந்தார். இருந்தும் நீங்கள் அவருக்குத் திருப்பிச் செய்தது என்ன?''

''சதிகாரா, என்னைக் குழப்பி விட்டுவிட்டு நீ இப்போது எதிர்திசையில் சாய்ந்துவிட்டாயோ? நீதானே என்னை ஒவ்வொன்றாகச் செய்ய வைத்தாய்? அரசனுக்கும் நாட்டுக்கும் அழிவு ஏற்படாமலிருக்க நான் உடன் நின்றேன். அப்புறம் நீ அந்த வள்ளலைக் கொன்றாய். பறம்பு மலையை நீ யானை மிதித்த உருளை போலாக்கினாய்''

''சாய்வு எனக்கல்ல புலவரே, உங்களுக்குத்தான் நிகழ்ந்தது. வேள்பாரியை வெளியே கொன்றது நான்தான். ஆனால் அதற்கு முன்பே அகத்தில் நீங்கள் கொன்று விட்டீர்கள்''

''நானா?''

''ஆமாம், நீங்கள்தான். ஒருமுறை கூடச் சொல்கிறேன். நான் அங்கு வருவதற்கு முன்பே, உங்கள் பாட்டுகளைக் கேட்டுத்தான் வேள் பாரியின் நாட்டை எப்படிக் கைப்பற்ற வேண்டுமென்று மூவேந்தர்கள் முடிவு செய்தனர்''

கபிலர் ஒடுங்குவது வெளியே தெரியவில்லை. எனினும் அவர் உள்ளத்தை என்னால் அறிய முடிந்தது.

''படையுடன் வந்தால் தோற்கடிக்க முடியாது. பாணராகவோ, இரவலராகவோ வந்து இரந்தால்தான் நாட்டை அடையலாம் என்று பாடல்வழியாக நீங்களே அவர்களுக்குத் தெரிவித்தீர்கள். நீங்கள்

சொன்னதுபோலவே எங்களைப் போன்ற பகடைகளை நகர்த்தி அதைச் செய்து முடித்தார்கள். தொலைந்ததெல்லாம் எங்களுக்குத்தான். எனக்கும் என் உறவினர்களுக்கும். கிடைத்தது உங்களுக்கும்''

கபிலர் தடுமாறுவதைக் கண்டபோது, உள்ளே அடக்கி வைத்திருந்தது முழுக்க வெளியே வந்தது.

''பாரியிடமிருந்து இனி எதுவும் கிடைக்காது என்றானபோது நீங்கள் பாரியைத் தகர்க்கக் கூட்டு சேர்ந்தீர்கள். அந்தணரை வணங்குபவன்தான் சேரமன்னன் என்பதை அறிந்து இங்கே வந்துவிட்டீர்கள். பொருள் உள்ளவனுடன் தக்க நேரம் பார்த்துச் சேரும் ஒருவரை இங்கேயுள்ள அரசன் நம்புவதெப்படி? அதெல்லாம் உங்களுடைய நீதியென்று வைத்துக் கொள்ளலாம். இருந்தும் வறுமையில் உழலும் என் உறவினர்களுக்குச் செய்ததென்ன? அன்னம்கூடக் கிடைக்காமல் நாடு முழுக்க அலைந்து கொண்டிருக்கிறார்கள் அவர்கள். எஞ்சியிருந்த ஓர் வாழ்விடத்தையும் நீங்களே இல்லாமல் ஆக்கினீர்கள். பெரும்புலவராம்! சேர மன்னனைப் புகழ்ந்து பாடியதால் ஒரு குன்றின் மீதேறி நின்று பார்த்தால் காணக்கூடிய தூரமுள்ள நிலம் உங்களுக்கு இந்த நாட்டிலும் கிடைத்ததே. அது நிலைத்திருக்காது. தன் உயிரைவிட மேலாக உங்களிடம் அன்பு காட்டிய வேள்பாரிக்கு நீங்கள் செய்தது, எந்தப் பொருளையும் உங்களிடம் நிலைத்திருக்காமல் ஆக்கும்''

கபிலர் தலை குனிந்து அமர்ந்திருந்தார். பெரும்பாவலர் அழுகிறாரா? அதைப் பார்த்தவுடன் எனக்கு ஒருவித மதர்ப்பு தோன்றியது.

''நான் உங்களைச் சும்மா விடமாட்டேன். ஒற்றனும் தங்களின் உறவினரிடம் பரிவு காட்டுவான். நீங்களும், நீங்கள் பாடிய பாடல்களும் உற்ற நண்பனான பாரியை ஒற்றுக் கொடுத்தது. தன்

வார்த்தைகளாலேயே சதி செய்த பாவலரின் பெருமையை இந்த நாடே தெரிந்து கொள்ளட்டும்''

தரையை அழுத்தி மிதித்துவிட்டு வேகமாக இறங்கி வந்துவிட்டேன். முற்றத்தில் காறித் துப்பிவிட்டுப் படி தாண்டினேன்.

இந்த நாட்டைவிட்டுப் போகவேண்டும். உறவினர்களுடன் போக முடியாது. மகீரனைப் பார்க்க வேண்டும். செய்த வேலையின் கணக்கைத் தீர்க்க வேண்டும். வேகமாக நடந்தேன். மகீரனின் வசிப்பிடம் எனக்குத் தெரியாது. இல்லையென்றாலும் அங்கே போக வேண்டாம். குடிலை நோக்கி நடந்தேன்.

நாட்கள் மீண்டும் மெதுவாக நகர்ந்தன. அவ்வப்போது மகீரனைச் சந்தித்திருப்பினும் கூலியைப் பற்றி அவன் எதுவும் பேசவில்லை. ஒரு நாட்டையே கைவசப்படுத்த உடனிருந்தேன். இனிக் காத்திருக்க என்ன இருக்கிறது? நானாகக் கேட்கத் தோன்றவில்லை. அறிந்து தர வேண்டியதுதானே?

நான் குடிலிலேயே காலம் கழித்தேன். அன்றன்றையத் தேவையை மகீரனின் நண்பர்கள் பார்த்துக் கொண்டனர். அதனால் முடிந்து விடாதல்லவா? அரசனின் ஆலோசகனாய் இருந்த எனக்கு இப்படிக் காலம் கடத்துவதிலும் இரந்து நடப்பதிலும் ஒரு சலிப்பு ஏற்படத் தொடங்கியது.

ஒருநாள் ஓடிவந்து குடிலையடைந்த மகீரன்,

''உனக்கு ஒரு செய்தி தெரியுமா? கபிலர் நாட்டைவிட்டே போய்விட்டார்'' என்றான்.

''அப்படியா? நல்லது''

''அதற்கு அப்புறம் கேட்கணுமா?''

''என்ன?''

"பறம்பு மலையிலிருந்த நண்பர்கள் சொன்னது இது. பாரியைப் பற்றிய பாடல்களைப் பாடியபடி கபிலர் உண்ணா நோன்பிருந்து வடக்கிருந்து உயிர் விட்டாராம்"

அதிர்ச்சியில் நான் உறைந்தேன். நா வறண்டு போனது. ஆனால் நான் அதை வெளிக்காட்டவில்லை.

"இப்போது ஏன் அவருக்கு இப்படித் தோன்றியது?"

நான் விம்மிக் கொண்டிருந்தேன்.

"தெரியாது. நீ கபிலரைப் பார்த்தாயல்லவா? வேறு காரணம் தேட வேண்டாமே"

பேச முடியவில்லை. ஓடிவிடத் தோன்றியது. மகீரன் தடுத்து நிறுத்தினான்.

"இங்கே அரசனும் மொத்தத்தில் நடுங்கிப் போயிருக்கிறார். நீதான் இதன் பின்னால் இருக்கிறாய் என்பது இப்போது யாருக்கும் தெரிந்திருக்க வாய்ப்பில்லை. ஆனாலும் அவர்கள் அறிவது உனக்கு நல்லதல்ல"

நான் மகீரனின் கைகளை இறுகப் பற்றிக் கொண்டேன். தகர்வதிலிருந்து கரைசேர எனக்கும் ஒரு தாங்கு வேண்டுமென்று நடுக்கத்துடன் உணர்ந்திருந்தேன். ஆனால் மகீரனின் கை குளிர்ந்து தளர்ந்திருந்தது.

"நீங்கள் நண்பர்கள் அல்லவா? இருவரும் சேர்ந்து நடத்திய விளையாட்டை இன்று நான் முடிவுக்குக் கொண்டு வருகிறேன்"

மூன்றாவது ஒருவரின் குரல் கேட்க, நாங்கள் திரும்பிப் பார்த்தோம். சந்தன்!

"என்ன விளையாட்டு இது? நீ என்ன தெரிந்துகொண்டு பேசுகிறாய்?"

மகீரன் சந்தன்மேல் பாய்ந்தான்.

''ஆமாம், இப்போதும் எனக்குப் பல விஷயங்களும் தெரியாது. இதுவரை நடந்தது அனைத்தும் நீங்கள் இருவரும் சேர்ந்து உருவாக்கிய விளையாட்டு என்பது புரிந்துவிட்டது''

நாங்கள் பேசாமல் நின்றோம்.

''ஆனாலும் உன்னை நம்பி வந்த அந்தப் பெண்ணை ஏன் விலக்கிவிட்டாய்?''

''எந்தப் பெண்?''

நான் அதிர்ந்து சந்தன் பக்கம் திரும்பினேன்.

''நீ இதையெல்லாம் தெரிந்து கொள்ளாதே. உடன் பிறந்தவளைக்கூட நீ நினைத்துப் பார்க்கவில்லையே? இவன் இங்கே வேறொரு பெண்ணுடன் வாழ்கிறான்''

ஓடத் துணிந்த மகீரனை நானும் சேர்த்துப் பிடித்து நிறுத்தினேன்.

''நான் எதையும் அறிந்திருக்கவில்லை. என்ன நடந்தது?''

நான் சந்தனை விசாரித்தேன்.

''உனக்குத் தெரியாது இல்லையா? ஆகட்டும். உங்களுக்குள் என்னவெல்லாம் தெரிந்திருக்கும் என்று எனக்குத் தெரியாது. அரசனைக் காண முடியவில்லை எனினும் பல உண்மைகளைத் தெரிந்து கொள்வதற்காக நான் இங்கே தங்கினேன். மகீரனை இங்கே பார்த்ததிலிருந்து இவன் அறியாமல் நான் பின்தொடர்ந்தேன். நீங்கள் இருவரும் என்று ஒன்றாகச் சந்திப்பீர்கள் என்று காத்துக் கொண்டிருந்தேன். சித்திரையை விலக்கிவிட்டு இவன் இங்கே ஒரு பெண்ணுடன் வாழ்கிறான். உனக்குத் தெரியாததென்றால் உன்னிடம் சொல்ல வேண்டுமென்று இருந்தேன். இனி நீங்கள் ஒன்றாக நடத்தப் போகும் வேறு விளையாட்டுகள் நடக்கட்டும். ஆனால் அதில் பொம்மைகளாக நாங்கள் இல்லை''

சந்தன் நிறுத்தியபோது நான் மகீரன்மீது குதித்து விழுந்தேன்.

"வெட்கமில்லாதவனே, என் ஆட்களைக் கவனித்துக் கொள்ளத்தானே உன்னிடம் சொல்லியிருந்தேன். இருந்தும் நீ செய்ததென்ன?"

மகீரன் என் கைகளை உதறி விலகினான்.

"உன் ஆட்களா? பெற்ற தந்தையைக் கொன்ற நீயா என்னை எதிர்த்துப் பேசுகிறாய்? அதற்குத் தகுதியுடையவன் அல்ல நீ"

நான் பேச்சொழிந்து நின்றேன். சந்தன் சிலைத்து நின்றான்.

"கொன்றது நானில்லை. நான் கொல்லவில்லை"

என் புலம்பல் கேட்க நிற்காமல் சந்தன் வேகமாக மறைந்தான். மற்றொரு பாதையில் எதற்கும் கலங்காமல் மகீரனும் நடந்து மறைந்தான். இருவரையும் பார்த்து நிற்க மட்டுமே என்னால் முடிந்தது.

ஒன்பது

கடற்கரையில் சென்று அமர்ந்தபோது, உள்ளத்தில் காற்றும் பேய்மழையும் தொடங்கின. இங்கே இனி தங்க முடியாது. உற்றாருடன் போகவும் முடியாது. இந்த தேசத்தைவிட்டே போக வேண்டுமென்று மீண்டும் விரும்பினேன். பெருஞ் செல்வமுள்ள நாடுகள் இன்னும் இருக்குமல்லவா? இங்கே வந்த கப்பலோட்டிகள் பல்வேறு தரப்பினர். அவர்களிடமிருந்து செல்வச் செழிப்புள்ள நாட்டைக் கண்டுபிடிக்க வேண்டும். இந்த இலக்கை முன்வைத்துதான் யவனரில் சிலரோடு முன்னரே நான் நெருங்கத் தொடங்கியிருந்தேன். மொழிகளைப் புரிந்து கொள்ள முடியாவிட்டாலும் எங்களுக்குள் சைகைகளால் பேசிக் கொண்டோம். மெதுவாக அவர்களின் மொழியைப் புரிந்து கொள்ளவும் முடிந்தது. கப்பலில் ஏற்றிய இலவங்கப்பட்டை, அபின், மிளகு இவற்றின் சிறிய, பெரிய மூட்டைகளைச் சுட்டிக் காட்டியபடி அவர்கள் எதையெதையோ சொன்னார்கள். எந்தெந்த நாடுகளிலோ அவற்றிற்காகக் காத்திருப்பவர்களை நான் மனதில் கண்டேன். புரியாத மொழிகள் வழியாக அவர்களின் நாடுகளில் சுற்றினேன். அந்த நாடுகளுக்குப் புறப்படத் தயாராகி மயில்கள் துறைகளில் அடுக்கப்பட்ட கூடைகளில் அகவின. அந்தக் கர்ண கடூர ஓசையை குரல் என்றழைத்த எங்களுடைய கவிஞர்களைக் கிண்டல் செய்யத் தோன்றியது.

இந்த அயல் நாட்டினருக்கு மிளகின் மீதான பேராசையைக் கண்டால் ஆச்சரியமாக இருக்கிறது. உணவுப் பொருட்களுக்கு ருசி கூட்டவும், இறைச்சியை வீணாக்காமல் பாதுகாக்கவும், மருந்து தயாரிக்கவும் மிளகு பயன்படுகிறதென்று அவர்கள் சொல்கிறார்கள். மிளகு மட்டுமல்ல ஏலம், சுக்கு, அகில், நல்லெண்ணெய், யானைக்கொம்பு, அரிசியென அனைத்தையும் அவர்கள் பல நாடுகளுக்கும் கொண்டு செல்கின்றனர். முத்தும் வைரமும் பவழமும் கிழக்குப் பக்கங்களில் இருந்து முசிறியை வந்தடையும் பாக்குமென இங்கிருந்து செல்கின்றன மேலும் சில பொருட்கள். ஏதேதோ புதிய அறிவுத்தேடல்களின் முனையில் நான் நிற்பதாகத் தோன்றியது. என்னையும் அழைத்துச் செல்வீர்களா என்று கேட்டபோது அவர்கள் புன்னகைத்தனர். அவர்களின் நாட்டிற்குச் சென்றால் அடுத்த வருகையின்போது வழிகாட்டியாக வரமுடியுமென்பதை நானறிந்தேன். கப்பலின் ஓட்டத்தில் காற்றின் பங்கு பற்றி கைகளால் சொல்லித் தந்தனர். இங்கே திரும்பிவர வேண்டாமெனில் அங்கேயே தங்கியும் விடலாம். அப்படி இங்கிருந்து போனவர்கள் நிறையபேர் அங்கிருக்கிறார்கள். அவற்றையெல்லாம்விட கப்பலில் ஏறி அலை தாலாட்டும் கடல்வழிப் பயணம் தரும் உற்சாகம் என்னைப் பேராவல் கொள்ளச் செய்தது.

கடற்கரையிலும் குடிலிலுமாகச் சற்று நாட்கள் செலவழித்தேன். எப்போதாவது பெரியாற்றின் கரையோரமாக நடந்து செல்வேன். உப்புச் சுவையூறும் கடற்காற்றல்ல, அலைகளில் நெளிந்து வரும் தென்றலை அனுபவித்துக் கொண்டே படித்துறைகளில் துணி துவைத்துக் கொண்டிருக்கும் வண்ணாத்திகளின் உரத்த ஓசையும் கேட்கலாம். ஒழுகுநீர் துணியின் அழுக்கைப் போக்கும் போலிருக்கிறது. இதுவரைச் செல்லாதிருந்த நகரத்தின் சில தெருவோரங்களிலும் சில நாட்கள் பக்கத்து ஊர்களிலும் சுற்றியலைவேன். அன்றெல்லாம் மகீரனோ சந்தனோ என்னைத் தேடி வரவேயில்லை.

ஒருமுறை பக்கத்தில் இருந்த ஊர்வழியாக நடந்து போய்க் கொண்டிருந்தேன். உச்சத்தில் பாடப்பட்ட பாட்டைக் கேட்டுக்கொண்டே அங்கிருக்கும் ஒரு கோவிலை அடைந்தேன். கூடல் நகரைச் சுட்டெரிக்க இடமுலையைத் திருகியெறிந்த கண்ணகி கோவில். பல குழுக்களாக உரக்கப் பாடியபடி குதிக்கும் சாமியாடிகள், சிலம்பின் ஓசையோடு முடியவிழ ஆடுகின்றனர். என்னுள் வெண்ணிக் கூத்தும் பொருநரின் படைப்பாட்டும் இரைந்தன. அவர்களுடன் சேர்ந்தாடத் துடித்தேன். ஆனாலும் என்னைக் கட்டுப்படுத்திக் கொண்டு சற்று தூரமாக நிற்க மட்டுமே செய்தேன்.

திடீரென்று ஒரு சாமியாடி என்னெதிரில் பாய்ந்து வந்தது. அதன் நெற்றியிலும் உடலிலுமாகக் குருதி வழிந்து கொண்டிருந்தது. உலையும் முடிக்கற்றையின் மீதாக, உயர்ந்து துடிக்கும் வாளுடன் நெருங்கி வந்தபோது என்ன நடக்கப் போகிறதென்று அறியாமல் நான் நொடிப்பொழுது உறைந்து நின்றேன். இதற்குமுன் கேட்டிராத ஒருவித அலறலோடு சாமியாடி என்னருகில் வாளுடன் நெருங்கியது. மின்னல் போன்ற அதன் நுனி என்மீது பாய்ந்தது. நெற்றியிலும் மார்பிலும் வெட்டப்பட்ட நான் தரையில் சாய்ந்தேன்.

கண் விழித்தபோது ஒரு மரத்தடியில் இருந்தேன். நடுங்கும் கரங்களால் காயங்களில் பச்சிலை மருந்தைப் புரட்டுபவரைச் சட்டெனப் புரிந்துகொண்டேன். பெரும்பாணன்! குதித்தெழ முயன்றபோதும் உடல் ஒத்துழைக்கவில்லை. அருகே முந்தானையால் தலையை மறைத்துக்கொண்டு அம்மா நிற்கிறார். அவள் கண்ணீரைத் துடைத்துவிட வேண்டுமென்று இருந்தது. ஆனால் கைகள் மரத்து விட்டிருந்தது. அருகில் நிற்கும் தம்பியை ஒருமுறை பார்த்த நினைவிருக்கிறது. அவனருகே அமர்ந்திருக்கும் சிறுமியைக் கண்டதும் நான் நடுங்கிவிட்டேன். சாமியாடியாக என்னெதிரில் பாய்ந்து வந்தது இவளே! அன்று வேள் பாரியின் அரண்மனையில் பாடியாடிய உடன்பிறந்தவள். அசைய முடியவில்லை. உடலை விட்டுத் தனியானதுபோல, தலை மரத்துப் போயிருக்கிறது.

"மகனே, கண்ணை மூடிப்படு. சற்று இளைப்பாறு"

பெரும்பாணன் சொன்னதைக் கேட்டு நான் கண்களை மூடினேன். இருபுறமும் வழிந்த கண்ணீரைச் சேலை நுனியால் துடைத்துவிட்டது அம்மாதான். காணாமல் போன என் குழந்தைப் பருவத்தை அந்தச் சேலையின் வாசத்தில் மீட்டுக் கொண்டேன்.

ஓரிரு நாட்களில் எழுந்து உட்கார முடிந்தது. ஏன் வெட்டப்பட்டேன் என்று நான் விசாரிக்கவில்லை. ஆனாலும் சந்தன் சொன்னான்.

"சற்று நாட்களாகவே சீரை இப்படித்தான் இருக்கிறாள். அவள் உயிர் இந்த உலகத்தில் இல்லையென்று தோன்றும். உனக்கு என்ன நடந்ததென்று ஞாபகமிருக்கா?"

கோவிலில் நடந்ததை நான் நினைவில் கொண்டு வந்தேன். பின்னர் மெதுவாக தாய்நாட்டைவிட்டு வெளியேறியது முதலாக அனைத்தையும் விவரித்தேன். அப்பாவின் நினைவில் அம்மா உள்ளுக்குள் அழுது கொண்டிருந்தாள். அதனாலேயே எதையும் பேசவில்லை. அம்மா என்னை மன்னித்துவிடுவாளா? வளர்ந்து எழும் முன்னே நுனி முறிந்துபோன ஒரு செடியின் தண்டு நான். முடியுமென்றால் என்னைப் பறித்து எறிந்துவிடுங்கள். என்னால் நடக்க முடியும் என்றானவுடன் பெரும்பாணன் துரிதப்படுத்தினார்.

"இனி வேறு எங்கும் அலைய வேண்டாம். வறுமையை மாற்றுவதற்கான வழியெல்லாம் அடைபட்டாலும் மயிலனைத் திரும்பப் பெற்று விட்டோமல்லவா? அதுவே போதும். நாம் தாய்நாட்டிற்கே திரும்பிச் செல்வோம்"

நான் செய்த கொடுமைகளுக்கு இவர்கள் தங்கள் கருணையினால் பதிலடி கொடுக்கிறார்கள். இவர்களை விட்டுச் செல்லும் எண்ணமும் எனக்கு வரவில்லை. சற்று நாட்களில் நாங்கள் புறப்பட்டோம். மகீரனைப் பார்ப்பதற்காகவும் நிற்கவில்லை. 'தகப்பனைக் கொன்றவன்' என்ற அவன் வார்த்தைகள் உள்ளே உலைக்கின்றன. அதன் கூலி

எனக்கு வேண்டாம். மகனை அறிவுள்ளவனென்று மற்றவர்கள் புகழ்வதைக் கேட்பதைவிடவும் பெரியதொரு இன்பமில்லை என்று நீதிநூல்கள் சொல்கின்றன. நிறைந்த அறிவு எனக்கிருப்பதாகத் தற்பெருமை கொண்டிருக்கும் நான் செய்ததென்ன? அந்தப் பழியை நான் எப்படிப் போக்குவேன்? அம்மாவை ஏறெடுத்துப் பார்க்கும் தைரியம் இன்னும் எனக்கு வரவில்லை.

''சித்திரையையும் நம்மோடு அழைத்துக்கொள்ள வேண்டாமா? அவள் தனித்திருப்பாளே?''

''அவள் வரமாட்டாள். மனதிடம் மிக்கவள் அல்லவா? தனித்து வாழும் திறம் அவளுக்குண்டு''

தகடூரில் சென்று சித்திரையைப் பார்த்ததைப் பற்றி சந்தன் சொன்னான். அவன் வார்த்தைகளில் அவள் மீதான மதிப்பு அப்போதும் உயர்ந்து நின்றது. அதில் நான் அதிர்ச்சியுற்றபோதும் வெளிக்காட்டிக் கொள்ளவில்லை.

சிறு வயதில் ஓடிப் போனபோது பின்னிட்ட பாதைகளின்வழி நாங்கள் நடந்தோம். ஒவ்வொருவரும் அதே இடங்களின் வழியிலேயே திரும்பி நடக்கிறோம். அருகிலிருந்தாலும் உடனிருப்பவர்கள் வெகுதூரத்தில் இருப்பதாகவே தோன்றியது. எல்லோரும் அவரவருக்குள் ஆழ்ந்திருக்கின்றனர். எதையும் அடையவில்லை. வந்து சேர்ந்த துயரங்கள் தாங்குவதற்கும் அப்பாலிருந்தன. சீரை என்னிடம் பேசுவதேயில்லை. அப்பாவைக் கொன்றவனோடுள்ள பகைமையோ அவளுக்கு? எதையும் புரிந்து கொள்ள முடியவில்லை.

நீண்ட தூரம் நடந்து நாங்கள் ஆனைமலையை அடைந்தோம். பகல் பொழுதிலும் பனிமூடி நிற்கும் மலையுச்சிகள். மெல்லிய தூறலாக மழை. பனிமூட்டங்களுக்கு இடையில் கற்குகைகளைக்

கண்டபோது சந்தன்,

"இங்கேதான் முதல்முதலாக பரணரைப் பார்த்தோம்" என்றான்.

இளைப்பாறுவதற்கான இடம்தானே என்று சற்றுநேரம் அங்கே நின்றோம். எனக்கும் மற்றவர்களுக்கும் இருவிதமான நினைவுகள் வந்து போயிருக்க வேண்டும். நான் கிளம்புவதற்கு அவசரம் காட்டினேன்.

நாங்கள் நடக்கத் தொடங்கியபோது பின்னாலிருந்து ஒரு குரல் கேட்டது.

"நில்லுங்கள்"

நாங்கள் திரும்பிப் பார்த்தோம். பனிப்புகையினூடே தெளிவற்ற உருவத்தைக் குரலின்வழியாகக் கண்டடைந்தேன்.

"பரணர்!"

உள்ளே ஒரு மின்னல் பாய்ந்து சென்றது. விட்டகன்ற வழிகளை நோக்கி மீண்டும் மீண்டும் நடத்துவது யார்? ஓடி ஒளிந்துகொள்ளத் தோன்றினாலும் கால்கள் அசையவில்லை.

பரணர் எங்களை நெருங்கிவர நாங்களும் அவரை நெருங்கிச் சென்றோம்.

"தங்களை மீண்டும் இங்கே சந்திப்போம் என்று எதிர்பார்க்கவே இல்லை"

பெரும்பாணன் கைகூப்பினார்.

"நீங்கள் மீண்டும் வருவீர்கள் என்று எனக்குத் தெரிந்திருந்தது"

அது எதனால் என்று மற்றவர்கள் ஆச்சரியப்பட்டாலும், அதன் பொருள் எனக்குத் தெரிந்திருந்தது.

நான் வேகமாக பாணரருகே சென்று கால்களில் விழுந்தேன்.

நிலம் பூத்து மலர்ந்த நாள்

பெரும்புலவர் சட்டெனப் பின்வாங்கினார்.

"பாம்பு சட்டையை உரித்தாலும் பாம்புதான்"

மெல்லிய குரலில் பரணர் தனக்குள் சொல்வதைக் கேட்டேன்.

"மன்னித்துவிடுங்கள்"

நான் வெடித்து அழுவதை அந்தக் குறைந்த வெளிச்சத்தில் யாரும் பார்த்திருக்க மாட்டார்கள்.

"நீ எழுந்திரு. உன்னை மன்னிக்க வேண்டியது நானல்ல"

நான் பதறி எழுந்தேன்.

"அது போகட்டும். வறுமையெல்லாம் மாறிவிட்டதா?"

"இல்லை. திரும்பிப் போகிறோம். எந்த நாட்டிலும் எங்களுக்கு உறைவிடம் இல்லை"

பெரும்பாணனின் குரல் நடுக்கம் கொண்டது.

"இருக்காதென்று தெரியும். அதனால்தானே நான் பல நாட்களாக இங்கே உங்களுக்காகக் காத்துக் கொண்டிருக்கிறேன்"

அதன் பொருளும் மற்றவர்களுக்குப் புரியவில்லை. பெரும்பாணன் கடந்துபோன நாட்களைப் பற்றிச் சொல்லும் முனைப்பிலிருந்தார். பரணர் முழுவதையும் கேட்டார்.

"இனியும் துன்பப்பட்டு அலைந்து திரிய வேண்டாம். இதோ காணும் இம்பர்காடு எனக்குக் கிடைத்த கொடை. இங்கேயே நீங்கள் இருந்துவிடுங்கள்"

"வேண்டாம் பெரும்புலவரே. நாங்கள் தாய்நாட்டிற்கே போகிறோம்"

"என்றும் வறுமையிலேயே உழல்வீர்களா?"

மனோஜ் குரூர்

பரணரின் குரல் உயர்ந்தது.

"உங்களுக்கு வழிகாட்டிய நான்தான் சொல்கிறேன். நான் இங்கிருந்து போகிறேன். அரசர்க்குப் புகழுரைகள் வேண்டிய காலம்வரை புலவர்களுக்குத் துன்பமில்லை. இம்பர்காட்டை நான் உங்களுக்குத் தருகிறேன். இங்கே நான் தங்கியிருந்த கற்குகைகளுக்குச் செல்லுங்கள். என்னால் எடுத்துச் செல்ல முடியாத சில பொருட்கள் அங்கிருக்கின்றன. அதையும் நீங்கள் பயன்படுத்திக் கொள்ளலாம்"

பெரும்பாணருடன் அனைவரும் கைகூப்பி நின்றோம். ஒரு புன்னகையோடு பரணர் பனிச்சுருள்களுக்குள் நடந்து மறைந்தார்.

விசும்பல்களுக்கிடையே ஒவ்வொருவரும் மூட்டைகளைக் கீழிறக்கினோம். நாங்கள் கற்குகைகளை நோக்கி நடந்தோம். உள்ளே நுழையுமிடத்தில் பெரிய மூட்டையைக் கண்டோம். சந்தன் அதைத் திறந்தான்.

பொன் நாணயங்கள்! முத்துக்களும் பவழங்களும் கலந்திருந்தன. நாங்கள் அழுதபடியே நிலத்தில் அமர்ந்துவிட்டோம்.

நீண்ட நேரம் யாராலும் பேச முடியவில்லை. பலரும் ஆங்காங்கே தளர்ந்து அமர்ந்து விட்டிருந்தனர்.

"சீரை எங்கே?"

அம்மாவின் குரல் கேட்டுதான் எழுந்தோம்.

நாங்கள் சுற்றுமுற்றும் தேடினோம். கண்டுபிடிக்க முடியவில்லை. எங்களின் உரத்த குரல்களுக்கு மலையுச்சியிலிருந்து எதிரொலிகளே திரும்பக் கேட்டன.

உலகன் சந்தனிடம் எதையோ சொல்வதைக் கேட்டேன். இருவரும் அவசரமாகக் கிளம்பியபோது நானும் உடன் சென்றேன்.

"அவள் அந்தக் கோவிலுக்குத்தான் சென்றிருப்பாள்"

நாங்கள் வேகமாக ஒரு குன்றேறிச் சென்றோம். சன்னமான மழைத்தூறல். மாந்தோப்பின் நடுவில் சிறிய கோவில். சந்தனும் உலகனும் உள்ளே சென்றனர்.

அந்த வாசற்படியை மிதிக்க மட்டுமே செய்தேன். ஓர் இடிதாக்கி நான் தரையில் விழுந்தேன். என்முன் மின்னல் வெளிச்சத்தில் ஒரு சிறுமி. கூக்குரலிட முடியாமல் நான் கண்களை இறுக்கியடைத்தேன், ஆனைமலையும் அங்கிருந்த மாந்தோப்பும் முன்னால் வந்து நின்ற ஒரு சிறுமியும் நினைவலைகளில் தெளிவடையத் தொடங்கினர். இப்போது அதே இடத்திற்குத்தான் திரும்ப வந்திருக்கிறேன்.

நடுநடுங்கி நான் கைகூப்பினேன்

''அண்ணா, என்ன ஆச்சு? இது நம்முடைய சீரை''

உலகன் அதிர்ந்து நின்றான். அவன் சீரையை அருகே அணைத்துக் கொண்டான். அவளிடமிருந்து கண்ணெடுத்து நான் கோவிலைப் பார்த்தேன்.

''அண்ணா, உனக்குத தெரியுமா? நன்னன் பெருங்கொலை செய்த சிறுமிதான் இந்தக் கோவிலில் உறைகிறாள்''

உறைந்துவிட்டேன் நான். உள்ளே சுடுகாட்டில் உறங்குவது போன்ற ஒரு பெண்சிலை.

நான் அங்கிருந்து இறங்கி ஓடினேன். பின்னாலிருந்து கேட்ட அழைப்புகளை மறுதலித்தேன். நடுவில் வழுக்கி விழுந்தபோது பதறி எழுந்தேன். சில இடங்களில் பள்ளங்களில் விழுந்தேன். எனினும் பின்னால் திரும்பவேயில்லை. எவ்வளவு முடியுமோ அவ்வளவு தூரமாக என்று உள்ளம் சொல்லிக் கொண்டிருந்தது. கால்களை இழுதது இழுத்து நடந்தும், ஓடியும் தூரங்களைப் பின்னிட்டேன். செய்து வைத்த பாவங்களில் இருந்தெல்லாம் எனக்கு விடுதலையே கிடையாது. மண்ணிடிந்து போய்விட்டதென்று எண்ணியதெல்லாம் எந்த நேரமும் உயிர்பெற்றுத் திரும்பக் கொத்தும். இந்த உலகத்திலிருந்தே ஓடி

ஒளிந்துகொள்ள வேண்டும்.

அதே வழிகளினூடான பயணம், அதே தளர்வு, உள்ளே அதே அழல்.

சில நாட்களுக்குள் நான் முசிறியை வந்தடைந்தேன். யாரையும் பார்க்காமல் நேராகக் கடற்கரை நோக்கி நடந்தேன்.

சுற்றிலும் அலையடிக்கும் கடற்பரப்பில் ஒரு மரக்கலத்தில் புரியாத மொழிகளுக்கும் நிறங்களுக்கும் இடையில் நான் நிற்கிறேன். கடந்து சென்றவையெல்லாம் ஒருமுறை பொங்கி மேலெழுகின்றன. நினைவுகளை அகற்ற எல்லையற்ற மறுகரையைப் பார்த்தேன். தூரத்தில் தொடுவானத்தின் சிவப்பில், வாளும் சிலம்புமேந்திய குழந்தைத்தனம் மாறாத ஒரு சிறுமியைக் கண்டு கண்களை மூடினேன். பாய்மரங்களை உலைத்துக்கொண்டு ஒரு காற்று என்னைக் கடந்து சென்றது.